ਮਕਤੂਬ

ਮਕਤੂਬ

ਪਾਓਲੋ ਕੋਇਲੋ

ਪੰਜਾਬੀ ਅਨੁਵਾਦਕ: ਡਾ ਹਰਿੰਦਰ ਕੌਰ

MANJUL
ਮੰਜੁਲ ਪਬਲਿਸ਼ਿੰਗ ਹਾਊਸ

First published in India by

MANJUL

Manjul Publishing House

Corporate and Editorial Office

• 2nd Floor, Usha Preet Complex, 42 Malviya Nagar,
Bhopal 462 003 - India

Sales and Marketing Office

• C-16, Sector 3, Noida, Uttar Pradesh 201301 - India
Website: www.manjulindia.com

Distribution Centres

Ahmedabad, Bengaluru, Chennai, Kochi, Kolkata,
Hyderabad, Mumbai, New Delhi, Pune

Punjabi translation of *Maktub* by Paulo Coelho

This Punjabi edition first published in India in 2026
Fourth impression 2026

ISBN 978-93-7317-907-0

Jacket design by Jim Tierney
Author photograph © Xavier González

Translation by Dr. Harinder Kaur

Printed and bound in India by Thomson Press (India) Pvt Ltd.

ਹੇ ਮਰੀਅਮ, ਜੋ ਪਾਪ ਤੋਂ ਰਹਿਤ ਗਰਭਵਤੀ ਹੋਈ,
ਸਾਡੇ ਲਈ ਪ੍ਰਾਰਥਨਾ ਕਰ, ਅਸੀਂ ਤੇਰੀ ਸ਼ਰਨ ਆਏ ਹਾਂ।
ਆਮੀਨ।

ਸਮਰਪਣ

ਨ੍ਹਾ ਚੀਕਾ, ਪੇਟ੍ਰੀਸ਼ੀਆ ਕਾਜ਼ੇ, ਏਡਿਨਹੋ ਅਤੇ ਐਲਸੀਨੋ ਲੇਇਟੇ ਨੇਟੋ ਲਈ

ਹੇ ਪਿਤਾ, ਧਰਤੀ ਅਤੇ ਆਕਾਸ਼ ਦੇ ਮਾਲਿਕ, ਮੈਂ ਤੇਰਾ ਸ਼ੁਕਰਗੁਜ਼ਾਰ ਹਾਂ ਕਿ ਤੂੰ ਇਹ ਗੱਲਾਂ ਸਿਆਣੇ ਅਤੇ ਚਤੁਰ ਲੋਕਾਂ ਤੋਂ ਲੁਕੋਈਆਂ,
ਪਰ ਬੱਚਿਆਂ ਅੱਗੇ ਪ੍ਰਗਟ ਕਰ ਦਿੱਤੀਆਂ।

— ਲਿਊਕ 10:21

ਸ਼ੁਰੂ ਕਰਨ ਤੋਂ ਪਹਿਲਾਂ

ਮਕਤੂਬ ਅਜਿਹੀ ਕਿਤਾਬ ਨਹੀਂ ਹੈ ਜੋ ਤੁਹਾਨੂੰ ਕੋਈ ਸਲਾਹ ਦੇਵੇ। ਇਹ ਅਨੁਭਵਾਂ ਦਾ ਅਦਾਨ-ਪ੍ਰਦਾਨ ਹੈ।

ਇਸ ਕਿਤਾਬ ਵਿਚ ਜ਼ਿਆਦਾਤਰ ਮੇਰੇ ਗੁਰੂ ਦੀਆਂ ਸਿੱਖਿਆਵਾਂ ਹਨ, ਜੋ ਉਨ੍ਹਾਂ ਨੇ ਮੈਨੂੰ ਉਹਨਾਂ ਗਿਆਰਾਂ ਸਾਲਾਂ ਦੌਰਾਨ ਦਿੱਤੀਆਂ, ਜਿਨ੍ਹਾਂ ਸਾਲਾਂ ਵਿੱਚ ਅਸੀਂ ਇੱਕ ਦੂਜੇ ਨੂੰ ਜਾਣਿਆ। ਦੂਜੀਆਂ ਕਹਾਣੀਆਂ ਮੈਨੂੰ ਮੇਰੇ ਦੋਸਤਾਂ ਜਾਂ ਉਹਨਾਂ ਲੋਕਾਂ ਨੇ ਸੁਣਾਈਆਂ ਹਨ, ਜਿਨ੍ਹਾਂ ਨੂੰ ਮੈਂ ਸਿਰਫ਼ ਇਕ ਵਾਰੀ ਹੀ ਮਿਲਿਆ ਹਾਂ ਪਰ ਜਿਨ੍ਹਾਂ ਨੇ ਮੈਨੂੰ ਹਮੇਸ਼ਾ ਯਾਦ ਰੱਖਣ ਵਾਲਾ ਕੋਈ ਸੁਨੇਹਾ ਦਿੱਤਾ। ਅਖ਼ੀਰ ਵਿੱਚ ਉਹ ਕਿਤਾਬਾਂ ਹਨ ਜੋ ਮੈਂ ਪੜ੍ਹੀਆਂ ਹਨ ਅਤੇ ਉਹ ਕਹਾਣੀਆਂ ਹਨ, ਜੇਸੂਇਟ ਐਂਥੋਨੀ ਦੇ ਮੇਲੋ ਅਨੁਸਾਰ, ਜਿਨ੍ਹਾਂ ਦਾ ਸਬੰਧ ਮਨੁੱਖੀ ਪ੍ਰਜਾਤੀ ਦੀ ਅਧਿਆਤਮਕ ਵਿਰਾਸਤ ਨਾਲ ਹੈ।

ਮਕਤੂਬ ਲਿਖਣ ਦੀ ਸ਼ੁਰੂਆਤ ਅਲਸੀਨੋ ਲੇਚੀ ਨੇਟੋ ਨਾਲ ਫੋਨ 'ਤੇ ਗੱਲ ਹੋਣ ਤੋਂ ਬਾਅਦ ਹੋਈ ਸੀ। ਉਸ ਸਮੇਂ ਉਹ ਫੋਲਹਾ ਦੇ ਸਾਓ ਪਾਓਲੋ ਦੇ ਰੰਗੀਨ ਸਪਲੀਮੈਂਟ ਦੇ ਸੰਪਾਦਕ ਸਨ। ਮੈਂ ਉਸ ਵੇਲੇ ਅਮਰੀਕਾ ਵਿੱਚ ਸੀ ਅਤੇ ਮੈਂ ਤੁਰੰਤ ਉਨ੍ਹਾਂ ਦੇ ਦਿੱਤੇ ਪ੍ਰਸਤਾਵ ਨਾਲ ਸਹਿਮਤ ਹੋ ਗਿਆ, ਹਾਲਾਂਕਿ ਮੈਨੂੰ ਬਿਲਕੁਲ ਵੀ ਪਤਾ ਨਹੀਂ ਸੀ ਕਿ ਮੈਂ ਕੀ ਲਿਖਾਂਗਾ। ਚੁਣੌਤੀ ਉਤੇਜਕ ਕਰ ਦੇਣ ਵਾਲੀ ਸੀ ਅਤੇ ਮੈਂ ਫੈਸਲਾ ਕੀਤਾ ਕਿ ਮੈਂ ਇਸ ਦਾ ਸਾਹਮਣਾ ਕਰਾਂਗਾ; ਆਖ਼ਰਕਾਰ, ਜੀਵਨ ਦਾ ਮਤਲਬ ਹੀ ਜ਼ੋਖਮ ਲੈਣਾ ਹੈ।

ਜਦੋਂ ਮੈਨੂੰ ਇਹ ਅਹਿਸਾਸ ਹੋਇਆ ਕਿ ਇਸ ਉੱਪਰ ਕੰਮ ਕਰਨਾ ਜ਼ਰੂਰੀ ਹੈ, ਤਾਂ ਮੈਨੂੰ ਕਹਿਣਾ ਪਵੇਗਾ ਕਿ ਮੈਂ ਲਗਭਗ ਹਾਰ ਮੰਨ ਲਈ ਸੀ। ਆਪਣੀਆਂ ਕਿਤਾਬਾਂ ਦੇ ਪ੍ਰਚਾਰ ਦੇ ਸਿਲਸਿਲੇ ਵਿੱਚ ਵਿਦੇਸ਼ ਯਾਤਰਾਵਾਂ ਦੇ ਨਾਲ ਹਰ ਰੋਜ਼ ਇਹ ਕਾਲਮ ਲਿਖਣਾ ਸੱਚਮੁੱਚ ਵੱਡੀ ਮੁਸੀਬਤ ਬਣ ਗਿਆ ਸੀ। ਪਰ ਮੈਨੂੰ ਜੋ ਸੰਕੇਤ ਮਿਲ ਰਹੇ ਸਨ ਉਹਨਾਂ ਦਾ ਇਸ਼ਾਰਾ ਇਸ ਨੂੰ ਜਾਰੀ ਰੱਖਣ ਵੱਲ ਹੀ ਸੀ ਜਿਵੇਂ ਕਿ ਇੱਕ ਪਾਠਕ ਦਾ ਖ਼ਤ, ਇੱਕ ਦੋਸਤ ਦੀ ਟਿੱਪਣੀ ਅਤੇ ਇੱਕ ਔਰਤ ਵੱਲੋਂ ਆਪਣੇ ਪਰਸ ਵਿੱਚੋਂ ਅਖ਼ਬਾਰ ਦੀ ਕਟਿੰਗ ਕੱਢ ਕੇ ਦਿਖਾਉਣਾ।

ਹੌਲੀ-ਹੌਲੀ ਮੈਂ ਆਪਣੀ ਲਿਖਤ ਨੂੰ ਹੋਰ ਵਸਤੁਨਿਸ਼ਠ ਅਤੇ ਸਪਸ਼ਟ ਬਣਾਉਣਾ ਸਿੱਖ ਲਿਆ। ਮੈਨੂੰ ਬਹੁਤ ਸਾਰੀਆਂ ਕਿਤਾਬਾਂ ਫਿਰ ਤੋਂ ਪੜ੍ਹਨੀਆਂ ਪੈ ਰਹੀਆਂ ਸਨ, ਜੋ ਅਜਿਹਾ ਕੰਮ ਸੀ ਜਿਸਨੂੰ ਮੈਂ ਹਮੇਸ਼ਾ ਟਾਲਦਾ ਰਿਹਾ ਸੀ, ਪਰ ਇਨ੍ਹਾਂ ਕਹਾਣੀਆਂ ਨੂੰ ਫਿਰ ਤੋਂ ਪੜ੍ਹਦਿਆਂ ਮੈਨੂੰ ਬੇਹੱਦ ਆਨੰਦ ਆ ਰਿਹਾ ਸੀ।

ਮੈਂ ਆਪਣੇ ਗੁਰੂ ਦੇ ਸ਼ਬਦਾਂ 'ਤੇ ਵੱਧ ਧਿਆਨ ਦੇਣਾ ਸ਼ੁਰੂ ਕੀਤਾ। ਮੈਂ ਆਪਣੇ ਆਸ-ਪਾਸ ਵਾਪਰ ਰਹੀਆ ਘਟਨਾਵਾਂ ਨੂੰ ਇਸ ਕਿਤਾਬ ਨੂੰ ਲਿਖਣ ਦਾ ਇੱਕ ਹੋਰ ਕਾਰਨ ਮੰਨਣਾ ਸ਼ੁਰੂ ਕਰ ਦਿੱਤਾ ਅਤੇ ਮੈਨੂੰ ਇਹ ਸਭ ਇੰਨਾ ਪ੍ਰਭਾਵਸ਼ਾਲੀ ਲੱਗਿਆ ਕਿ ਅੱਜ ਮੈਂ ਇਸ ਰੋਜ਼ਾਨਾ ਕਾਰਜ ਲਈ ਸ਼ੁਕਰਗੁਜ਼ਾਰ ਹਾਂ।

ਇਸ ਕਿਤਾਬ ਲਈ ਮੈਂ ਉਹ ਕਹਾਣੀਆਂ ਚੁਣੀਆਂ ਹਨ, ਜੋ 10 ਜੂਨ 1993 ਤੋਂ 11 ਜੂਨ 1994 ਤੱਕ ਫੋਲਹਾ ਦੇ ਸਾਓ ਪਾਓਲੋ ਵਿੱਚ ਪ੍ਰਕਾਸ਼ਿਤ ਹੋਈਆਂ ਸਨ। ਕਿਤਾਬ ਵਿੱਚ ਸ਼ਾਮਲ ਕੁਝ ਹੋਰ ਕਹਾਣੀਆਂ *ਮੈਨੁਅਲ ਆਫ਼ 'ਦ ਵਾਰੀਅਰ ਆਫ਼ ਲਾਈਟ* ਵਿੱਚ ਪ੍ਰਕਾਸ਼ਿਤ ਹੋਈਆਂ ਸਨ। *ਮਕਤੂਬ* ਅਤੇ *ਮੈਨੁਅਲ ਆਫ਼ 'ਦ ਵਾਰੀਅਰ ਆਫ਼ ਲਾਈਟ* ਦੋਹਾਂ ਨੂੰ *'ਦ ਅਲਕੇਮਿਸਟ* ਦੇ ਸਾਥੀ ਵਜੋਂ ਪੜ੍ਹਿਆ ਜਾ ਸਕਦਾ ਹੈ।

ਪਾਓਲੋ ਕੋਇਲੋ

ਐਂਥੋਨੀ ਦੇ ਮੇਲੋ ਨੇ ਆਪਣੀਆਂ ਕਹਾਣੀਆਂ ਦੀ ਇੱਕ ਕਿਤਾਬ ਦੀ ਭੂਮਿਕਾ ਵਿੱਚ ਲੇਖਕ ਦੇ ਕੰਮ ਬਾਰੇ ਲਿਖਿਆ ਹੈ ਕਿ "ਉਸਦਾ ਕੰਮ ਜੁਲਾਹੇ ਵਾਲਾ ਵੀ ਹੈ ਅਤੇ ਸੂਤ ਰੰਗਣ ਵਾਲਾ ਵੀ, ਸੂਤ ਅਤੇ ਧਾਗੇ ਲਈ ਕੋਈ ਸ਼ਾਬਾਸ਼ ਨਹੀਂ ਲੈਂਦਾ।"

ਉਸ ਵਾਂਗ ਮੈਂ ਵੀ ਏਦਾਂ ਨਹੀਂ ਕਰਦਾ।

- ਪਾਓਲੋ ਕੋਇਲੋ

ਇਕ ਮੁਸਾਫ਼ਿਰ ਪਿੰਡ ਦੇ ਵਿਚਕਾਰ ਬੈਠਾ ਆਪਣੇ ਸਾਹਮਣੇ ਸਧਾਰਨ ਜਿਹੇ ਘਰ ਨੂੰ ਦੇਖ ਰਿਹਾ ਹੈ। ਉਹ ਇੱਥੇ ਆਪਣੇ ਦੋਸਤਾਂ ਦੇ ਨਾਲ ਪਹਿਲਾਂ ਵੀ ਆ ਚੁੱਕਾ ਸੀ, ਪਰ ਉਸ ਸਮੇਂ ਉਸਦਾ ਧਿਆਨ ਘਰ ਅਤੇ ਉਸ ਕੈਟਲਨ ਨਕਸ਼ਨਵੀਸ ਦੇ ਸਟਾਈਲ ਵਿਚਕਾਰ ਸਮਾਨਤਾ ਵੱਲ ਗਿਆ, ਜੋ ਬਹੁਤ ਪਹਿਲਾਂ ਇਥੇ ਰਹਿੰਦਾ ਸੀ ਪਰ ਉਸਨੇ ਕਦੇ ਵੀ ਇਸ ਥਾਂ ਦਾ ਦੌਰਾ ਨਹੀਂ ਕੀਤਾ ਸੀ।

ਘਰ ਰਿਓ ਡੀ ਜਨੇਰੋ ਵਿੱਚ ਕਾਬੋ ਫਰਿਓ ਦੇ ਨੇੜੇ ਹੈ, ਜੋ ਸੁੱਟੇ ਹੋਏ ਟੁੱਟੇ-ਫੁੱਟੇ ਟੁਕੜਿਆਂ ਤੋਂ ਬਣਿਆ ਹੈ। 1899 ਵਿੱਚ ਇਸਦੇ ਮਾਲਕ ਗੈਬ੍ਰੀਅਲ ਨੂੰ ਇੱਕ ਸੁਪਨਾ ਆਇਆ ਸੀ, ਜਿਸ ਵਿੱਚ ਇੱਕ ਫਰਿਸ਼ਤਾ ਉਸਨੂੰ ਕਹਿੰਦਾ ਹੈ, “ਟੁਕੜੇ-ਟੁਕੜੇ ਜੋੜ ਕੇ ਇੱਕ ਘਰ ਬਣਾਉ।” ਗੈਬ੍ਰੀਅਲ ਨੇ ਰੰਗੀਨ ਟਾਇਲਾਂ, ਪਲੇਟਾਂ, ਗਹਿਣੇ ਅਤੇ ਟੁੱਟੇ ਹੋਏ ਬਰਤਨ ਇਕੱਠੇ ਕਰਨੇ ਸ਼ੁਰੂ ਕਰ ਦਿੱਤੇ। ਗੈਬ੍ਰੀਅਲ ਆਪਣੇ ਕੰਮ ਬਾਰੇ ਕਹਿੰਦਾ ਸੀ ਕਿ ਜਦ ਘਰ ਬਣਾਉਣ ਲੱਗਿਆ ਤਾਂ “ਹਰ ਟੁਕੜਾ ਇੱਕ ਸੁੰਦਰ ਚੀਜ਼ ਵਿੱਚ ਬਦਲ ਗਿਆ।” ਪਹਿਲੇ ਚਾਲੀ ਸਾਲਾਂ ਤੱਕ, ਸਥਾਨਕ ਲੋਕ ਸੋਚਦੇ ਸਨ ਕਿ ਉਹ ਪਾਗਲ ਹੈ, ਪਰ ਜਦੋਂ ਕੁਝ ਸੈਲਾਨੀਆਂ ਨੂੰ ਇਸ ਘਰ ਬਾਰੇ ਪਤਾ ਲੱਗਾ ਅਤੇ ਉਹ ਆਪਣੇ ਦੋਸਤਾਂ ਨੂੰ ਇੱਥੇ ਲਿਆਉਣ ਲੱਗੇ, ਤਾਂ ਗੈਬ੍ਰੀਅਲ ਜੀਨੀਅਸ ਬਣ ਗਿਆ। ਇਹ ਅਨੋਖਾਪਣ ਜਲਦੀ ਖ਼ਤਮ ਹੋ ਗਿਆ ਅਤੇ ਗੈਬ੍ਰੀਅਲ ਇੱਕ ਵਾਰ ਫਿਰ ਗੁਮਨਾਮੀ ਵਿੱਚ ਚਲਾ ਗਿਆ। ਫਿਰ ਵੀ ਉਹ ਆਪਣਾ ਘਰ ਬਣਾਉਂਦਾ ਰਿਹਾ ਅਤੇ ਜਦੋਂ ਉਹ 93 ਸਾਲ ਦਾ ਸੀ, ਤਦ ਉਸਨੇ ਕੱਚ ਦਾ ਆਖ਼ਰੀ ਟੁਕੜਾ ਉਸਦੀ ਜਗ੍ਹਾ ’ਤੇ ਰੱਖਿਆ ਅਤੇ ਮਰ ਗਿਆ।

ਮੁਸਾਫ਼ਿਰ ਸਿਗਰਟ ਸੁਲਗਾਉਂਦਾ ਹੈ ਅਤੇ ਚੁੱਪਚਾਪ ਉਸਦੇ ਕਸ਼ ਖਿੱਚਦਾ ਰਹਿੰਦਾ ਹੈ। ਅੱਜ ਉਹ ਗੈਬ੍ਰੀਅਲ ਦੇ ਘਰ ਅਤੇ ਐਂਟੋਨੀ ਗਾਉਡੀ ਦੀ ਵਾਸਤੂ ਕਲਾ ਦੀ ਸਮਾਨਤਾ

ਬਾਰੇ ਨਹੀਂ ਸੋਚ ਰਿਹਾ। ਉਹ ਉਹਨਾਂ ਸਾਰੇ ਟੁਕੜਿਆਂ ਵੱਲ ਦੇਖ ਰਿਹਾ ਹੈ ਅਤੇ ਆਪਣੇ ਉਸ ਅਸਤਿਤਵ ਬਾਰੇ ਵਿਚਾਰ ਕਰ ਰਿਹਾ ਹੈ, ਜੋ ਹਰ ਇਕ ਦੇ ਅਸਤਿਤਵ ਵਾਂਗ ਹੀ ਕਈ ਘਟਨਾਵਾਂ ਦੇ ਟੁਕੜਿਆਂ ਨੂੰ ਜੋੜ ਕੇ ਬਣਿਆ ਹੈ। ਉਹ ਘਟਨਾਵਾਂ ਜੋ ਉਸ ਨਾਲ ਵਾਪਰੀਆਂ ਹਨ। ਇੱਕ ਮੋੜ 'ਤੇ ਆ ਕੇ ਉਹ ਸਾਰੇ ਟੁਕੜੇ ਇਕ ਰੂਪ ਧਾਰਨ ਕਰਨ ਲੱਗ ਜਾਂਦੇ ਹਨ।

ਅਤੇ ਮੁਸਾਫ਼ਿਰ ਆਪਣੇ ਹੱਥ ਵਿੱਚ ਫੜੇ ਕਾਗਜ਼ ਪੜ੍ਹਦਾ ਹੋਇਆ ਆਪਣੇ ਅਤੀਤ ਬਾਰੇ ਸੋਚਣ ਲੱਗਦਾ ਹੈ। ਇਹ ਟੁਕੜੇ ਵੀ ਤਾਂ ਉਸਦੀ ਜ਼ਿੰਦਗੀ ਦੇ ਹੀ ਹਨ: ਉਹ ਤਜਰਬੇ, ਜਿਨ੍ਹਾਂ ਵਿਚੋਂ ਉਹ ਲੰਘਿਆ ਹੈ, ਕਿਤਾਬਾਂ ਦੇ ਯਾਦ ਰਹਿ ਗਏ ਅੰਸ਼, ਉਸਦੇ ਗੁਰੂ ਦੀਆਂ ਸਿੱਖਿਆਵਾਂ, ਦੋਸਤਾਂ ਅਤੇ ਹੋਰ ਲੋਕਾਂ ਦੁਆਰਾ ਸੁਣਾਈਆਂ ਕਹਾਣੀਆਂ ਅਤੇ ਆਪਣੇ ਸਮੇਂ ਅਤੇ ਆਪਣੀ ਪੀੜ੍ਹੀ ਦੇ ਸੁਪਨਿਆਂ 'ਤੇ ਕੀਤਾ ਗਿਆ ਧਿਆਨ।

ਬਿਲਕੁਲ ਉਸ ਮਨੁੱਖ ਵਾਂਗ, ਜਿਸਨੇ ਇਹ ਸੁਪਨਾ ਦੇਖਿਆ ਸੀ ਕਿ ਇੱਕ ਫਰਿਸ਼ਤਾ ਉਸਦੇ ਕੋਲ ਆਇਆ ਅਤੇ ਫਿਰ ਉਸਨੇ ਉਹ ਘਰ ਬਣਾਉਣਾ ਸ਼ੁਰੂ ਕੀਤਾ ਸੀ, ਜਿਸ ਘਰ ਵੱਲ ਇਕ ਮੁਸਾਫ਼ਿਰ ਇਸ ਵੇਲੇ ਦੇਖ ਰਿਹਾ ਹੈ, ਉਹ ਵੀ ਉਹਨਾਂ ਕਾਗਜ਼ਾਂ ਨੂੰ ਤਰਤੀਬਵਾਰ ਢੰਗ ਨਾਲ ਸਜਾਉਣ ਲੱਗ ਪੈਂਦਾ ਹੈ, ਤਾਂ ਜੋ ਉਹ ਆਪਣੀ ਅਧਿਆਤਮਿਕ ਹੋਂਦ ਨੂੰ ਸਮਝ ਸਕੇ। ਉਸਨੂੰ ਬਚਪਨ ਵਿੱਚ ਪੜ੍ਹੀ ਮਾਲਬਾ ਤਹਾਨ ਦੀ ਕਿਤਾਬ ਮਕਤੂਬ ਯਾਦ ਆਉਂਦੀ ਹੈ ਅਤੇ ਉਹ ਸੋਚਦਾ ਹੈ:

"ਮੈਨੂੰ ਵੀ ਸ਼ਾਇਦ ਇਹੀ ਕਰਨਾ ਚਾਹੀਦਾ ਹੈ।"

ਗੁਰੂ ਕਹਿੰਦੇ ਹਨ :

ਜਦੋਂ ਅਸੀਂ ਇਹ ਮਹਿਸੂਸ ਕਰਦੇ ਹਾਂ ਕਿ ਪਰਿਵਰਤਨ ਦਾ ਸਮਾਂ ਆ ਗਿਆ ਹੈ, ਅਸੀਂ ਅਵਚੇਤਨ ਮਨ ਵਿਚ ਉਸ ਟੇਪ ਨੂੰ ਮੁੜ ਚਲਾਉਣ ਲੱਗ ਪੈਂਦੇ ਹਾਂ, ਜੋ ਅਜੇ ਤੱਕ ਸਾਡੀਆਂ ਨਾਕਾਮੀਆਂ ਨੂੰ ਹੀ ਦਰਸਾਉਂਦੀ ਹੈ।

ਅਤੇ ਹਾਂ, ਜਦੋਂ ਸਾਡੀ ਉਮਰ ਵੱਧਣ ਲੱਗਦੀ ਹੈ, ਤਾਂ ਮੁਸ਼ਕਲ ਪਲ, ਜਿਨ੍ਹਾਂ ਦਾ ਅਸੀਂ ਸਾਹਮਣਾ ਕੀਤਾ, ਦਾ ਹਿੱਸਾ ਵੀ ਵੱਧਣ ਲੱਗਦਾ ਹੈ। ਪਰ ਇਸ ਦੇ ਨਾਲ-ਨਾਲ ਤਜਰਬੇ ਸਾਨੂੰ ਇਹ ਸਮਰੱਥਾ ਦਿੰਦੇ ਹਨ ਕਿ ਅਸੀਂ ਉਹਨਾਂ ਹਾਰਾਂ ਤੋਂ ਉੱਪਰ ਉੱਠ ਕੇ ਉਹ ਰਾਹ ਲੱਭ ਸਕੀਏ, ਜੋ ਸਾਨੂੰ ਅੱਗੇ ਵਧਦੇ ਰਹਿਣ ਦੀ ਸੰਭਾਵਨਾ ਦਿੰਦੇ ਹਨ। ਸਾਨੂੰ ਉਸਨੂੰ ਵੀ ਆਪਣੇ ਮਨ ਦੇ ਵੀਡੀਓ ਵਿੱਚ ਸ਼ਾਮਲ ਕਰਨ ਦੀ ਲੋੜ ਹੈ।

ਜੇ ਅਸੀਂ ਸਿਰਫ਼ ਆਪਣੀਆਂ ਨਾਕਾਮੀਆਂ ਦਾ ਵੀਡੀਓ ਹੀ ਵੇਖਦੇ ਰਹੇ, ਤਾਂ ਅਸੀਂ ਨਿਕੰਮੇ ਹੋ ਜਾਵਾਂਗੇ ਅਤੇ ਕੁਝ ਵੀ ਕਰਨ ਦੇ ਯੋਗ ਨਹੀਂ ਰਹਾਂਗੇ। ਜੇ ਅਸੀਂ ਸਿਰਫ਼ ਆਪਣੀਆਂ ਕਾਮਯਾਬੀਆਂ ਦਾ ਵੀਡੀਓ ਹੀ ਵੇਖਦੇ ਰਹੇ, ਤਾਂ ਅੰਤ ਵਿੱਚ ਅਸੀਂ ਆਪਣੇ-ਆਪ ਨੂੰ ਇਸ ਗੱਲ ਵਿੱਚ ਫਸਾ ਦੇਵਾਂਗੇ ਕਿ ਅਸੀਂ ਅਸਲ ਵਿਚ ਜੋ ਸਾਨੂੰ ਲੱਗਦਾ ਹੈ ਉਸ ਨਾਲੋਂ ਕਈ ਗੁਣਾ ਵੱਧ ਅਕਲਮੰਦ ਹਾਂ।

ਸਾਡੇ ਲਈ ਦੋਵੇਂ ਵੀਡੀਓਜ਼ ਲਾਜ਼ਮੀ ਹਨ।

ਮਕਤੂਬ

ਇੱਕ ਸੁੰਡੀ ਦੀ ਕਲਪਨਾ ਕਰੋ। ਉਹ ਉੱਪਰ ਪੰਛੀਆਂ ਵੱਲ ਤੱਕਦੀ ਹੋਈ ਆਪਣਾ ਵਧੇਰੇ ਸਮਾਂ ਧਰਤੀ 'ਤੇ ਗੁਜ਼ਾਰਦੀ ਹੈ ਅਤੇ ਆਪਣੀ ਤਕਦੀਰ ਅਤੇ ਕਾਇਆ ਦੋਵਾਂ ਲਈ ਨਰਾਜ਼ਗੀ ਨਾਲ ਭਰ ਜਾਂਦੀ ਹੈ। ਉਹ ਸੋਚਦੀ ਹੈ,"ਮੈਂ ਬਹੁਤ ਹੀ ਘਿਨਾਉਣਾ ਜੀਵ ਹਾਂ—ਕੁਰੂਪ, ਗੰਦਾ ਅਤੇ ਧਰਤੀ 'ਤੇ ਰੇਂਗਦੇ ਰਹਿਣ ਲਈ ਜਿਵੇਂ ਮੈਨੂੰ ਸਰਾਪ ਮਿਲਿਆ ਹੋਵੇ।"

ਪਰ ਇੱਕ ਦਿਨ ਕੁਦਰਤ ਉਸਨੂੰ ਇੱਕ ਕਕੂਨ ਬਣਾਉਣ ਲਈ ਕਹਿੰਦੀ ਹੈ। ਸੁੰਡੀ ਬਹੁਤ ਚਿੰਤਤ ਹੋ ਜਾਂਦੀ ਹੈ, ਕਿਉਂਕਿ ਉਸਨੇ ਪਹਿਲਾਂ ਕਦੇ ਵੀ ਕਕੂਨ ਨਹੀਂ ਬਣਾਇਆ ਸੀ। ਉਹ ਸੋਚਦੀ ਹੈ ਕਿ ਜਿਵੇਂ ਉਹ ਆਪਣੀ ਕਬਰ ਤਿਆਰ ਕਰ ਰਹੀ ਹੋਵੇ ਅਤੇ ਮਰਨ ਲਈ ਤਿਆਰ ਹੋ ਜਾਂਦੀ ਹੈ। ਫਿਰ ਵੀ, ਆਪਣੇ ਹੁਣ ਤੱਕ ਦੇ ਜੀਵਨ ਲਈ ਨਰਾਜ਼ਗੀ ਨਾਲ ਭਰੀ ਹੋਈ, ਉਹ ਇਕ ਵਾਰ ਫਿਰ ਪਰਮਾਤਮਾ ਨੂੰ ਸ਼ਿਕਾਇਤ ਕਰਦੀ ਹੈ:

"ਮੈਂ ਆਖ਼ਿਰਕਾਰ, ਜਿਹੋ-ਜਿਹੀ ਵੀ ਹਾਂ, ਉਸ ਜ਼ਿੰਦਗੀ ਅਨੁਸਾਰ ਆਪਣੇ-ਆਪ ਨੂੰ ਢਾਲ ਰਹੀ ਸੀ ਕਿ ਤੂੰ ਮੇਰਾ ਉਹ ਥੋੜ੍ਹਾ ਜਿਹਾ ਸਕੂਨ ਵੀ ਖੋਹ ਲਿਆ।"

ਉਦਾਸੀ ਨਾਲ ਭਰੀ ਉਹ ਆਪਣੇ ਆਪ ਨੂੰ ਕਕੂਨ ਵਿੱਚ ਬੰਦ ਕਰ ਲੈਂਦੀ ਹੈ ਅਤੇ ਆਪਣੇ ਅੰਤ ਦੀ ਉਡੀਕ ਕਰਨ ਲੱਗ ਪੈਂਦੀ ਹੈ।

ਪਰ ਕੁਝ ਦਿਨਾਂ ਬਾਅਦ ਉਹ ਦੇਖਦੀ ਹੈ ਕਿ ਉਹ ਇੱਕ ਸੁੰਦਰ ਤਿਤਲੀ ਬਣ ਗਈ ਹੈ। ਹੁਣ ਉਹ ਹਵਾ ਵਿੱਚ ਉੱਡ ਸਕਦੀ ਹੈ ਅਤੇ ਮਨੁੱਖਾਂ ਦੀ ਪ੍ਰਸ਼ੰਸਾ ਵੀ ਹਾਸਲ ਕਰ ਸਕਦੀ ਹੈ। ਉਸਦੀ ਜ਼ਿੰਦਗੀ ਨੇ ਜੋ ਨਵਾਂ ਰੁੱਖ ਲਿਆ ਅਤੇ ਪਰਮਾਤਮਾ ਨੇ ਉਸ ਲਈ ਜੋ ਸੋਚ ਰੱਖਿਆ ਸੀ, ਉਸ ਨਾਲ ਉਹ ਹੈਰਾਨ ਰਹਿ ਜਾਂਦੀ ਹੈ।

ਪਾਓਲੋ ਕੋਇਲੋ

ਇੱਕ ਅਜਨਬੀ ਸਕੇਟਿਸ ਮਠ ਦੇ ਮੁਖੀ ਨੂੰ ਮਿਲਣ ਗਿਆ।

"ਮੈਂ ਇੱਕ ਬਿਹਤਰ ਜ਼ਿੰਦਗੀ ਜਿਊਣਾ ਚਾਹੁੰਦਾ ਹਾਂ, ਪਰ ਮੈਂ ਮਾੜੇ ਵਿਚਾਰਾਂ ਨੂੰ ਆਪਣੇ ਮਨ ਵਿੱਚ ਆਉਣ ਤੋਂ ਰੋਕ ਨਹੀਂ ਸਕਦਾ," ਉਸਨੇ ਕਿਹਾ।

ਮਠ ਮੁਖੀ ਨੇ ਵੇਖਿਆ ਕਿ ਬਾਹਰ ਤੇਜ਼ ਹਵਾਵਾਂ ਚੱਲ ਰਹੀਆਂ ਹਨ, ਤਾਂ ਉਸਨੇ ਅਜਨਬੀ ਨੂੰ ਕਿਹਾ:

"ਇੱਥੇ ਬਹੁਤ ਗਰਮੀ ਹੈ। ਕੀ ਤੂੰ ਇਸ ਕਮਰੇ ਨੂੰ ਠੰਢਾ ਕਰਨ ਲਈ ਬਾਹਰੋਂ ਥੋੜ੍ਹੀ ਜਿਹੀ ਹਵਾ ਲਿਆ ਸਕਦਾ ਹੈਂ?"

"ਇਹ ਅਸੰਭਵ ਹੈ," ਅਜਨਬੀ ਨੇ ਕਿਹਾ।

"ਕੀ ਇਹ ਉਹਨਾਂ ਹੀ ਅਸੰਭਵ ਹੈ ਜਿੰਨਾ ਇਹ ਸੋਚਣਾ ਕਿ ਅਸੀਂ ਉਹਨਾਂ ਵਿਚਾਰਾਂ ਨੂੰ ਮਨ ਵਿੱਚ ਆਉਣ ਤੋਂ ਰੋਕ ਸਕਦੇ ਹਾਂ ਜੋ ਪਰਮਾਤਮਾ ਨੂੰ ਠੇਸ ਪਹੁੰਚਾਉਂਦੇ ਹਨ," ਮਠਾਧੀਸ਼ ਨੇ ਕਿਹਾ "ਪਰ ਜੇ ਤੂੰ ਪ੍ਰਲੋਭਨਾਂ ਨੂੰ 'ਨਾ' ਕਹਿਣਾ ਸਿੱਖ ਲਏਂ, ਤਾਂ ਇਹ ਵਿਚਾਰ ਤੈਨੂੰ ਪਰੇਸ਼ਾਨ ਨਹੀਂ ਕਰਨਗੇ।"

ਗੁਰੂ ਕਹਿੰਦੇ ਹਨ :

ਜਦੋਂ ਵੀ ਕੋਈ ਫ਼ੈਸਲਾ ਲੈਣ ਦੀ ਸਥਿਤੀ ਆਉਂਦੀ ਹੈ ਤਾਂ ਸਭ ਤੋਂ ਚੰਗਾ ਇਹ ਹੈ ਕਿ ਅੱਗੇ ਹੋ ਕੇ ਨਤੀਜਿਆਂ ਨੂੰ ਸਵੀਕਾਰ ਕਰੋ। ਉਹ ਨਤੀਜੇ ਕੀ ਹੋ ਸਕਦੇ ਹਨ, ਇਹ ਤੁਸੀਂ ਪਹਿਲਾਂ ਤੋਂ ਨਹੀਂ ਜਾਣ ਸਕਦੇ।

ਦੈਵੀ ਅਨੁਭਵ ਕਲਾ ਦਾ ਮਕਸਦ ਮਨੁੱਖਤਾ ਨੂੰ ਸਲਾਹ ਦੇਣਾ ਸੀ, ਨਾ ਕਿ ਭਵਿੱਖ ਦੀ ਪੇਸ਼ਗੋਈ ਕਰਨੀ। ਇਹ ਇੱਕ ਬੇਹਤਰੀਨ ਸਲਾਹਕਾਰ ਹੈ, ਪਰ ਇੱਕ ਭਿਆਨਕ ਭਵਿੱਖਦਸੇਰਾ ਵੀ।

ਈਸਾ ਮਸੀਹ ਨੇ ਸਾਨੂੰ ਜੋ ਪ੍ਰਾਰਥਨਾ ਸਿਖਾਈ ਹੈ, ਉਸ ਵਿੱਚ ਉਹ ਕਹਿੰਦੇ ਹਨ: “ਪਰਮਾਤਮਾ ਦੀ ਇੱਛਾ ਪੂਰੀ ਹੋਵੇ।” ਜਦੋਂ ਵੀ ਉਹ ਇੱਛਾ ਸਾਡੇ ਸਾਹਮਣੇ ਕੋਈ ਸਮੱਸਿਆ ਪੈਦਾ ਕਰਦੀ ਹੈ, ਉਹ ਹਮੇਸ਼ਾ ਆਪਣਾ ਹੱਲ ਨਾਲ ਲੈ ਕੇ ਉਪਜਦੀ ਹੈ।

ਜੇ ਇਹ ਕਲਾ ਭਵਿੱਖ ਨੂੰ ਵੇਖਣ ਵਿੱਚ ਸਫ਼ਲ ਰਹੀ ਹੁੰਦੀ, ਤਾਂ ਰੱਬੀ ਸ਼ਕਤੀ ਵਾਲਾ ਹਰ ਮਨੁੱਖ ਧਨਵਾਨ, ਵਿਆਹਿਆ ਹੋਇਆ ਅਤੇ ਸੰਤੁਸ਼ਟ ਹੁੰਦਾ।

ਇਕ ਚੇਲਾ ਆਪਣੇ ਗੁਰੂ ਨੂੰ ਮਿਲਣ ਗਿਆ:

"ਮੈਨੂੰ ਗਿਆਨ ਪ੍ਰਾਪਤੀ ਦੀ ਖੋਜ ਕਰਦਿਆਂ ਬਹੁਤ ਸਾਲ ਹੋ ਗਏ," ਉਸਨੇ ਕਿਹਾ, "ਮੈਨੂੰ ਲੱਗਦਾ ਹੈ ਕਿ ਮੈਂ ਬਹੁਤ ਨੇੜੇ ਪਹੁੰਚ ਗਿਆ ਹਾਂ, ਪਰ ਮੈਂ ਜਾਣਨਾ ਚਾਹੁੰਦਾ ਹਾਂ ਕਿ ਮੇਰਾ ਅਗਲਾ ਕਦਮ ਕੀ ਹੋਣਾ ਚਾਹੀਦਾ ਹੈ।"

"ਤੁਸੀਂ ਆਪਣੀ ਰੋਟੀ ਕਿਵੇਂ ਕਮਾਉਂਦੇ ਹੋ?" ਗੁਰੂ ਨੇ ਪੁੱਛਿਆ।

"ਮੈਨੂੰ ਅਜੇ ਤੱਕ ਕਮਾਉਣ ਦੀ ਲੋੜ ਨਹੀਂ ਪਈ, ਕਿਉਂਕਿ ਮੇਰੇ ਮਾਪੇ ਹਮੇਸ਼ਾ ਮੇਰਾ ਪਾਲਣ-ਪੋਸ਼ਣ ਕਰਦੇ ਰਹੇ ਹਨ, ਪਰ ਇਹ ਤਾਂ ਛੋਟੀ ਜਿਹੀ ਤਫ਼ਸੀਲ ਹੈ।"

"ਤੇਰਾ ਅਗਲਾ ਕਦਮ ਹੈ—ਅੱਧੇ ਮਿੰਟ ਲਈ ਸੂਰਜ ਵੱਲ ਦੇਖਣਾ," ਗੁਰੂ ਨੇ ਕਿਹਾ।

ਚੇਲੇ ਨੇ ਹੁਕਮ ਦਾ ਪਾਲਣ ਕੀਤਾ।

ਜਦੋਂ ਉਸਨੇ ਉਹ ਕਰ ਲਿਆ ਜੋ ਉਸਨੂੰ ਕਿਹਾ ਗਿਆ ਸੀ, ਤਦ ਗੁਰੂ ਨੇ ਉਸਨੂੰ ਆਪਣੇ ਆਲੇ-ਦੁਆਲੇ ਦੇ ਪਿੰਡ ਦੇ ਦ੍ਰਿਸ਼ ਦਾ ਵਰਣਨ ਕਰਨ ਲਈ ਕਿਹਾ।

"ਮੈਂ ਕੁਝ ਵੀ ਨਹੀਂ ਵੇਖ ਸਕਿਆ, ਕਿਉਂਕਿ ਸੂਰਜ ਨੇ ਮੈਨੂੰ ਅੰਨ੍ਹਾ ਕਰ ਦਿੱਤਾ ਸੀ," ਚੇਲੇ ਨੇ ਕਿਹਾ।

"ਜੋ ਮਨੁੱਖ ਸਿਰਫ਼ ਰੌਸ਼ਨੀ ਨੂੰ ਹੀ ਖੋਜਦਾ ਹੈ ਅਤੇ ਆਪਣੀਆਂ ਬਾਕੀ ਜ਼ਿੰਮੇਵਾਰੀਆਂ ਹੋਰਾਂ ਨੂੰ ਸੌਂਪ ਦਿੰਦਾ ਹੈ, ਉਹ ਕਦੇ ਗਿਆਨ ਪ੍ਰਾਪਤ ਨਹੀਂ ਕਰ ਸਕਦਾ। ਜੋ ਮਨੁੱਖ ਆਪਣੀ ਨਜ਼ਰ ਸਿਰਫ਼ ਸੂਰਜ ਉੱਤੇ ਹੀ ਟਿਕਾਈ ਰੱਖਦਾ ਹੈ, ਉਸਦਾ ਅੰਤ ਅੰਨ੍ਹਾ ਹੋ ਜਾਣਾ ਹੀ ਹੁੰਦਾ ਹੈ," ਗੁਰੂ ਨੇ ਕਿਹਾ।

ਮਕਤੂਬ

ਇੱਕ ਆਦਮੀ ਪਾਇਰੇਨੀਜ਼ ਦੀ ਘਾਟੀ ਵਿੱਚ ਤੁਰਿਆ ਜਾ ਰਿਹਾ ਸੀ ਕਿ ਉਸਦੀ ਮੁਲਾਕਾਤ ਇੱਕ ਬੁਜ਼ੁਰਗ ਆਜੜੀ ਨਾਲ ਹੋਈ। ਉਸਨੇ ਆਜੜੀ ਨਾਲ ਬੈਠ ਕੇ ਭੋਜਨ ਛਕਿਆ ਅਤੇ ਫਿਰ ਉਹ ਦੋਵੇਂ ਦੇਰ ਤੱਕ ਜ਼ਿੰਦਗੀ ਬਾਰੇ ਗੱਲਾਂ ਕਰਦੇ ਰਹੇ।

ਆਦਮੀ ਨੇ ਕਿਹਾ ਕਿ ਜੇ ਉਹ ਪਰਮਾਤਮਾ 'ਤੇ ਵਿਸ਼ਵਾਸ ਕਰੇਗਾ, ਤਾਂ ਉਸਨੂੰ ਇਸ ਗੱਲ 'ਤੇ ਵੀ ਵਿਸ਼ਵਾਸ ਕਰਨਾ ਪਵੇਗਾ ਕਿ ਉਸਦੀ ਕੋਈ ਸੁਤੰਤਰ ਇੱਛਾ ਨਹੀਂ ਹੈ, ਕਿਉਂਕਿ ਉਸਦੇ ਹਰ ਕਦਮ 'ਤੇ ਪਰਮਾਤਮਾ ਦਾ ਨਿਯੰਤਰਨ ਹੈ।

ਆਜੜੀ ਉਸਨੂੰ ਇੱਕ ਪਹਾੜੀ ਦੇ ਦੱਰੇ 'ਤੇ ਲੈ ਗਿਆ, ਜਿੱਥੇ ਹਰ ਆਵਾਜ਼ ਗੂੰਜ ਕੇ ਵਾਪਸ ਆਉਂਦੀ ਸੀ।

"ਜੀਵਨ ਇਸ ਪਹਾੜੀ ਦੱਰੇ ਦੀਆਂ ਕੰਧਾਂ ਵਾਂਗ ਹੈ ਅਤੇ ਕਿਸਮਤ ਹਰ ਮਨੁੱਖ ਦੀ ਪੁਕਾਰ ਹੈ," ਆਜੜੀ ਨੇ ਕਿਹਾ, "ਅਸੀਂ ਜੋ ਕੁਝ ਵੀ ਕਰਦੇ ਹਾਂ, ਉਹ ਪਰਮਾਤਮਾ ਦੇ ਹਿਰਦੇ ਤੱਕ ਜਾਂਦਾ ਹੈ ਅਤੇ ਫਿਰ ਉਸੇ ਤਰ੍ਹਾਂ ਸਾਡੇ ਕਰਮ ਉਸਦੀ ਦਇਆ ਦੇ ਰੂਪ ਵਿਚ ਵਾਪਸ ਆਉਂਦੇ ਹਨ। ਪਰਮਾਤਮਾ ਸਾਡੇ ਕਰਮਾਂ ਦੀ ਗੂੰਜ ਦੇ ਅਨੁਸਾਰ ਕੰਮ ਕਰਦਾ ਹੈ।"

ਪਾਓਲੋ ਕੋਇਲੋ

ਮਕਤੂਬ ਦਾ ਅਰਥ ਹੈ — "ਇਹ ਲਿਖਿਆ ਹੋਇਆ ਹੈ।" ਹਾਲਾਂਕਿ, ਅਰਬੀ ਬੋਲਣ ਵਾਲਿਆਂ ਲਈ ਇਹ ਠੀਕ ਅਨੁਵਾਦ ਨਹੀਂ ਹੈ, ਕਿਉਂਕਿ ਜੇਕਰ ਸਭ ਕੁਝ ਪਹਿਲਾਂ ਤੋਂ ਲਿਖਿਆ ਹੋਇਆ ਹੈ, ਤਾਂ ਵੀ ਪਰਮਾਤਮਾ ਦਿਆਲੂ ਹੈ ਅਤੇ ਉਹ ਆਪਣੀ ਕਲਮ ਅਤੇ ਸਿਆਹੀ ਸਾਡੀ ਮਦਦ ਲਈ ਹੀ ਵਰਤਦਾ ਹੈ।

ਮੁਸਾਫ਼ਿਰ ਨਿਊਯਾਰਕ ਵਿੱਚ ਹੈ। ਜਦੋਂ ਉਸਦੀ ਜਾਗ ਖੁੱਲ੍ਹਦੀ ਹੈ, ਤਾਂ ਉਹ ਇੱਕ ਮੀਟਿੰਗ ਲਈ ਲਈ ਲੇਟ ਹੋ ਚੁੱਕਿਆ ਹੁੰਦਾ ਹੈ ਅਤੇ ਜਦੋਂ ਉਹ ਗਲੀ ਵਿੱਚ ਪਹੁੰਚਦਾ ਹੈ, ਤਾਂ ਉਹ ਦੇਖਦਾ ਹੈ ਕਿ ਉਸਦੀ ਗੱਡੀ ਪੁਲਿਸ ਚੱਕ ਕੇ ਲੈ ਗਈ।

ਉਹ ਮੀਟਿੰਗ ਵਿੱਚ ਲੇਟ ਪਹੁੰਚਦਾ ਹੈ, ਦੁਪਹਿਰ ਦਾ ਖਾਣਾ ਲੋੜ ਤੋਂ ਵੱਧ ਲੰਮਾ ਖਿੱਚਿਆ ਜਾਂਦਾ ਹੈ ਅਤੇ ਉਹ ਜੁਰਮਾਨੇ ਨੂੰ ਲੈ ਕੇ ਚਿੰਤਤ ਹੋ ਜਾਂਦਾ ਹੈ ਕਿ ਉਸਨੂੰ ਭਾਰੀ ਕੀਮਤ ਚੁਕਾਉਣੀ ਪਵੇਗੀ। ਅਚਾਨਕ, ਉਸਨੂੰ ਉਹ ਡਾਲਰ ਯਾਦ ਆਉਂਦਾ ਹੈ, ਜੋ ਉਸਨੂੰ ਕੱਲ੍ਹ ਥੱਲੇ ਡਿਗਿਆ ਥਿਆਇਆ ਸੀ। ਉਹ ਉਸ ਡਾਲਰ ਅਤੇ ਸਵੇਰ ਦੀ ਘਟਨਾ ਵਿਚਕਾਰ ਇਕ ਕੜੀ ਜੋੜਦਾ ਹੈ।

"ਸ਼ਾਇਦ ਮੈਂ ਉਹ ਡਾਲਰ ਉਸ ਮਨੁੱਖ ਨੂੰ ਮਿਲਣ ਤੋਂ ਪਹਿਲਾਂ ਹੀ ਚੱਕ ਲਿਆ ਸੀ, ਜਿਸਦੇ ਲਈ ਉਹ ਸੀ। ਸ਼ਾਇਦ ਮੈਂ ਉਸਨੂੰ ਉਸ ਮਨੁੱਖ ਤੱਕ ਪਹੁੰਚਣ ਤੋਂ ਪਹਿਲਾਂ ਹੀ ਰੋਕ ਲਿਆ ਸੀ, ਜਿਸਨੂੰ ਉਸਦੀ ਅਸਲ ਵਿੱਚ ਲੋੜ ਸੀ। ਸ਼ਾਇਦ ਮੈਂ ਕਿਸੇ ਲਿਖੀ ਹੋਈ ਘਟਨਾ ਵਿੱਚ ਦਖਲਅੰਦਾਜ਼ੀ ਕਰ ਬੈਠਾ ਸੀ।"

ਉਹ ਉਸ ਡਾਲਰ ਤੋਂ ਮੁਕਤੀ ਪਾਉਣਾ ਚਾਹੁੰਦਾ ਹੈ ਅਤੇ ਓਦੋ ਹੀ ਉਸਨੂੰ ਫੁੱਟਪਾਥ 'ਤੇ ਬੈਠਾ ਇੱਕ ਭਿਖਾਰੀ ਦਿਖਾਈ ਦਿੰਦਾ ਹੈ। ਉਹ ਜਲਦੀ ਨਾਲ ਉਹ ਡਾਲਰ ਭਿਖਾਰੀ ਦੇ ਹੱਥ ਵਿੱਚ ਰੱਖ ਦਿੰਦਾ ਹੈ।

"ਇੱਕ ਸੈਕਿੰਡ ਰੁਕੋ,"

ਭਿਖਾਰੀ ਕਹਿੰਦਾ ਹੈ, "ਮੈਂ ਕਵੀ ਹਾਂ ਅਤੇ ਮੈਂ ਇਸ ਡਾਲਰ ਦੇ ਬਦਲੇ ਤੁਹਾਨੂੰ ਇੱਕ ਕਵਿਤਾ ਸੁਣਾਉਣੀ ਚਾਹੁੰਦਾ ਹਾਂ।"

"ਛੋਟੀ ਜਿਹੀ ਸੁਣਾ ਦੇਵੋ, ਕਿਉਂਕਿ ਮੈਂ ਜਲਦੀ ਵਿੱਚ ਹਾਂ," ਮੁਸਾਫ਼ਿਰ ਕਹਿੰਦਾ ਹੈ।

ਭਿਖਾਰੀ ਕਵਿਤਾ ਸੁਣਾਉਂਦਾ ਹੈ:

"ਜੇ ਤੂੰ ਅਜੇ ਤੱਕ ਜੀਵਤ ਹੈਂ,
ਤਾਂ ਇਸ ਲਈ
ਕਿ ਤੂੰ ਅਜੇ ਤੱਕ
ਉਸ ਥਾਂ ਨਹੀਂ ਪਹੁੰਚਿਆ,
ਜਿੱਥੇ ਤੈਨੂੰ ਪਹੁੰਚ ਜਾਣਾ ਚਾਹੀਦਾ ਸੀ।"

ਇਕ ਸ਼ਾਗਿਰਦ ਨੇ ਆਪਣੇ ਗੁਰੂ ਨੂੰ ਕਿਹਾ:

"ਮੈਂ ਸਾਰਾ ਦਿਨ ਉਹ ਗੱਲਾਂ ਸੋਚਦਾ ਰਿਹਾ ਜੋ ਮੈਨੂੰ ਨਹੀਂ ਸੋਚਣੀਆਂ ਚਾਹੀਦੀਆਂ ਸਨ, ਉਹਨਾਂ ਚੀਜ਼ਾਂ ਦੀ ਇੱਛਾ ਕਰਦਾ ਰਿਹਾ, ਜਿਨ੍ਹਾਂ ਦੀ ਇੱਛਾ ਨਹੀਂ ਕਰਨੀ ਚਾਹੀਦੀ ਸੀ ਅਤੇ ਉਹ ਯੋਜਨਾਵਾਂ ਬਣਾਉਂਦਾ ਰਿਹਾ, ਜੋ ਨਹੀਂ ਬਣਾਉਣੀਆਂ ਚਾਹੀਦੀਆਂ ਸਨ।"

ਗੁਰੂ ਨੇ ਉਸ ਸ਼ਾਗਿਰਦ ਨੂੰ ਸੈਰ ਕਰਨ ਲਈ ਆਪਣੇ ਘਰ ਨੇੜੇ ਬੁਲਾਇਆ। ਰਾਹ ਵਿੱਚ ਉਸਨੇ ਇੱਕ ਬੂਟੇ ਵੱਲ ਇਸ਼ਾਰਾ ਕਰਦੇ ਹੋਏ ਸ਼ਾਗਿਰਦ ਤੋਂ ਪੁੱਛਿਆ ਕਿ ਕੀ ਉਸਨੂੰ ਇਸ ਬੂਟੇ ਬਾਰੇ ਪਤਾ ਹੈ?

"ਬੈਲਾਡੋਨਾ," ਸ਼ਾਗਿਰਦ ਨੇ ਕਿਹਾ, "ਜੇ ਤੁਸੀਂ ਇਸਦੇ ਪੱਤੇ ਖਾ ਲਓ, ਤਾਂ ਇਹ ਤੁਹਾਡੀ ਜਾਨ ਲੈ ਸਕਦਾ ਹੈ।"

"ਪਰ ਜੇ ਤੂੰ ਸਿਰਫ਼ ਉਸ ਵੱਲ ਦੇਖੇਂ, ਤਾਂ ਉਹ ਤੇਰੀ ਜਾਨ ਨਹੀਂ ਲੈ ਸਕਦਾ," ਗੁਰੂ ਨੇ ਕਿਹਾ, "ਇਸੇ ਤਰ੍ਹਾਂ ਨਕਾਰਾਤਮਕ ਵਿਚਾਰ ਤੈਨੂੰ ਕੋਈ ਨੁਕਸਾਨ ਨਹੀਂ ਪਹੁੰਚਾ ਸਕਦੇ ਜਦੋਂ ਤੱਕ ਤੂੰ ਉਹਨਾਂ ਵਿਚ ਫਸ ਨਹੀਂ ਜਾਂਦਾ।"

ਮਕਤੂਬ

ਇੱਕ ਪਰਬਤ ਲੜੀ ਫਰਾਂਸ ਅਤੇ ਸਪੇਨ ਨੂੰ ਵੱਖ ਕਰਦੀ ਹੈ। ਇਹਨਾਂ ਪਹਾੜੀਆਂ ਦੇ ਪੈਰਾਂ ਵਿੱਚ ਅਰਫੈਲਿਸ ਨਾਂ ਦਾ ਇੱਕ ਪਿੰਡ ਹੈ ਅਤੇ ਇਸ ਪਿੰਡ ਵਿੱਚ ਇਕ ਪਹਾੜੀ ਹੈ, ਜੋ ਘਾਟੀ ਵੱਲ ਜਾਂਦੀ ਹੈ।

ਹਰ ਦੁਪਹਿਰ ਇੱਕ ਬਜ਼ੁਰਗ ਉਸ ਪਹਾੜੀ ਉੱਤੇ ਚੜ੍ਹਦਾ ਅਤੇ ਥੱਲੇ ਉਤਰਦਾ ਹੈ।

ਜਦੋਂ ਉਹ ਮੁਸਾਫ਼ਿਰ ਪਹਿਲੀ ਵਾਰ ਅਰਫੈਲਿਸ ਗਿਆ ਸੀ, ਤਾਂ ਉਸ ਨੇ ਸੱਚਮੁੱਚ ਇਸ ਵੱਲ ਧਿਆਨ ਨਹੀਂ ਦਿੱਤਾ।

ਦੂਜੀ ਵਾਰ, ਉਸ ਨੇ ਧਿਆਨ ਦਿੱਤਾ ਕਿ ਉਹ ਹਮੇਸ਼ਾ ਉਸੇ ਬਜ਼ੁਰਗ ਦੇ ਕੋਲੋਂ ਲੰਘਦਾ ਸੀ ਅਤੇ ਹਰ ਵਾਰ ਜਦੋਂ ਵੀ ਉਹ ਪਿੰਡ ਗਿਆ, ਉਸ ਦਾ ਧਿਆਨ ਕੁਝ ਹੋਰ ਗੱਲਾਂ ਵੱਲ ਜਾਂਦਾ: ਉਸ ਆਦਮੀ ਦੇ ਕੱਪੜੇ, ਉਸ ਦੀ ਟੋਪੀ, ਉਸ ਦੀ ਲਾਠੀ, ਉਸ ਦੀ ਐਨਕ। ਹੁਣ, ਜਦੋਂ ਵੀ ਉਹ ਉਸ ਪਿੰਡ ਬਾਰੇ ਸੋਚਦਾ ਹੈ, ਉਹ ਉਸ ਬਜ਼ੁਰਗ ਬਾਰੇ ਵੀ ਸੋਚਦਾ ਹੈ, ਜੋ ਨਿਸ਼ਚਤ ਹੀ ਇਸ ਸਭ ਤੋਂ ਬੇਖ਼ਬਰ ਹੈ।

ਮੁਸਾਫ਼ਿਰ ਨੇ ਸਿਰਫ਼ ਇੱਕ ਵਾਰ ਉਸ ਨਾਲ ਗੱਲ ਕੀਤੀ ਸੀ, ਜਦੋਂ ਉਸ ਨੇ ਮਜ਼ਾਕੀਆ ਅੰਦਾਜ਼ ਵਿੱਚ ਪੁੱਛਿਆ ਸੀ:

"ਕੀ ਤੁਹਾਨੂੰ ਲੱਗਦਾ ਹੈ ਕਿ ਸਾਡੇ ਚਾਰੋਂ ਪਾਸੇ ਫੈਲੀਆਂ ਇਹ ਸੁੰਦਰ ਪਹਾੜੀਆਂ ਵਿੱਚ ਰੱਬ ਵਸਦਾ ਹੈ?"

ਬਜ਼ੁਰਗ ਨੇ ਜਵਾਬ ਦਿੱਤਾ ਸੀ, "ਰੱਬ ਹਰ ਉਸ ਥਾਂ ਵਸਦਾ ਹੈ, ਜਿੱਥੇ ਲੋਕ ਉਸਨੂੰ ਵਸਣ ਦੀ ਗੁੰਜਾਇਸ਼ ਦਿੰਦੇ ਹਨ।"

ਪਾਓਲੋ ਕੋਇਲੋ

ਇੱਕ ਰਾਤ, ਗੁਰੂ ਆਪਣੇ ਸ਼ਾਗਿਰਦਾਂ ਨੂੰ ਮਿਲਿਆ ਅਤੇ ਉਸ ਨੇ ਉਹਨਾਂ ਨੂੰ ਇੱਕ ਧੂਈਂ ਬਾਲਣ ਲਈ ਕਿਹਾ ਤਾਂ ਜੋ ਉਹ ਉੱਥੇ ਬੈਠ ਕੇ ਗੱਲਬਾਤ ਕਰ ਸਕਣ।

"ਅਧਿਆਤਮਿਕ ਰਾਹ ਉਸ ਅੱਗ ਵਾਂਗ ਹੈ," ਉਸ ਨੇ ਕਿਹਾ, "ਧੂਈਂ ਬਾਲਣ ਵਾਲੇ ਹਰ ਵਿਅਕਤੀ ਨੂੰ ਸਭ ਤੋਂ ਪਹਿਲਾਂ ਉਸ ਡਰਾਉਣੇ ਧੂੰਏਂ ਨੂੰ ਸਹਿਣਾ ਪੈਂਦਾ ਹੈ, ਜੋ ਉਸ ਦੇ ਫੇਫੜਿਆਂ ਵਿੱਚ ਜਲਣ ਪੈਦਾ ਕਰਦਾ ਹੈ ਅਤੇ ਅੱਖਾਂ 'ਚ ਪਾਣੀ ਲੈ ਆਉਂਦਾ ਹੈ। ਆਪਣੀ ਆਸਥਾ ਦੀ ਮੁੜ ਖੋਜ ਬਿਲਕੁਲ ਇਸ ਤਰ੍ਹਾਂ ਹੀ ਹੈ। ਪਰ ਜਿਵੇਂ ਹੀ ਧੂਈਂ ਬਲ ਜਾਂਦੀ ਹੈ, ਧੂੰਆ ਗਾਇਬ ਹੋ ਜਾਂਦਾ ਹੈ ਅਤੇ ਸ਼ੋਲ੍ਹੇ ਹਰ ਚੀਜ਼ ਨੂੰ ਰੌਸ਼ਨ ਕਰਦੇ ਹਨ ਅਤੇ ਸਾਨੂੰ ਨਿੱਘ ਤੇ ਸ਼ਾਂਤੀ ਦਿੰਦੇ ਹਨ।"

"ਅਤੇ ਜੇ ਕੋਈ ਹੋਰ ਸਾਡੇ ਲਈ ਧੂਈਂ ਬਾਲ ਦੇਵੇ, ਤਾਂ?" ਇੱਕ ਸ਼ਾਗਿਰਦ ਨੇ ਪੁੱਛਿਆ, "ਅਤੇ ਜੇ ਕੋਈ ਵਿਅਕਤੀ ਸਾਨੂੰ ਧੂੰਏਂ ਤੋਂ ਬਚਣ ਵਿੱਚ ਮਦਦ ਕਰੇ, ਤਾਂ?"

"ਜੋ ਵੀ ਕੋਈ ਏਦਾਂ ਕਰਦਾ ਹੈ, ਉਹ ਸੱਚਾ ਗੁਰੂ ਨਹੀਂ ਹੈ, ਕਿਉਂਕਿ ਉਹ ਅੱਗ ਨੂੰ ਜਿੱਥੇ ਮਰਜ਼ੀ ਲੈ ਕੇ ਜਾ ਸਕਦਾ ਹੈ, ਜਾਂ ਜਦੋਂ ਮਰਜ਼ੀ ਬੁਝਾ ਸਕਦਾ ਹੈ ਅਤੇ ਕਿਉਂਕਿ ਉਸ ਨੇ ਕਿਸੇ ਨੂੰ ਵੀ ਅੱਗ ਸਲਗਾਉਣੀ ਨਹੀਂ ਸਿਖਾਈ ਹੁੰਦੀ, ਉਹ ਬੜੀ ਆਸਾਨੀ ਨਾਲ ਪੂਰੀ ਦੁਨੀਆ ਨੂੰ ਹਨੇਰੇ ਵਿੱਚ ਛੱਡ ਸਕਦਾ ਹੈ।"

ਮਕਤੂਬ

ਮੇਰੀ ਇੱਕ ਦੋਸਤ ਨੇ ਆਪਣੇ ਤਿੰਨਾਂ ਬੱਚਿਆਂ ਨੂੰ ਨਾਲ ਲੈ ਕੇ ਕੈਨੇਡਾ ਵਿਚ ਦੂਰ ਕਿਸੇ ਥਾਂ ਰਹਿਣ ਦਾ ਫ਼ੈਸਲਾ ਕਰ ਲਿਆ।

ਉਹ ਖੁਦ ਨੂੰ ਪੂਰੀ ਤਰ੍ਹਾਂ ਅਧਿਆਤਮਿਕ ਧਿਆਨ ਲਈ ਸਮਰਪਿਤ ਕਰ ਦੇਣਾ ਚਾਹੁੰਦੀ ਸੀ।

ਇੱਕ ਸਾਲ ਤੋਂ ਵੀ ਘੱਟ ਸਮਾਂ ਬੀਤਿਆ ਹੋਵੇਗਾ ਕਿ ਉਸਨੂੰ ਇਸ਼ਕ ਹੋ ਗਿਆ, ਉਸ ਨੇ ਦੁਬਾਰਾ ਵਿਆਹ ਕਰ ਲਿਆ, ਸੰਤਾਂ ਦੀਆਂ ਧਿਆਨ-ਤਕਨੀਕਾਂ ਦਾ ਅਧਿਐਨ ਕੀਤਾ, ਆਪਣੇ ਬੱਚਿਆਂ ਲਈ ਸਕੂਲ ਬਣਾਉਣ ਦਾ ਅਭਿਆਨ ਚਲਾਇਆ, ਦੋਸਤ ਬਣਾਏ, ਦੁਸ਼ਮਣ ਬਣਾਏ, ਆਪਣੇ ਦੰਦਾਂ ਪ੍ਰਤੀ ਲਾਪਰਵਾਹੀ ਕੀਤੀ, ਉਸਦੇ ਫੋੜਾ ਹੋ ਗਿਆ, ਬਰਫ਼ੀਲੇ ਤੂਫ਼ਾਨ ਦੇ ਵਿਚਕਾਰ ਇੱਕ ਵਿਅਕਤੀ ਤੋਂ ਲਿਫ਼ਟ ਲਈ, ਆਪਣੀ ਕਾਰ ਨੂੰ ਠੀਕ ਕਰਨਾ, ਪਾਈਪਾਂ ਤੋਂ ਬਰਫ਼ ਹਟਾਉਣਾ, ਗੁਜ਼ਾਰੇ ਲਈ ਪੈਸਾ ਮਹੀਨੇ ਦੇ ਅੰਤ ਤੱਕ ਚਲਾਉਣਾ, ਸਰਕਾਰੀ ਮਦਦ ਨਾਲ ਜੀਵਨ ਗੁਜ਼ਾਰਨਾ, ਬਿਨਾਂ ਹੀਟ ਵਾਲੇ ਘਰ ਵਿੱਚ ਸੌਣਾ, ਬੇਵਜ੍ਹਾ ਹੱਸਣਾ, ਨਿਰਾਸ਼ਾ ਦੇ ਹੰਝੂ ਵਗਾਉਣਾ—ਇਹ ਸਭ ਉਸ ਨੇ ਸਿੱਖ ਲਿਆ। ਉਸ ਨੇ ਇੱਕ ਛੋਟਾ ਜਿਹਾ ਗਿਰਜਾਘਰ ਬਣਾਇਆ, ਘਰ ਦੇ ਆਲੇ ਦੁਆਲੇ ਸਜਾਵਟ ਕਰਨੀ, ਦੀਵਾਰਾਂ ਰੰਗਣੀਆਂ ਅਤੇ ਅਧਿਆਤਮਿਕਤਾ ਦੇ ਕੋਰਸ ਪੜ੍ਹਣੇ ਵੀ ਸਿੱਖ ਲਏ।

"ਮੈਨੂੰ ਇਹ ਗੱਲ ਸਮਝ ਆ ਗਈ ਹੈ ਕਿ ਪ੍ਰਾਰਥਨਾ ਵਾਲਾ ਜੀਵਨ ਅਲੱਗ-ਥਲੱਗ ਰਹਿ ਕੇ ਜੀਉਣ ਦਾ ਨਾਮ ਨਹੀਂ ਹੈ," ਉਹ ਕਹਿੰਦੀ ਹੈ, "ਪਰਮਾਤਮਾ ਦਾ ਪਿਆਰ ਬਹੁਤ ਵੱਡੀ ਚੀਜ਼ ਹੈ ਤੇ ਉਸਨੂੰ ਵੰਡਣਾ ਬਹੁਤ ਜ਼ਰੂਰੀ ਹੈ।"

"ਜਦੋਂ ਤੂੰ ਪਹਿਲੀ ਵਾਰ ਆਪਣੇ ਰਾਹ ਤੇ ਚੱਲੇਂਗਾ, ਤੈਨੂੰ ਇੱਕ ਦਰਵਾਜ਼ਾ ਮਿਲੇਗਾ, ਜਿਸ ਉੱਤੇ ਕੁਝ ਸ਼ਬਦ ਲਿਖੇ ਹੋਣਗੇ," ਗੁਰੂ ਨੇ ਕਿਹਾ, "ਵਾਪਸ ਆ ਕੇ ਮੈਨੂੰ ਦੱਸਣਾ ਕਿ ਉਹ ਸ਼ਬਦ ਕੀ ਹਨ।"

ਸ਼ਾਗਿਰਦ ਪੂਰੇ ਦਿਲ ਨਾਲ ਉਸ ਦਰਵਾਜ਼ੇ ਦੀ ਖੋਜ ਕਰਦਾ ਹੈ। ਇੱਕ ਦਿਨ ਉਸ ਨੂੰ ਉਹ ਦਰਵਾਜ਼ਾ ਦਿਸ ਜਾਂਦਾ ਹੈ ਅਤੇ ਉਹ ਆਪਣੇ ਗੁਰੂ ਕੋਲ ਮੁੜ ਆਉਂਦਾ ਹੈ।

"ਰਸਤੇ ਦੇ ਸ਼ੁਰੂ ਵਿੱਚ ਲਿਖਿਆ ਸੀ: ਇਹ ਅਸੰਭਵ ਹੈ।"

"ਉਹ ਕਿੱਥੇ ਲਿਖਿਆ ਹੋਇਆ ਸੀ, ਕਿਸੇ ਕੰਧ ਉੱਤੇ ਜਾਂ ਦਰਵਾਜ਼ੇ ਉੱਤੇ?" ਗੁਰੂ ਪੁੱਛਦਾ ਹੈ।

"ਦਰਵਾਜ਼ੇ ਉੱਤੇ," ਸ਼ਾਗਿਰਦ ਕਹਿੰਦਾ ਹੈ।

"ਠੀਕ ਹੈ, ਹੈਂਡਲ ਘੁਮਾ ਅਤੇ ਦਰਵਾਜ਼ਾ ਖੋਲ੍ਹ।"

ਸ਼ਾਗਿਰਦ ਆਗਿਆ ਦਾ ਪਾਲਣ ਕਰਦਾ ਹੈ। ਕਿਉਂਕਿ ਉਹ ਸ਼ਬਦ ਦਰਵਾਜ਼ੇ ਉੱਤੇ ਲਿਖੇ ਹੋਏ ਹਨ, ਇਸ ਲਈ ਜਿਵੇਂ ਹੀ ਦਰਵਾਜ਼ਾ ਸਰਕਦਾ ਹੈ, ਉਹ ਸ਼ਬਦ ਵੀ ਸਰਕ ਜਾਂਦੇ ਹਨ ਅਤੇ ਜਦੋਂ ਦਰਵਾਜ਼ਾ ਪੂਰੀ ਤਰ੍ਹਾਂ ਖੁੱਲ੍ਹ ਜਾਂਦਾ ਹੈ, ਸ਼ਾਗਿਰਦ ਨੂੰ ਉਹ ਸ਼ਬਦ ਨਹੀਂ ਦਿੱਸਦੇ ਅਤੇ ਉਹ ਆਪਣੇ ਰਾਹ 'ਤੇ ਅੱਗੇ ਵਧਦਾ ਜਾਂਦਾ ਹੈ।

ਮਕਤੂਬ

ਗੁਰੂ ਕਹਿੰਦੇ ਹਨ:

ਆਪਣੀਆਂ ਅੱਖਾਂ ਬੰਦ ਕਰ ਲੈ। ਨਹੀਂ, ਤੈਨੂੰ ਆਪਣੀਆਂ ਅੱਖਾਂ ਵੀ ਬੰਦ ਕਰਨ ਦੀ ਲੋੜ ਨਹੀਂ ਹੈ। ਸਿਰਫ਼ ਇਸ ਦ੍ਰਿਸ਼ ਦੀ ਕਲਪਨਾ ਕਰ: ਪੰਛੀਆਂ ਦੀ ਇੱਕ ਡਾਰ ਉੱਡ ਰਹੀ ਹੈ। ਠੀਕ ਹੈ, ਦੱਸ ਤੈਨੂੰ ਕਿੰਨੇ ਪੰਛੀ ਦਿਸ ਰਹੇ ਹਨ? ਪੰਜ? ਗਿਆਰਾਂ? ਸਤਾਰਾਂ?

ਤੇਰਾ ਜਵਾਬ ਜੋ ਵੀ ਹੋਵੇ—ਅਤੇ ਵਾਕਈ ਬਿਲਕੁਲ ਠੀਕ ਗਿਣਤੀ ਦੱਸਣਾ ਕਿਸੇ ਲਈ ਵੀ ਮੁਸ਼ਕਿਲ ਹੈ। ਇਸ ਛੋਟੇ ਜਿਹੇ ਪ੍ਰਯੋਗ ਤੋਂ ਇੱਕ ਗੱਲ ਸਾਫ਼ ਹੋ ਜਾਂਦੀ ਹੈ। ਤੂੰ ਪੰਛੀਆਂ ਦੀ ਡਾਰ ਦੀ ਕਲਪਨਾ ਕਰਨ ਦੇ ਪੂਰਾ ਕਾਬਲ ਹੈਂ, ਪਰ ਪੰਛੀਆਂ ਦੀ ਗਿਣਤੀ ਤੇਰੇ ਨਿਯੰਤਰਨ ਵਿੱਚ ਨਹੀਂ ਸੀ। ਫਿਰ ਵੀ ਦ੍ਰਿਸ਼ ਬਹੁਤ ਸਪੱਸ਼ਟ, ਨਿਰਧਾਰਤ ਅਤੇ ਸਹੀ ਸਨ। ਸਵਾਲ ਦਾ ਜਵਾਬ ਕਿਤੇ ਹੋਰ ਹੈ।

ਇਹ ਫ਼ੈਸਲਾ ਕਿਸਨੇ ਕੀਤਾ ਸੀ ਕਿ ਦ੍ਰਿਸ਼ ਵਿੱਚ ਕਿੰਨੇ ਪੰਛੀ ਪ੍ਰਗਟ ਹੋਣਗੇ? ਤੂੰ ਨਹੀਂ।

ਇੱਕ ਆਦਮੀ ਨੇ ਇੱਕ ਸੰਨਿਆਸੀ ਨੂੰ ਮਿਲਣ ਦਾ ਫੈਸਲਾ ਕੀਤਾ, ਜੋ ਸਕੇਟਿਸ ਮਠ ਦੇ ਨੇੜੇ ਰਹਿੰਦਾ ਸੀ। ਰੇਗਿਸਤਾਨ ਵਿੱਚ ਬੇਮਕਸਦ ਭਟਕਣ ਤੋਂ ਬਾਅਦ, ਆਖ਼ਿਰ ਉਸਨੂੰ ਉਹ ਮਿਲ ਗਿਆ।

"ਮੈਂ ਜਾਣਨਾ ਚਾਹੁੰਦਾ ਹਾਂ ਕਿ ਅਧਿਆਤਮ ਦੇ ਰਾਹ 'ਤੇ ਮੇਰਾ ਪਹਿਲਾ ਕਦਮ ਕੀ ਹੋਣਾ ਚਾਹੀਦਾ ਹੈ?" ਉਸ ਨੇ ਪੁੱਛਿਆ।

ਸੰਨਿਆਸੀ ਉਸਨੂੰ ਪਾਣੀ ਦੇ ਇੱਕ ਛੋਟੇ-ਜਿਹੇ ਕੁੰਡ ਕੋਲ ਲੈ ਗਿਆ ਅਤੇ ਉਸਨੂੰ ਕਿਹਾ ਕਿ ਉਹ ਪਾਣੀ ਵਿੱਚ ਆਪਣਾ ਪ੍ਰਤਿਬਿੰਬ ਵੇਖੇ। ਆਦਮੀ ਨੇ ਓਦਾਂ ਹੀ ਕੀਤਾ, ਪਰ ਸੰਨਿਆਸੀ ਨੇ ਪਾਣੀ ਵਿੱਚ ਪੱਥਰ ਸੁੱਟਣੇ ਸ਼ੁਰੂ ਕਰ ਦਿੱਤੇ, ਜਿਸ ਨਾਲ ਪਾਣੀ ਦੀ ਸਤ੍ਹਾ 'ਤੇ ਲਹਿਰਾਂ ਬਣਨ ਲੱਗੀਆਂ।

"ਜੇ ਤੁਸੀਂ ਇਸੇ ਤਰ੍ਹਾਂ ਪਾਣੀ ਵਿੱਚ ਪੱਥਰ ਸੁੱਟਦੇ ਰਹੋਗੇ ਤਾਂ ਮੈਂ ਆਪਣਾ ਚਿਹਰਾ ਸਪੱਸ਼ਟ ਤੌਰ 'ਤੇ ਨਹੀਂ ਵੇਖ ਸਕਾਂਗਾ।"

"ਜਿਸ ਤਰ੍ਹਾਂ ਕਿਸੇ ਆਦਮੀ ਲਈ ਅਸਥਿਰ ਪਾਣੀ ਵਿੱਚ ਆਪਣਾ ਚਿਹਰਾ ਦੇਖਣਾ ਅਸੰਭਵ ਹੈ, ਉਸੇ ਤਰ੍ਹਾਂ ਜੇ ਮਨ ਭਾਲ ਵਿਚ ਵੱਧ ਕੇਂਦ੍ਰਿਤ ਹੋਵੇ, ਤਾਂ ਪਰਮਾਤਮਾ ਨੂੰ ਲੱਭਣਾ ਮੁਸ਼ਕਿਲ ਹੋਵੇਗਾ," ਸੰਨਿਆਸੀ ਨੇ ਕਿਹਾ, "ਤੇ ਇਹੀ ਪਹਿਲਾ ਕਦਮ ਹੈ।"

ਇਕ ਸਮਾਂ ਜਦੋਂ ਮੁਸਾਫ਼ਿਰ ਜੋ ਕਿ ਜ਼ੈਨ ਬੋਧੀਆਂ ਵਾਲੇ ਧਿਆਨ ਦਾ ਅਭਿਆਸ ਕਰ ਰਿਹਾ ਸੀ ਤਾਂ ਇੱਕ ਐਸਾ ਪਲ ਆਇਆ, ਜਦੋਂ ਗੁਰੂ ਦੋਜੋ (ਧਿਆਨ ਵਿਚ ਬੈਠਣ ਲਈ ਬਣੀ ਜਗ੍ਹਾ) ਦੇ ਇੱਕ ਕੋਨੇ ਵਿੱਚ ਗਿਆ ਅਤੇ ਉਥੋਂ ਬਾਂਸ ਦੀ ਇੱਕ ਛੜੀ ਘੁਮਾਉਂਦਾ ਹੋਇਆ ਵਾਪਸ ਆਇਆ।

ਕੁਝ ਵਿਦਿਆਰਥੀ —ਧਿਆਨ ਲਗਾਉਣ ਵਿੱਚ ਅਸਫ਼ਲ ਰਹੇ ਸਨ — ਉਹਨਾਂ ਨੇ ਆਪਣੇ ਹੱਥ ਉੱਪਰ ਚੁੱਕੇ ਅਤੇ ਗੁਰੂ ਨੇ ਹਰ ਇੱਕ ਦੇ ਮੋਢੇ 'ਤੇ ਤਿੰਨ ਵਾਰ ਛੜੀ ਮਾਰੀ।

ਸ਼ੁਰੂ ਵਿੱਚ ਅਜੀਬ ਲਗਿਆ ਜਿਵੇਂ ਮੱਧਕਾਲੀਨ ਸਮੇਂ ਵਿਚ ਬੈਠੇ ਹੋਈਏ।

ਬਾਅਦ ਵਿੱਚ, ਮੁਸਾਫ਼ਿਰ ਨੂੰ ਅਹਿਸਾਸ ਹੋਇਆ ਕਿ ਕਈ ਵਾਰ ਅਧਿਆਤਮਿਕ ਪੀੜਾ ਨੂੰ ਸਰੀਰਕ ਪੱਧਰ 'ਤੇ ਲਿਆਉਣਾ ਜ਼ਰੂਰੀ ਹੋ ਜਾਂਦਾ ਹੈ, ਤਾਂ ਜੋ ਤੁਸੀਂ ਉਸ ਨਾਲ ਹੋਣ ਵਾਲੇ ਨੁਕਸਾਨ ਨੂੰ ਸੱਚਮੁੱਚ ਮਹਿਸੂਸ ਕਰ ਸਕੋ। ਸੈਂਟਿਆਗੋ ਜਾਣ ਵਾਲੇ ਰਾਹ 'ਤੇ ਉਸ ਨੇ ਇੱਕ ਹੋਰ ਅਭਿਆਸ ਸਿੱਖਿਆ, ਜਿਸ ਵਿੱਚ ਜਦੋਂ ਮਨ ਵਿੱਚ ਗ਼ਲਤ ਵਿਚਾਰ ਆਉਂਦੇ ਸਨ, ਤਾਂ ਅੰਗੂਠੇ ਵਿੱਚ ਪਹਿਲੀ ਉਂਗਲ ਦਾ ਨਹੁੰ ਖੁਭਾਉਣਾ ਹੁੰਦਾ ਸੀ।

ਬਹੁਤ ਵਾਰ ਗ਼ਲਤ ਵਿਚਾਰਾਂ ਦੇ ਭਿਆਨਕ ਨਤੀਜਿਆਂ ਨੂੰ ਸਮਝਣ ਵਿੱਚ ਸਮਾਂ ਲੱਗ ਜਾਂਦਾ ਹੈ। ਜਦੋਂ ਅਸੀਂ ਅਜਿਹੇ ਵਿਚਾਰਾਂ ਨੂੰ ਸਰੀਰਕ ਪੀੜਾ ਵਿੱਚ ਬਦਲਦੇ ਦੇਖਦੇ ਹਾਂ, ਤਦੋਂ ਸਾਨੂੰ ਉਨ੍ਹਾਂ ਦੁਆਰਾ ਪਹੁੰਚਾਏ ਗਏ ਨੁਕਸਾਨ ਦੀ ਸਮਝ ਆਉਂਦੀ।

ਅਸੀਂ ਉਨ੍ਹਾਂ ਤੋਂ ਦੂਰ ਰਹਿਣਾ ਸ਼ੁਰੂ ਕਰ ਦਿੰਦੇ ਹਾਂ।

ਬੱਤੀ ਸਾਲ ਦਾ ਇੱਕ ਮਰੀਜ਼ ਇਕ ਥੈਰੇਪਿਸਟ ਰਿਚਰਡ ਕ੍ਰਾਲੇ ਕੋਲ ਗਿਆ।

"ਮੈਂ ਆਪਣਾ ਅੰਗੂਠਾ ਚੂਸਣੋ ਨਹੀਂ ਹਟ ਸਕਦਾ," ਉਸ ਨੇ ਕਿਹਾ।

"ਚਿੰਤਾ ਨਾ ਕਰ," ਕ੍ਰਾਲੇ ਨੇ ਕਿਹਾ, "ਪਰ ਕੋਸ਼ਿਸ਼ ਕਰ ਹਰ ਰੋਜ਼ ਵੱਖਰੀ ਉਂਗਲੀ ਚੂਸਿਆ ਕਰ।"

ਉਸ ਪਲ ਤੋਂ ਬਾਅਦ, ਜਦੋਂ ਵੀ ਉਹ ਮਰੀਜ਼ ਆਪਣਾ ਹੱਥ ਮੂੰਹ ਵੱਲ ਲੈ ਜਾਂਦਾ, ਉਸ ਨੂੰ ਚੁਣਨਾ ਪੈਂਦਾ ਸੀ ਕਿ ਉਸ ਦਿਨ ਕਿਹੜੀ ਉਂਗਲੀ ਚੂਸਣੀ ਹੈ। ਹਫ਼ਤਾ ਵੀ ਪੂਰਾ ਨਹੀਂ ਹੋਇਆ ਸੀ ਕਿ ਉਹ ਠੀਕ ਹੋ ਗਿਆ।

"ਜਦੋਂ ਕੋਈ ਚੀਜ਼ ਆਦਤ ਬਣ ਜਾਂਦੀ ਹੈ, ਤਾਂ ਉਸ ਨਾਲ ਨਿਪਟਣਾ ਔਖਾ ਹੋ ਜਾਂਦਾ ਹੈ," ਰਿਚਰਡ ਕ੍ਰਾਲੇ ਕਹਿੰਦੇ ਹਨ।

"ਪਰ ਜਦੋਂ ਇਹ ਚੁਣੌਤੀਆਂ ਸਾਨੂੰ ਨਵਾਂ ਰਵੱਈਆ ਅਪਨਾਉਣ, ਨਵੇਂ ਫ਼ੈਸਲੇ ਤੇ ਚੋਣਾਂ ਕਰਨ ਲਈ ਮਜਬੂਰ ਕਰਦੀਆਂ ਹਨ, ਉਦੋਂ ਸਾਨੂੰ ਅਹਿਸਾਸ ਹੁੰਦਾ ਹੈ ਕਿ ਬੁਰੀਆਂ ਆਦਤਾਂ ਤੋਂ ਛੁਟਕਾਰਾ ਪਾਉਣ ਲਈ ਅਲੱਗ ਤੋਂ ਕੋਸ਼ਿਸ਼ ਕਰਨ ਦੀ ਜ਼ਰੂਰਤ ਨਹੀਂ ਹੁੰਦੀ।"

ਪ੍ਰਾਚੀਨ ਰੋਮ ਵਿੱਚ, ਸੀਬਿਲਸ ਨਾਂ ਦੇ ਜਾਦੂਗਰਨੀਆਂ ਦੇ ਇੱਕ ਸਮੂਹ ਨੇ ਰੋਮ ਬਾਰੇ ਭਵਿੱਖਬਾਣੀ ਕਰਨ ਵਾਲੀਆਂ ਨੌਂ ਕਿਤਾਬਾਂ ਲਿਖੀਆਂ। ਉਹ ਉਹਨਾਂ ਕਿਤਾਬਾਂ ਨੂੰ ਲੈ ਕੇ ਰੋਮ ਦੇ ਬਾਦਸ਼ਾਹ ਟਾਈਬੇਰੀਅਸ ਕੋਲ ਗਈਆਂ।

"ਇਨ੍ਹਾਂ ਦੀ ਕੀ ਕੀਮਤ ਹੈ?" ਟਾਈਬੇਰੀਅਸ ਨੇ ਪੁੱਛਿਆ।

"ਸੋਨੇ ਦੇ ਸੌ ਸਿੱਕੇ," ਸੀਬਿਲਸ ਨੇ ਜਵਾਬ ਦਿੱਤਾ।

ਨਾਰਾਜ਼ ਹੋ ਕੇ ਬਾਦਸ਼ਾਹ ਨੇ ਉਹਨਾਂ ਨੂੰ ਕਿਤੇ ਦੂਰ ਭੇਜ ਦਿੱਤਾ। ਸੀਬਿਲਸ ਨੇ ਉਹਨਾਂ ਵਿੱਚੋਂ ਤਿੰਨ ਕਿਤਾਬਾਂ ਸਾੜ ਦਿੱਤੀਆਂ ਅਤੇ ਵਾਪਿਸ ਪਰਤ ਆਈਆਂ।

"ਉਹਨਾਂ ਦੀ ਕੀਮਤ ਅਜੇ ਵੀ ਸੋਨੇ ਦੇ ਸੌ ਸਿੱਕਿਆਂ ਦੇ ਬਰਾਬਰ ਹੈ," ਉਹਨਾਂ ਨੇ ਕਿਹਾ। ਟਾਈਬੇਰੀਅਸ ਹੱਸ ਪਿਆ, ਪਰ ਉਸ ਨੇ ਉਹਨਾਂ ਦੀ ਪੇਸ਼ਕਸ਼ ਨੂੰ ਠੁਕਰਾ ਦਿੱਤਾ: ਛੇ ਕਿਤਾਬਾਂ ਲਈ ਉਹੀ ਕੀਮਤ ਕਿਉਂ ਦੇਵੇ, ਜਿੰਨੀ ਨੌਂ ਕਿਤਾਬਾਂ ਦੀ ਸੀ?

ਸੀਬਿਲਸ ਨੇ ਫਿਰ ਤਿੰਨ ਹੋਰ ਕਿਤਾਬਾਂ ਸਾੜ ਦਿੱਤੀਆਂ ਅਤੇ ਬਾਕੀ ਤਿੰਨ ਲੈ ਕੇ ਮੁੜ ਆਈਆਂ:

"ਉਹਨਾਂ ਦੀ ਕੀਮਤ ਅਜੇ ਵੀ ਸੋਨੇ ਦੇ ਸੌ ਸਿੱਕਿਆਂ ਬਰਾਬਰ ਹੈ," ਉਹਨਾਂ ਨੇ ਕਿਹਾ।

ਹੁਣ ਤੱਕ ਟਾਈਬੇਰੀਅਸ ਦੀ ਜਿਗਿਆਸਾ ਵਧ ਚੁੱਕੀ ਸੀ ਅਤੇ ਆਖ਼ਿਰਕਾਰ ਉਸ ਨੇ ਪੂਰੀ ਕੀਮਤ ਅਦਾ ਕਰ ਦਿੱਤੀ—ਫ਼ਰਕ ਸਿਰਫ਼ ਇਹ ਸੀ ਕਿ ਹੁਣ ਉਹ ਆਪਣੇ ਰਾਜ ਬਾਰੇ ਕੀਤੀਆਂ ਗਈਆਂ ਭਵਿੱਖਬਾਣੀਆਂ ਵਿੱਚੋਂ ਕੁਝ ਹੀ ਪੜ੍ਹ ਸਕਦਾ ਸੀ।

ਗੁਰੂ ਕਹਿੰਦੇ ਹਨ :

ਇਕ ਕਲਾ ਇਸ ਗੱਲ ਵਿੱਚ ਵੀ ਹੈ ਕਿ ਜਦੋਂ ਕੋਈ ਮੌਕਾ ਆਪਣੇ-ਆਪ ਤੁਹਾਡੇ ਸਾਹਮਣੇ ਆਵੇ ਤਾਂ ਉਸ ਨਾਲ ਕੋਈ ਮੋਲ-ਭਾਅ ਨਹੀਂ ਕਰਨਾ ਚਾਹੀਦਾ।

ਇਹ ਸ਼ਬਦ ਰੂਫ਼ਸ ਜੋਨਸ ਨੇ ਲਿਖੇ ਸਨ, ਜਿਨ੍ਹਾਂ ਨੂੰ ਵੀਹਵੀਂ ਸਦੀ ਦੇ ਸਭ ਤੋਂ ਪ੍ਰਭਾਵਸ਼ਾਲੀ ਚਿੰਤਕਾਂ ਵਿੱਚ ਗਿਣਿਆ ਜਾਂਦਾ ਹੈ।"

ਇਹ ਬਹਾਨਾ ਬਣਾ ਕੇ ਕਿ ਮੈਂ ਪਰਮਾਤਮਾ ਤੱਕ ਪਹੁੰਚਣਾ ਚਾਹੁੰਦਾ ਹਾਂ, ਬੇਬਲ (Babel) ਦੀਆਂ ਨਵੀਆਂ ਮੀਨਾਰਾਂ ਖੜ੍ਹੀਆਂ ਕਰਨ ਵਿੱਚ ਮੇਰੀ ਕੋਈ ਦਿਲਚਸਪੀ ਨਹੀਂ ਹੈ।"

"ਇਹਨਾਂ ਮੀਨਾਰਾਂ ਨੂੰ ਦੇਖ ਕੇ ਅਜੀਬ ਪ੍ਰਤੀਤ ਹੁੰਦਾ ਹੈ। ਕੁਝ ਸੀਮੇਂਟ ਅਤੇ ਇੱਟਾਂ ਨਾਲ ਬਣੀਆਂ ਹਨ, ਕੁਝ ਪਵਿੱਤਰ ਗ੍ਰੰਥਾਂ ਦੇ ਢੇਰ ਉੱਪਰ। ਕੁਝ ਦਾ ਨਿਰਮਾਣ ਪ੍ਰਾਚੀਨ ਰਸਮਾਂ ਨਾਲ ਹੋਇਆ ਹੈ ਅਤੇ ਕਈਆਂ ਨੂੰ ਪਰਮਾਤਮਾ ਦੀ ਹੋਂਦ ਸਾਬਤ ਕਰਨ ਵਾਲੇ ਨਵੇਂ ਵਿਗਿਆਨਕ ਸਬੂਤਾਂ ਨਾਲ ਖੜ੍ਹਾ ਕੀਤਾ ਗਿਆ ਹੈ।"

"ਇਹ ਸਾਰੀਆਂ ਮੀਨਾਰਾਂ, ਜਿਨ੍ਹਾਂ ਉੱਪਰ ਜਾਣ ਲਈ ਹਨੇਰੇ ਅਤੇ ਇਕਾਂਤ ਰਸਤੇ ਤੋਂ ਲੰਘਣਾ ਪੈਂਦਾ ਹੈ, ਸਾਨੂੰ ਧਰਤੀ ਦਾ ਕੋਈ ਦ੍ਰਿਸ਼ ਤਾਂ ਵਿਖਾ ਸਕਦੀਆਂ ਹਨ, ਪਰ ਉਹ ਸਾਨੂੰ ਅਕਾਸ਼ ਤੱਕ ਨਹੀਂ ਲੈ ਕੇ ਜਾ ਸਕਦੀਆਂ।"

"ਸਾਡੇ ਹੱਥ ਜੋ ਆਉਂਦਾ ਹੈ ਉਹੀ ਭਾਸ਼ਾਵਾਂ ਅਤੇ ਭਾਵਨਾਵਾਂ ਦਾ ਪੁਰਾਣਾ ਭਰਮ। ਪਰ ਪਰਮਾਤਮਾ ਤੱਕ ਲੈ ਜਾਣ ਵਾਲੇ ਪੁਲ ਹਨ—ਵਿਸ਼ਵਾਸ, ਪ੍ਰੇਮ, ਆਨੰਦ ਅਤੇ ਅਰਦਾਸ।"

ਨਾਜ਼ੀ ਜਰਮਨੀ ਵਿੱਚ ਯਹੂਦੀਆਂ ਨੂੰ ਆਤਮਿਕ ਸੁੱਖ ਪਹੁੰਚਾਉਣ ਲਈ ਉਹਨਾਂ ਦੇ ਦੋ ਰੱਬੀ ਪੂਰੀ ਕੋਸ਼ਿਸ਼ ਕਰ ਰਹੇ ਸਨ। ਆਪਣੇ ਜੀਵਨ ਨੂੰ ਲੈ ਕੇ ਨਿਰੰਤਰ ਡਰ ਦੀ ਅਵਸਥਾ ਵਿੱਚ ਰਹਿਣ ਦੇ ਬਾਵਜੂਦ, ਉਹ ਦੋ ਸਾਲਾਂ ਤੱਕ ਆਪਣਾ ਪਿੱਛਾ ਕਰਨ ਵਾਲਿਆਂ ਦੀਆਂ ਨਜ਼ਰਾਂ ਤੋਂ ਬਚਦੇ ਰਹੇ ਅਤੇ ਵੱਖ-ਵੱਖ ਯਹੂਦੀ ਭਾਈਚਾਰਿਆਂ ਵਿੱਚ ਜਾ ਕੇ ਧਾਰਮਿਕ ਰਸਮਾਂ ਅਦਾ ਕਰਦੇ ਰਹੇ।

ਅੰਤ ਵਿੱਚ ਉਹ ਫੜੇ ਗਏ। ਉਹਨਾਂ ਵਿੱਚੋਂ ਇੱਕ ਰੱਬੀ ਇਸ ਸੰਭਾਵਨਾ ਤੋਂ ਡਰਿਆ ਹੋਇਆ ਸੀ ਕਿ ਉਹਨਾਂ ਨਾਲ ਨਾ ਜਾਣੇ ਕੀ ਹੋਵੇਗਾ; ਉਹ ਸਾਰਾ ਸਮਾਂ ਪ੍ਰਾਰਥਨਾ ਕਰਦਾ ਰਹਿੰਦਾ। ਦੂਜਾ ਰੱਬੀ ਸਾਰਾ ਦਿਨ ਸੁੱਤਾ ਰਹਿੰਦਾ ਸੀ।

"ਤੂੰ ਇੰਨਾ ਵੱਧ ਕਿਉਂ ਸੌਂ ਰਿਹਾ ਹੈਂ?" ਡਰੇ ਹੋਏ ਰੱਬੀ ਨੇ ਪੁੱਛਿਆ।

"ਆਪਣੀ ਊਰਜਾ ਬਚਾਉਣ ਲਈ, ਕਿਉਂਕਿ ਮੈਂ ਜਾਣਦਾ ਹਾਂ ਕਿ ਮੈਨੂੰ ਉਸਦੀ ਲੋੜ ਪੈਣ ਵਾਲੀ ਹੈ," ਦੂਜੇ ਰੱਬੀ ਨੇ ਕਿਹਾ।

"ਕੀ ਤੈਨੂੰ ਡਰ ਨਹੀਂ ਲੱਗਦਾ? ਕੀ ਤੈਨੂੰ ਇਹ ਨਹੀਂ ਪਤਾ ਕਿ ਸਾਡੇ ਨਾਲ ਕੀ ਹੋ ਸਕਦਾ ਹੈ?"

"ਮੈਂ ਉਦੋਂ ਤੱਕ ਡਰਿਆ ਹੋਇਆ ਸੀ, ਜਦ ਤੱਕ ਉਹਨਾਂ ਨੇ ਸਾਨੂੰ ਜੇਲ੍ਹ ਵਿੱਚ ਨਹੀਂ ਲਿਆਂਦਾ ਸੀ। ਹੁਣ ਮੈਂ ਕੈਦੀ ਹਾਂ—ਜੋ ਕੁਝ ਹੋਣਾ ਸੀ, ਉਹ ਤਾਂ ਹੋ ਚੁੱਕਾ। ਹੁਣ ਡਰਨ ਦਾ ਸਮਾਂ ਲੰਘ ਗਿਆ ਹੈ, ਹੁਣ ਤਾਂ ਆਸ ਦੀ ਸ਼ੁਰੂਆਤ ਹੋਈ ਹੈ।"

ਗੁਰੂ ਕਹਿੰਦੇ ਹਨ :

"ਮੈਂ ਨਹੀਂ ਚਾਹੁੰਦਾ।" ਸਾਨੂੰ ਇਹਨਾਂ ਸ਼ਬਦਾਂ ਨੂੰ ਥੋੜ੍ਹੇ ਸੰਦੇਹ ਨਾਲ ਦੇਖਣਾ ਚਾਹੀਦਾ ਹੈ।

ਉਹ ਕਿਹੜੇ ਕੰਮ ਹਨ ਜੋ ਅਸੀਂ ਸਿਰਫ਼ ਇਸ ਲਈ ਨਹੀਂ ਕਰਨਾ ਚਾਹੁੰਦੇ ਕਿਉਂਕਿ ਸਾਡਾ ਮਨ ਨਹੀਂ ਕਰਦਾ? ਅਤੇ ਉਹ ਕਿਹੜੇ ਕੰਮ ਹਨ ਜਿਨ੍ਹਾਂ ਨੂੰ ਅਸੀਂ ਸਿਰਫ਼ ਇਸ ਕਰਕੇ ਨਹੀਂ ਕਰਨਾ ਚਾਹੁੰਦੇ ਕਿ ਉਹ ਸਾਨੂੰ ਬਹੁਤ ਜੋਖ਼ਮ ਭਰੇ ਲੱਗਦੇ ਹਨ?

ਇੱਕ ਉਦਾਹਰਨ ਹੈ—ਅਜਨਬੀਆਂ ਨਾਲ ਗੱਲ ਕਰਨਾ। ਚਾਹੇ ਉਹ ਹਕੀਕੀ ਗੱਲਬਾਤ ਹੋਵੇ, ਛੋਟੀ-ਜਿਹੀ ਮੁਲਾਕਾਤ ਹੋਵੇ ਜਾਂ ਦਿਲੀ ਗੱਲਬਾਤ — ਅਸੀਂ ਅਜਨਬੀਆਂ ਨਾਲ ਕਦੇ-ਕਦਾਈਂ ਹੀ ਗੱਲ ਕਰਦੇ ਹਾਂ।

ਅਤੇ ਸਾਨੂੰ ਹਮੇਸ਼ਾ ਲੱਗਦਾ ਹੈ ਕਿ "ਇਹੀ ਠੀਕ ਸੀ।"

ਸਾਡਾ ਹਾਲ ਇਹ ਹੁੰਦਾ ਹੈ ਕਿ ਅਸੀਂ ਨਾ ਤਾਂ ਜ਼ਿੰਦਗੀ ਦੀ ਮਦਦ ਕਰ ਸਕਦੇ ਹਾਂ, ਨਾ ਹੀ ਉਸ ਤੋਂ ਮਦਦ ਲੈਂਦੇ ਹਾਂ।

ਦੂਜਿਆਂ ਤੋਂ ਦੂਰੀ ਬਣਾਈ ਰੱਖਣਾ ਜ਼ਿਆਦਾ ਮਹੱਤਵਪੂਰਨ, ਜ਼ਿਆਦਾ ਆਤਮ-ਵਿਸ਼ਵਾਸ ਦੇਣ ਵਾਲਾ ਲੱਗਦਾ ਹੈ, ਪਰ ਅਸਲ ਵਿੱਚ ਅਸੀਂ ਆਪਣੇ ਅੰਦਰ ਦੀ ਉਸ ਆਵਾਜ਼ ਨੂੰ ਮੌਕਾ ਹੀ ਨਹੀਂ ਦਿੰਦੇ ਕਿ ਉਹ ਦੂਜਿਆਂ ਦੀ ਜ਼ੁਬਾਨ ਤੋਂ ਆਪਣੇ ਆਪ ਲਈ ਕੁਝ ਕਲਪਨਾ ਕਰਵਾ ਸਕੇ।

ਮਕਤੂਬ

ਇੱਕ ਵਾਰ ਇੱਕ ਬਜ਼ੁਰਗ ਫ਼ਕੀਰ ਨੂੰ ਉਸਦੇ ਸਮੇਂ ਦੇ ਸਭ ਤੋਂ ਸ਼ਕਤੀਸ਼ਾਲੀ ਰਾਜੇ ਦੇ ਦਰਬਾਰ ਵਿੱਚ ਬੁਲਾਇਆ ਗਿਆ।

"ਮੈਨੂੰ ਉਹਨਾਂ ਧਾਰਮਿਕ ਪੁਰਖਾਂ ਨਾਲ ਈਰਖਾ ਹੁੰਦੀ ਹੈ ਜੋ ਥੋੜ੍ਹੇ ਵਿੱਚ ਹੀ ਸੰਤੁਸ਼ਟ ਹੋ ਸਕਦੇ ਹਨ," ਰਾਜੇ ਨੇ ਕਿਹਾ।

"ਮੈਨੂੰ ਤਾਂ ਤੁਹਾਡੇ ਨਾਲ ਈਰਖਾ ਹੁੰਦੀ ਹੈ ਮਹਾਰਾਜ, ਜੋ ਮੇਰੇ ਨਾਲੋਂ ਵੀ ਘੱਟ ਵਿੱਚ ਸੰਤੁਸ਼ਟ ਹੋ ਸਕਦੇ ਹੋ," ਫ਼ਕੀਰ ਨੇ ਜਵਾਬ ਦਿੱਤਾ।

"ਤੁਸੀਂ ਇਹ ਕਿਵੇਂ ਕਹਿ ਸਕਦੇ ਹੋ, ਜਦੋਂ ਕਿ ਇਹ ਸਾਰਾ ਦੇਸ਼ ਮੇਰਾ ਹੈ?" ਰਾਜੇ ਨੇ ਕੁਝ ਅਸੰਤੁਸ਼ਟ ਭਾਵ ਨਾਲ ਕਿਹਾ।

"ਬਿਲਕੁਲ ਇਸੇ ਕਾਰਨ," ਫ਼ਕੀਰ ਨੇ ਕਿਹਾ, "ਮੇਰੇ ਕੋਲ ਅਲੌਕਿਕ ਸੰਗੀਤ ਹੈ, ਮੇਰੇ ਕੋਲ ਦੁਨੀਆ ਦੀਆਂ ਸਾਰੀਆਂ ਨਦੀਆਂ ਅਤੇ ਪਹਾੜ ਹਨ, ਮੇਰੇ ਕੋਲ ਚੰਦ ਤੇ ਸੂਰਜ ਹਨ—ਕਿਉਂਕਿ ਮੇਰੀ ਆਤਮਾ ਵਿੱਚ ਪਰਮਾਤਮਾ ਵਸਦੇ ਹਨ। ਦੂਜੇ ਪਾਸੇ, ਮਹਾਰਾਜਾ ਕੋਲ ਤਾਂ ਸਿਰਫ਼ ਇਹ ਰਾਜ ਹੀ ਹੈ।"

"ਚਲੋ, ਅਸੀਂ ਉਸ ਪਹਾੜ ਉੱਤੇ ਚੱਲੀਏ ਜਿੱਥੇ ਪਰਮਾਤਮਾ ਵਸਦਾ ਹੈ," ਇੱਕ ਯੋਧੇ ਨੇ ਆਪਣੇ ਸਾਥੀ ਨੂੰ ਕਿਹਾ, "ਮੈਂ ਸਾਬਤ ਕਰਨਾ ਚਾਹੁੰਦਾ ਹਾਂ ਕਿ ਉਸ ਨੇ ਸਿਰਫ਼ ਸਾਨੂੰ ਕੰਮ ਕਰਨ ਲਈ ਕਿਹਾ ਹੈ, ਪਰ ਕਦੇ ਸਾਡਾ ਬੋਝ ਹਲਕਾ ਕਰਨ ਲਈ ਕੁਝ ਨਹੀਂ ਕੀਤਾ।"

"ਮੈਂ ਤਾਂ ਉੱਥੇ ਆਪਣਾ ਭਰੋਸਾ ਜਤਾਉਣ ਜਾਵਾਂਗਾ," ਦੂਜੇ ਯੋਧੇ ਨੇ ਕਿਹਾ।

ਜਦੋਂ ਉਹ ਪਹਾੜ ਦੀ ਚੋਟੀ 'ਤੇ ਪਹੁੰਚੇ, ਰਾਤ ਹੋ ਚੁਕੀ ਸੀ ਅਤੇ ਹਨੇਰੇ ਵਿੱਚ ਉਹਨਾਂ ਨੇ ਇੱਕ ਆਵਾਜ਼ ਸੁਣੀ:

"ਆਪਣੇ ਘੋੜਿਆਂ 'ਤੇ ਵਾਪਸ ਸਵਾਰ ਹੋ ਜਾਓ, ਪਰ ਜ਼ਮੀਨ 'ਤੇ ਪਏ ਇਹ ਪੱਥਰ ਚੁੱਕ ਲਵੋ!"

"ਵੇਖਿਆ, ਤੂੰ?" ਪਹਿਲੇ ਯੋਧੇ ਨੇ ਕਿਹਾ, "ਅਸੀਂ ਐਨੀ ਦੂਰ ਤੋਂ ਆਏ ਹਾਂ ਅਤੇ ਹੁਣ ਉਹ ਚਾਹੁੰਦਾ ਹੈ ਕਿ ਅਸੀਂ ਹੋਰ ਭਾਰ ਢੋਈਏ। ਖੈਰ, ਮੈਂ ਇਹ ਨਹੀਂ ਕਰਾਂਗਾ!"

ਦੂਜੇ ਯੋਧੇ ਨੇ ਉਹੀ ਕੀਤਾ, ਜੋ ਉਸ ਆਵਾਜ਼ ਨੇ ਕਿਹਾ ਸੀ। ਜਦੋਂ ਤਕ ਉਹ ਪਹਾੜੀ ਤੋਂ ਹੇਠਾਂ ਪਹੁੰਚੇ, ਸਵੇਰ ਹੋ ਚੁਕੀ ਸੀ ਅਤੇ ਸੂਰਜ ਦੀਆਂ ਪਹਿਲੀਆਂ ਕਿਰਨਾਂ ਉਹਨਾਂ ਪੱਥਰਾਂ 'ਤੇ ਚਮਕ ਰਹੀਆਂ ਸਨ, ਜਿਨ੍ਹਾਂ ਨੂੰ ਉਹ ਸ਼ਰਧਾਲੂ ਯੋਧਾ ਆਪਣੇ ਨਾਲ ਲੈ ਕੇ ਆਇਆ ਸੀ। ਉਹ ਹੀਰੇ ਸਨ।

ਮਕਤੂਬ

ਗੁਰੂ ਕਹਿੰਦੇ ਹਨ :

ਪਰਮਾਤਮਾ ਅਜੀਬੋ-ਗਰੀਬ ਫ਼ੈਸਲੇ ਕਰ ਸਕਦਾ ਹੈ, ਪਰ ਉਹ ਹਮੇਸ਼ਾ ਸਾਡੇ ਹੱਕ ਵਿੱਚ ਹੁੰਦੇ ਹਨ।

ਗੁਰੂ ਕਹਿੰਦੇ ਹਨ :

ਮੇਰੇ ਪਿਆਰੇ ਦੋਸਤ, ਮੇਰੇ ਕੋਲ ਤੇਰੇ ਲਈ ਇੱਕ ਅਜਿਹੀ ਖ਼ਬਰ ਹੈ ਜੋ ਸ਼ਾਇਦ ਤੂੰ ਅਜੇ ਤੱਕ ਨਾ ਸੁਣੀ ਹੋਵੇ। ਮੈਂ ਸੋਚਦਾ ਹਾਂ ਕਿ ਮੈਨੂੰ ਹਾਲਾਤ ਨੂੰ ਨਰਮ ਕਰਕੇ ਪੇਸ਼ ਕਰਨਾ ਚਾਹੀਦਾ ਹੈ ਅਤੇ ਇਸ ਖ਼ਬਰ ਨੂੰ ਗੂੜ੍ਹੇ ਰੰਗਾਂ ਨਾਲ ਸਜਾ ਕੇ ਉਸ ਵਿੱਚ ਸਵਰਗ ਦੇ ਭਰੋਸੇ ਦੇ ਰੰਗ, ਉਸ ਪਰਮ ਸ਼ਕਤੀ ਦੇ ਦਰਸ਼ਨ ਅਤੇ ਹੋਰ ਗੂੜ੍ਹੀਆਂ ਵਿਆਖਿਆਵਾਂ ਭਰਨੀਆਂ ਚਾਹੀਦੀਆਂ ਹਨ, ਪਰ—ਭਾਵੇਂ ਇਹ ਸਾਰੀਆਂ ਚੀਜ਼ਾਂ ਮੌਜੂਦ ਹਨ—ਇਸ ਵੇਲੇ ਇਹ ਸਾਰੀਆਂ ਗੱਲਾਂ ਦਾ ਕੋਈ ਮਤਲਬ ਨਹੀਂ ਹੈ।

ਡੂੰਘਾ ਸਾਹ ਲੈ ਅਤੇ ਆਪਣੇ ਆਪ ਨੂੰ ਤਿਆਰ ਕਰ। ਮੈਨੂੰ ਖੁੱਲ੍ਹ ਕੇ ਗੱਲ ਕਰਨੀ ਪਵੇਗੀ ਅਤੇ ਮੈਂ ਤੈਨੂੰ ਭਰੋਸਾ ਦਿਵਾ ਸਕਦਾ ਹਾਂ ਕਿ ਮੈਂ ਜੋ ਕੁਝ ਵੀ ਕਹਿਣ ਲੱਗਾ ਹਾਂ, ਉਹ ਸੱਚ ਹੈ। ਇਹ ਇੱਕ ਪੂਰਵ ਅਨੁਮਾਨ ਹੈ, ਜਿਸ ਵਿੱਚ ਗ਼ਲਤੀ ਦੀ ਕੋਈ ਗੁੰਜਾਇਸ਼ ਨਹੀਂ।

ਖ਼ਬਰ ਇਹ ਹੈ: ਤੂੰ ਮਰਨ ਵਾਲਾ ਹੈਂ।

ਇਹ ਕੱਲ੍ਹ ਵੀ ਹੋ ਸਕਦਾ ਹੈ ਜਾਂ ਪੰਜਾਹ ਸਾਲ ਬਾਅਦ—ਪਰ ਜ਼ਰੂਰ ਹੋਵੇਗਾ। ਭਾਵੇਂ ਤੂੰ ਨਾ ਚਾਹੇਂ। ਭਾਵੇਂ ਤੇਰੀਆਂ ਯੋਜਨਾਵਾਂ ਹੋਰ ਹੋਣ। ਧਿਆਨ ਨਾਲ ਸੋਚ ਕਿ ਤੂੰ ਅੱਜ ਕੀ ਕਰੇਂਗਾ ਅਤੇ ਕੱਲ੍ਹ ਅਤੇ ਆਪਣੇ ਬਾਕੀ ਦਿਨਾਂ ਵਿੱਚ।

ਇਕ ਗੋਰਾ ਖੋਜੀ, ਜੋ ਅਫ਼ਰੀਕਾ ਦੇ ਦਿਲ ਵਿੱਚ ਆਪਣੀ ਮੰਜ਼ਿਲ ਤੱਕ ਪਹੁੰਚਣ ਲਈ ਬਹੁਤ ਉਤਸੁਕ ਸੀ, ਉਸਨੇ ਸਥਾਨਕ ਭਾਰ ਢੋਣ ਵਾਲਿਆਂ ਨੂੰ ਵਾਧੂ ਪੈਸੇ ਦਿੱਤੇ ਤਾਂ ਜੋ ਉਹ ਤੇਜ਼ੀ ਨਾਲ ਤੁਰਨ। ਉਹ ਕਈ ਦਿਨਾਂ ਤੱਕ ਐਵੇਂ ਹੀ ਕਰਦੇ ਰਹੇ।

ਪਰ ਇੱਕ ਦੁਪਹਿਰ, ਉਹ ਸਾਰੇ ਜ਼ਮੀਨ ’ਤੇ ਬੈਠ ਗਏ, ਆਪਣੇ ਮੋਢਿਆਂ ’ਤੇ ਟੰਗੀਆਂ ਗਠੜੀਆਂ ਹੇਠਾਂ ਰੱਖ ਦਿੱਤੀਆਂ ਅਤੇ ਅੱਗੇ ਵਧਣ ਤੋਂ ਇਨਕਾਰ ਕਰ ਦਿੱਤਾ। ਖੋਜੀ ਨੇ ਉਹਨਾਂ ਨੂੰ ਹੋਰ ਜ਼ਿਆਦਾ ਪੈਸਾ ਦੇਣ ਦੀ ਪੇਸ਼ਕਸ਼ ਕੀਤੀ, ਪਰ ਉਹ ਚੱਲਣ ਲਈ ਤਿਆਰ ਨਹੀਂ ਹੋਏ। ਆਖ਼ਿਰਕਾਰ ਜਦੋਂ ਉਸ ਨੇ ਉਹਨਾਂ ਤੋਂ ਇਸ ਵਿਵਹਾਰ ਦੀ ਵਜ੍ਹਾ ਪੁੱਛੀ, ਤਾਂ ਉਸਨੂੰ ਇਹ ਜਵਾਬ ਮਿਲਿਆ:

“ਅਸੀਂ ਐਨੀ ਤੇਜ਼ ਰਫ਼ਤਾਰ ਨਾਲ ਚਲਦੇ ਰਹੇ ਹਾਂ ਕਿ ਹੁਣ ਸਾਨੂੰ ਇਹ ਵੀ ਨਹੀਂ ਪਤਾ ਕਿ ਅਸੀਂ ਕਰ ਕੀ ਰਹੇ ਹਾਂ। ਹੁਣ ਸਾਨੂੰ ਇੰਤਜ਼ਾਰ ਕਰਨ ਦੀ ਲੋੜ ਹੈ, ਤਾਂ ਜੋ ਸਾਡੀਆਂ ਰੂਹਾਂ ਸਾਡੇ ਤਕ ਪਹੁੰਚ ਸਕਣ।”

ਅਵਰ ਲੇਡੀ (ਮਦਰ ਮੈਰੀ) ਆਪਣੀਆਂ ਬਾਹਵਾਂ ਵਿੱਚ ਯਿਸੂ ਨੂੰ ਲੈ ਕੇ ਧਰਤੀ ਉੱਤੇ ਇੱਕ ਮਠ ਵਿੱਚ ਆਈ।

ਸਾਧੂ ਉਹਨਾਂ ਦੇ ਸਨਮਾਨ ਵਿੱਚ ਗਰਵ ਨਾਲ ਕਤਾਰ ਬਣਾਕੇ ਖੜੇ ਹੋ ਗਏ: ਇੱਕ ਸਾਧੂ ਨੇ ਕੁਝ ਕਵਿਤਾਵਾਂ ਦਾ ਪਾਠ ਕੀਤਾ, ਦੂਜੇ ਨੇ ਉਹਨਾਂ ਨੂੰ ਬਾਈਬਲ ਲਈ ਬਣਾਈਆਂ ਸੁੰਦਰ ਤਸਵੀਰਾਂ ਦਿਖਾਈਆਂ ਅਤੇ ਹੋਰਾਂ ਨੇ ਸਾਰੇ ਸੰਤਾਂ ਦੇ ਨਾਮਾਂ ਦਾ ਉਚਾਰਨ ਕੀਤਾ।

ਕਤਾਰ ਦੇ ਅਖ਼ੀਰ ਵਿੱਚ ਇੱਕ ਨਿਮਰ ਸਾਧੂ ਖੜਾ ਸੀ, ਜਿਸਨੂੰ ਆਪਣੇ ਸਮੇਂ ਦੇ ਸੰਤਾਂ ਤੋਂ ਸਿੱਖਣ ਦਾ ਮੌਕਾ ਨਹੀਂ ਮਿਲਿਆ ਸੀ। ਉਸਦੇ ਮਾਪੇ ਸਧਾਰਨ ਲੋਕ ਸਨ, ਜੋ ਸਰਕਸ ਵਿੱਚ ਕੰਮ ਕਰਦੇ ਸਨ।

ਜਦੋਂ ਉਸਦੀ ਵਾਰੀ ਆਈ, ਤਾਂ ਸਾਧੂਆਂ ਨੇ ਸੋਚਿਆ ਕਿ ਹੁਣ ਇਹ ਸਨਮਾਨ ਮਿਲਣੀ ਸਮਾਪਤ ਕਰ ਦੇਣੀ ਚਾਹੀਦੀ ਹੈ, ਕਿਉਂਕਿ ਉਹਨਾਂ ਨੂੰ ਲੱਗਿਆ ਕਿ ਇਹ ਸਾਧੂ ਮਠ ਦੀ ਬੇਇਜ਼ਤੀ ਕਰਵਾਏਗਾ।

ਪਰ ਉਹ ਵੀ ਮਦਰ ਮੈਰੀ ਪ੍ਰਤੀ ਆਪਣਾ ਪਿਆਰ ਜਤਾਉਣਾ ਚਾਹੁੰਦਾ ਸੀ। ਆਪਣੇ ਭਰਾਵਾਂ ਦੀਆਂ ਅਸੰਤੁਸ਼ਟ ਨਿਗਾਹਾਂ ਦੇ ਵਿਚਕਾਰ, ਉਸਨੇ ਸ਼ਰਮਾਉਂਦੇ ਹੋਏ ਆਪਣੀਆਂ ਜੇਬਾਂ ਵਿੱਚੋਂ ਕੁਝ ਸੰਤਰੇ ਕੱਢੇ ਅਤੇ ਉਹਨਾਂ ਨਾਲ ਕਰਤੱਵ ਦਿਖਾਉਣ ਲੱਗ ਪਿਆ—ਜੋ ਉਸਨੂੰ ਉਸਦੇ ਮਾਪਿਆਂ ਨੇ ਸਰਕਸ ਵਿੱਚ ਸਿਖਾਇਆ ਸੀ।

ਸਿਰਫ਼ ਉਸ ਵੇਲੇ ਬੇਬੀ ਯਿਸੂ ਮੁਸਕਰਾਏ ਅਤੇ ਖ਼ੁਸ਼ੀ ਨਾਲ ਤਾੜੀਆਂ ਵਜਾਈਆਂ। ਮਦਰ ਮੈਰੀ ਨੇ ਸਿਰਫ਼ ਉਸ ਵੱਲ ਹੀ ਆਪਣੇ ਹੱਥ ਵਧਾਏ ਅਤੇ ਇਕ ਪਲ ਲਈ ਯਿਸੂ ਨੂੰ ਉਸਦੀਆਂ ਬਾਹਵਾਂ ਵਿੱਚ ਸੌਂਪ ਦਿੱਤਾ।

ਹਰ ਵੇਲੇ ਇਕਸਾਰ ਰਹਿਣ ਦੀ ਕੋਸ਼ਿਸ਼ ਨਾ ਕਰੋ। ਜਿਵੇਂ ਸੇਂਟ ਪਾੱਲ ਕਹਿੰਦੇ ਹਨ: ਇਸ ਸੰਸਾਰ ਦੀ ਸਿਆਣਪ ਪਰਮਾਤਮਾ ਦੀ ਨਜ਼ਰ ਵਿੱਚ ਮੂਰਖਤਾ ਹੈ।

ਇਕਸਾਰ ਰਹਿਣ ਦਾ ਮਤਲਬ ਇਹ ਹੈ ਕਿ ਕੋਸਿਸ਼ ਕਰਨਾ ਕਿ ਤੇਰੀ ਟਾਈ ਹਮੇਸ਼ਾ ਤੇਰੀਆਂ ਜੁਰਾਬਾਂ ਨਾਲ ਮਿਲਦੀ ਹੋਵੇ। ਇਹ ਉਸ ਗੱਲ ਲਈ ਬੱਝਿਆ ਮਹਿਸੂਸ ਕਰਨਾ ਹੈ ਕਿ ਅੱਜ ਜੋ ਤੇਰੇ ਵਿਚਾਰ ਹਨ, ਉਹ ਕੱਲ੍ਹ ਵੀ ਉਹੋ ਜਿਹੇ ਰਹਿਣ, ਪਰ ਦੁਨੀਆ ਤਾਂ ਲਗਾਤਾਰ ਬਦਲ ਰਹੀ ਹੈ।

ਜਦ ਤੱਕ ਤੇਰਾ ਕੋਈ ਹੋਰ ਨੁਕਸਾਨ ਨਹੀਂ ਹੁੰਦਾ, ਤਦ ਤੱਕ ਤੂੰ ਵਾਰ-ਵਾਰ ਆਪਣੇ ਵਿਚਾਰ ਬਦਲਦਾ ਰਹਿ ਅਤੇ ਬੇਝਿਜਕ ਆਪਣੇ ਹੀ ਕਹੇ ਸ਼ਬਦਾਂ ਨੂੰ ਕੱਟਦਾ ਰਹਿ।

ਤੈਨੂੰ ਇਸ ਤਰ੍ਹਾਂ ਕਰਨ ਦਾ ਹੱਕ ਹੈ। ਇਸ ਨਾਲ ਕੋਈ ਫ਼ਰਕ ਨਹੀਂ ਪੈਂਦਾ ਕਿ ਹੋਰ ਲੋਕ ਕੀ ਸੋਚਦੇ ਹਨ, ਕਿਉਂਕਿ ਉਹ ਤਾਂ ਉਹੀ ਸੋਚਣਗੇ ਜੋ ਉਹ ਸੋਚਣਾ ਚਾਹੁੰਦੇ ਹਨ।

ਇਸ ਲਈ ਤੂੰ ਤਣਾਵ ਤੋਂ ਮੁਕਤ ਹੋ ਜਾ। ਸੰਸਾਰ ਨੂੰ ਆਪਣੇ ਆਲੇ-ਦੁਆਲੇ ਘੁੰਮਣ ਦੇ ਅਤੇ ਆਪਣੇ ਆਪ ਨੂੰ ਅਚੰਭਿਤ ਕਰਨ ਦਾ ਆਨੰਦ ਲੈ। ਜਿਵੇਂ ਸੇਂਟ ਪਾੱਲ ਕਹਿੰਦੇ ਹਨ: "ਪਰਮਾਤਮਾ ਬਹੁਤੇ ਸਿਆਣਿਆਂ ਨੂੰ ਉਲਝਾਉਣ ਲਈ ਦੁਨੀਆ ਦੀਆਂ ਮੂਰਖਤਾ-ਭਰੀਆਂ ਚੀਜ਼ਾਂ ਚੁਣਦਾ ਹੈ।"

ਗੁਰੂ ਕਹਿੰਦੇ ਹਨ :

ਅੱਜ ਆਮ ਜਿਹੀ ਜ਼ਿੰਦਗੀ ਵਿਚ ਕੁਝ ਖ਼ਾਸ ਕਰੋ।

ਉਦਾਹਰਨ ਵਜੋਂ — ਅਸੀਂ ਦਫ਼ਤਰ ਸੜਕ ’ਤੇ ਨੱਚਦੇ ਹੋਏ ਜਾ ਸਕਦੇ ਹਾਂ। ਕਿਸੇ ਬਿਲਕੁਲ ਅਜਨਬੀ ਇਨਸਾਨ ਦੀਆਂ ਅੱਖਾਂ ਵਿੱਚ ਵੇਖ ਕੇ ਪਹਿਲੀ ਨਜ਼ਰ ਦੀ ਮੁਹੱਬਤ ਬਾਰੇ ਗੱਲ ਕਰ ਸਕਦੇ ਹਾਂ। ਆਪਣੇ ਬੌਸ ਨੂੰ ਕੋਈ ਐਸੀ ਗੱਲ ਸੁਝਾ ਸਕਦੇ ਹਾਂ, ਜੋ ਭਾਵੇਂ ਕਿੰਨੀ ਵੀ ਹਾਸੀਜਨਕ ਲੱਗੇ ਪਰ ਜਿਸ ’ਤੇ ਅਸੀਂ ਖ਼ੁਦ ਵਿਸ਼ਵਾਸ ਕਰਦੇ ਹਾਂ ਜਾਂ ਉਹ ਸਾਜ਼ ਖ਼ਰੀਦ ਸਕਦੇ ਹਾਂ, ਜਿਸਨੂੰ ਅਸੀਂ ਹਮੇਸ਼ਾ ਵਜਾਉਣਾ ਚਾਹੁੰਦੇ ਸੀ, ਪਰ ਹਿੰਮਤ ਨਹੀਂ ਕਰ ਸਕੇ। ਉਹ ਲੋਕ ਜੋ ਹੋਰਾਂ ਨੂੰ ਉਮੀਦ ਦਿੰਦੇ ਹਨ, ਆਪਣੇ ਆਪ ਨੂੰ ਵੀ ਅਜਿਹੇ ਦਿਨਾਂ ਦੀ ਇਜਾਜ਼ਤ ਦਿੰਦੇ ਹਨ।

ਅੱਜ ਅਸੀਂ ਕਿਸੇ ਪੁਰਾਣੇ ਦੁੱਖ ਲਈ ਰੋ ਸਕਦੇ ਹਾਂ ਜੋ ਅਜੇ ਵੀ ਸਾਡੇ ਦਿਲ ਵਿੱਚ ਹੈ। ਅਸੀਂ ਉਸ ਵਿਅਕਤੀ ਨੂੰ ਫ਼ੋਨ ਕਰ ਸਕਦੇ ਹਾਂ, ਜਿਸ ਨਾਲ ਗੱਲ ਨਾ ਕਰਨ ਦੀ ਅਸੀਂ ਸਹੁੰ ਖਾ ਚੁੱਕੇ ਸੀ (ਪਰ ਜਿਸ ਦੀ ਆਵਾਜ਼ ਅਸੀਂ ਸੁਣਨਾ ਚਾਹੁੰਦੇ ਹਾਂ)।

ਅੱਜ ਦਾ ਦਿਨ ਇੱਕ ਐਸੇ ਦਿਨ ਵਾਂਗ ਲਿਆ ਜਾ ਸਕਦਾ ਹੈ, ਜੋ ਸਾਡੀ ਆਪਣੀ ਲਿਖੀ ਕਹਾਣੀ ਤੋਂ ਵੱਖਰਾ ਹੈ — ਉਹ ਕਹਾਣੀ ਜੋ ਅਸੀਂ ਹਰ ਸਵੇਰ ਆਪਣੇ ਲਈ ਤਿਆਰ ਕਰਦੇ ਹਾਂ।

ਅੱਜ ਸਾਰੀਆਂ ਗ਼ਲਤੀਆਂ ਕਰਨ ਦੀ ਇਜਾਜ਼ਤ ਹੋਵੇਗੀ ਅਤੇ ਉਹ ਮਾਫ਼ ਕਰ ਦਿੱਤੀਆਂ ਜਾਣਗੀਆਂ। ਅੱਜ ਜਿਊਂਦੇ ਹੋਣ ਦੀ ਖ਼ੁਸ਼ੀ ਮਨਾਉਣ ਦਾ ਦਿਨ ਹੈ।

ਵਿਗਿਆਨੀ ਰੋਜਰ ਪੈਨਰੋਜ਼ ਆਪਣੇ ਇੱਕ ਦੋਸਤ ਨਾਲ ਸੜਕ 'ਤੇ ਤੁਰ ਰਹੇ ਸਨ। ਦੋਵੇਂ ਹੀ ਬੜੇ ਉਤਸ਼ਾਹ ਨਾਲ ਗੱਲਾਂ ਕਰ ਰਹੇ ਸਨ। ਸੜਕ ਪਾਰ ਕਰਨ ਸਮੇਂ ਉਹ ਇਕ ਪਲ ਲਈ ਚੁੱਪ ਹੋ ਗਏ।

"ਮੈਨੂੰ ਯਾਦ ਹੈ ਕਿ ਜਦੋਂ ਮੈਂ ਸੜਕ ਪਾਰ ਕਰ ਰਿਹਾ ਸੀ, ਮੇਰੇ ਮਨ ਵਿੱਚ ਇੱਕ ਅਸਾਧਾਰਨ ਗੱਲ ਆਈ ਸੀ," ਪੈਨਰੋਜ਼ ਕਹਿੰਦੇ ਹਨ, "ਪਰ ਜਿਵੇਂ ਹੀ ਅਸੀਂ ਸੜਕ ਦੇ ਉਸ ਪਾਰ ਪਹੁੰਚੇ ਅਤੇ ਦੁਬਾਰਾ ਗੱਲਬਾਤ ਸ਼ੁਰੂ ਕੀਤੀ, ਮੈਂ ਉਸ ਗੱਲ ਨੂੰ ਯਾਦ ਹੀ ਨਹੀਂ ਕਰ ਸਕਿਆ, ਜੋ ਕੁਝ ਸੈਕਿੰਡ ਪਹਿਲਾਂ ਹੀ ਸੋਚੀ ਸੀ।"

ਉਸੇ ਦਿਨ ਬਾਅਦ ਵਿੱਚ, ਪੈਨਰੋਜ਼ ਨੂੰ ਇੱਕ ਅਜੀਬ ਜਿਹਾ ਅਹਿਸਾਸ ਹੋਇਆ, ਪਰ ਉਹ ਸਮਝ ਨਹੀਂ ਸਕੇ ਕਿ ਇਹ ਅਹਿਸਾਸ ਕਿਉਂ ਪੈਦਾ ਹੋ ਰਿਹਾ ਸੀ।

"ਮੈਨੂੰ ਲੱਗ ਰਿਹਾ ਸੀ ਕਿ ਮੇਰੇ ਮਨ ਵਿੱਚ ਕੋਈ ਮਹੱਤਵਪੂਰਨ ਚੀਜ਼ ਆਈ ਸੀ," ਉਹ ਕਹਿੰਦੇ ਹਨ।

ਉਹ ਉਸ ਦਿਨ ਕੀ ਵਾਪਰਿਆ ਸਭ ਘਟਨਾਵਾਂ ਯਾਦ ਕਰਨ ਲੱਗੇ। ਫਿਰ ਉਹਨਾਂ ਨੇ ਉਸ ਖ਼ਾਮੋਸ਼ੀ ਦੇ ਪਲ ਨੂੰ ਯਾਦ ਕੀਤਾ, ਜਦੋਂ ਉਹ ਸੜਕ ਪਾਰ ਕਰ ਰਹੇ ਸਨ — ਤਾਂ ਉਹ ਵਿਚਾਰ ਯਾਦ ਆ ਗਿਆ। ਇਸ ਵਾਰ ਉਹਨਾਂ ਨੇ ਉਹ ਲਿਖ ਲਿਆ।

ਪਾਓਲੋ ਕੋਇਲੋ

ਇਹ ਖ਼ਿਆਲ ਬਲੈਕ ਹੋਲ ਨਾਲ ਸੰਬੰਧਿਤ ਉਹਨਾਂ ਵਲੋਂ ਦਿੱਤਾ ਸਿਧਾਂਤ ਸੀ, ਜੋ ਆਧੁਨਿਕ ਭੌਤਿਕ ਵਿਗਿਆਨ ਦੀ ਦੁਨੀਆ ਵਿੱਚ ਇੱਕ ਅਸਲ ਇਨਕਲਾਬ ਸੀ ਅਤੇ ਇਹ ਵਿਚਾਰ ਪੈਨਰੋਜ਼ ਨੂੰ ਇਸ ਲਈ ਯਾਦ ਆਇਆ, ਕਿਉਂਕਿ ਉਹ ਉਸ ਖ਼ਾਮੋਸ਼ੀ ਨੂੰ ਯਾਦ ਕਰ ਸਕੇ, ਜੋ ਹਰ ਵਾਰ ਸੜਕ ਪਰ ਕਰਨ ਲੱਗਿਆਂ ਛਾ ਜਾਂਦੀ ਸੀ।

ਜਦੋਂ ਸੇਂਟ ਐਂਥਨੀ ਰੇਗਿਸਤਾਨ ਵਿੱਚ ਰਹਿ ਰਹੇ ਸਨ, ਉਸ ਵੇਲੇ ਇੱਕ ਨੌਜਵਾਨ ਉਹਨਾਂ ਨੂੰ ਮਿਲਣ ਆਇਆ।

"ਪਿਤਾ ਜੀ, ਮੇਰੇ ਕੋਲ ਜੋ ਕੁਝ ਸੀ, ਮੈਂ ਸਭ ਵੇਚ ਦਿੱਤਾ ਹੈ ਅਤੇ ਸਾਰਾ ਪੈਸਾ ਗਰੀਬਾਂ ਨੂੰ ਦੇ ਦਿੱਤਾ। ਮੈਂ ਆਪਣੇ ਕੋਲ ਸਿਰਫ਼ ਕੁਝ ਚੀਜ਼ਾਂ ਹੀ ਰੱਖੀਆਂ ਹਨ, ਜੋ ਇਸ ਰੇਗਿਸਤਾਨ ਵਿੱਚ ਜਿਉਂਦੇ ਰਹਿਣ ਲਈ ਜ਼ਰੂਰੀ ਹਨ। ਕਿਰਪਾ ਕਰਕੇ ਤੁਸੀਂ ਮੈਨੂੰ ਮੋਕਸ਼ ਦਾ ਰਸਤਾ ਦਿਖਾਓ।"

ਸੇਂਟ ਐਂਥਨੀ ਨੇ ਉਸ ਨੌਜਵਾਨ ਨੂੰ ਕਿਹਾ ਕਿ ਉਹ ਸਾਰੀਆਂ ਬਚਾ ਕੇ ਰੱਖੀਆਂ ਚੀਜ਼ਾਂ ਵੀ ਵੇਚ ਦੇਵੇ ਅਤੇ ਉਸ ਪੈਸੇ ਨਾਲ ਕੁਝ ਮਾਸ ਖ਼ਰੀਦ ਲਏ। ਸ਼ਹਿਰ ਵਾਪਸ ਆਉਂਦੇ ਸਮੇਂ ਉਸ ਨੇ ਉਹ ਮਾਸ ਆਪਣੇ ਸਰੀਰ ਨਾਲ ਬੰਨ੍ਹ ਲਿਆ।

ਨੌਜਵਾਨ ਨੇ ਆਗਿਆ ਦਾ ਪਾਲਣ ਕੀਤਾ। ਵਾਪਸੀ 'ਤੇ ਰਾਹ ਵਿੱਚ ਕੁੱਤਿਆਂ ਅਤੇ ਪੰਛੀਆਂ ਨੇ ਉਸ 'ਤੇ ਹਮਲਾ ਕਰ ਦਿੱਤਾ, ਉਹ ਮਾਸ ਖਾਣਾ ਚਾਹੁੰਦੇ ਸਨ।

"ਮੈਂ ਆ ਗਿਆ ਹਾਂ," ਨੌਜਵਾਨ ਨੇ ਆਪਣੇ ਕਟੇ-ਫਟੇ ਸਰੀਰ ਅਤੇ ਪਾਟੇ-ਝੀਟੇ ਕੱਪੜੇ ਦਿਖਾਉਂਦੇ ਹੋਏ ਕਿਹਾ।

"ਜੋ ਲੋਕ ਕਿਸੇ ਨਵੇਂ ਰਾਹ 'ਤੇ ਪਹਿਲਾ ਕਦਮ ਰੱਖਦੇ ਹਨ ਪਰ ਆਪਣੇ ਪਿਛਲੇ ਜੀਵਨ ਦੇ ਥੋੜ੍ਹੇ ਹਿੱਸੇ ਵੀ ਨਾਲ ਲੈ ਕੇ ਚੱਲਦੇ ਹਨ ਤਾਂ ਉਹ ਅੰਤ ਵਿੱਚ ਆਪਣੇ ਹੀ ਬੀਤੇ ਵਕਤ ਦੇ ਹੱਥੋਂ ਟੁਕੜੇ-ਟੁਕੜੇ ਕਰ ਦਿੱਤੇ ਜਾਂਦੇ ਹਨ," ਸੇਂਟ ਨੇ ਕਿਹਾ।

ਗੁਰੂ ਕਹਿੰਦੇ ਹਨ :

ਪਰਮਾਤਮਾ ਦੀਆਂ ਦਿੱਤੀਆਂ ਨਿਆਮਤਾਂ ਦਾ ਆਨੰਦ ਲਓ। ਤੁਸੀਂ ਉਹਨਾਂ ਨੂੰ ਬਚਾ ਕੇ ਨਹੀਂ ਰੱਖ ਸਕਦੇ। ਕੋਈ ਅਜਿਹਾ ਬੈਂਕ ਨਹੀਂ ਹੈ, ਜਿਸ ਵਿੱਚ ਤੁਸੀਂ ਉਹਨਾਂ ਨੂੰ ਆਉਣ ਵਾਲੇ ਸਮੇਂ ਲਈ ਜਮ੍ਹਾਂ ਕਰ ਸਕੋ। ਜੇਕਰ ਤੁਸੀਂ ਇਹਨਾਂ ਨਿਆਮਤਾਂ ਨੂੰ ਹੁਣ ਨਹੀਂ ਵਰਤਦੇ, ਤਾਂ ਉਹ ਸਦਾ ਲਈ ਗੁਆਚ ਜਾਣਗੀਆਂ।

ਪਰਮਾਤਮਾ ਜਾਣਦਾ ਹੈ ਕਿ ਅਸੀਂ ਸਭ ਜ਼ਿੰਦਗੀ ਦੇ ਕਲਾਕਾਰ ਹਾਂ। ਕਿਸੇ ਦਿਨ ਉਹ ਸਾਨੂੰ ਮੂਰਤੀ ਤਰਾਸ਼ਣ ਲਈ ਪੱਥਰ ਦਿੰਦਾ ਹੈ, ਕਿਸੇ ਦਿਨ ਬੁਰਸ਼ ਅਤੇ ਕੈਨਵਸ ਦਿੰਦਾ ਹੈ ਜਾਂ ਲਿਖਣ ਲਈ ਕਲਮ ਦਿੰਦਾ ਹੈ। ਪਰ ਜਦੋਂ ਤਸਵੀਰ ਬਣਾਉਣ ਦੀ ਵਾਰੀ ਆਉਂਦੀ ਹੈ ਤਾਂ ਉਹ ਪੱਥਰ ਕਿਸੇ ਕੰਮ ਦੇ ਨਹੀਂ ਹੁੰਦੇ ਅਤੇ ਜਦੋਂ ਮੂਰਤੀ ਤਰਾਸ਼ਣ ਦੀ ਵਾਰੀ ਆਉਂਦੀ ਹੈ ਤਾਂ ਕਲਮ ਕਿਸੇ ਕੰਮ ਦੀ ਨਹੀਂ ਹੁੰਦੀ।

ਹਰ ਦਿਨ ਦਾ ਆਪਣਾ ਚਮਤਕਾਰ ਹੁੰਦਾ ਹੈ। ਉਹਨਾਂ ਨਿਆਮਤਾਂ ਨੂੰ ਸਵੀਕਾਰ ਕਰੋ ਅਤੇ ਅੱਜ ਦੀਆਂ ਆਪਣੀਆਂ ਛੋਟੀਆਂ-ਛੋਟੀਆਂ ਕਲਾ-ਕ੍ਰਿਤੀਆਂ ਰਚੋ।

ਕੱਲ੍ਹ ਤੁਹਾਨੂੰ ਹੋਰ ਵੀ ਨਿਆਮਤਾਂ ਪ੍ਰਾਪਤ ਹੋਣਗੀਆਂ।

ਮਕਤੂਬ

ਪੀਏਦਰਾ ਦਰਿਆ ਦੇ ਕੰਢੇ ਬਣਿਆ ਮਠ ਹਰ ਪਾਸਿਓਂ ਹਰਿਆਲੀ ਨਾਲ ਘਿਰਿਆ ਹੋਇਆ ਹੈ — ਸਪੇਨ ਦੇ ਉਸ ਸੋਕੇ ਵਾਲੇ ਇਲਾਕੇ ਵਿੱਚ ਪਾਣੀ ਦਾ ਇਕ ਸੋਮਾ। ਉੱਥੇ ਉਸ ਛੋਟੇ-ਜਿਹੇ ਦਰਿਆ ਦਾ ਵਹਾਅ ਤੇਜ਼ ਹੋ ਜਾਂਦਾ ਹੈ ਅਤੇ ਅੱਗੇ ਜਾ ਕੇ ਦਰਜਨਾਂ ਝਰਨਿਆਂ ਦੇ ਰੂਪ ਵਿਚ ਵਹਿੰਦਾ ਹੈ।

ਮੁਸਾਫ਼ਿਰ ਪਾਣੀ ਦਾ ਸੰਗੀਤ ਸੁਣਦਾ ਹੋਇਆ ਤੁਰਿਆ ਜਾ ਰਿਹਾ ਹੈ। ਅਚਾਨਕ ਉਸ ਦਾ ਧਿਆਨ ਝਰਨੇ ਦੇ ਹੇਠਾਂ ਇਕ ਛੋਟੀ ਜਿਹੀ ਗੁਫ਼ਾ ਵੱਲ ਜਾਂਦਾ ਹੈ। ਉਹ ਬੀਤਦੇ ਵਕਤ ਨਾਲ ਚਿੱਟੇ ਹੋਏ ਪੱਥਰਾਂ ਅਤੇ ਕੁਦਰਤ ਦੁਆਰਾ ਧੀਰਜ ਨਾਲ ਤਰਾਸ਼ੇ ਗਏ ਸੁੰਦਰ ਪੱਥਰਾਂ ਦੇ ਆਕਾਰਾਂ ਨੂੰ ਧਿਆਨ ਨਾਲ ਦੇਖਦਾ ਹੈ ਅਤੇ ਫਿਰ ਉਸ ਨੂੰ ਇੱਕ ਤਖ਼ਤੀ ’ਤੇ ਪ੍ਰਸਿੱਧ ਭਾਰਤੀ ਦਾਰਸ਼ਨਿਕ, ਪਹਿਲੇ ਨੋਬਲ ਪੁਰਸਕਾਰ ਵਿਜੇਤਾ ਜੋ ਯੂਰੋਪੀਅਨ ਨਹੀਂ ਸਨ, ਰਬਿੰਦਰਨਾਥ ਟੈਗੋਰ ਦੇ ਇਹ ਸ਼ਬਦ ਲਿਖੇ ਹੋਏ ਦਿਸਦੇ ਹਨ:

“ਕਿਸੇ ਮੂਰਤੀਕਾਰ ਦੇ ਹਥੌੜੇ ਨੇ ਨਹੀਂ, ਸਗੋਂ ਪਾਣੀ ਨੇ ਇਹਨਾਂ ਪੱਥਰਾਂ ਨੂੰ ਇੰਨਾ ਸੁੰਦਰ ਰੂਪ ਦਿੱਤਾ ਹੈ — ਜਿਸ ਨੇ ਆਪਣੀ ਕੋਮਲਤਾ, ਆਪਣੇ ਨਾਚ ਅਤੇ ਆਪਣੇ ਗੀਤਾਂ ਨਾਲ ਇਹਨਾਂ ਨੂੰ ਤਰਾਸ਼ਿਆ ਹੈ। ਕਠੋਰਤਾ ਨਸ਼ਟ ਕਰਦੀ ਹੈ, ਕੋਮਲਤਾ ਸਿਰਜਣਾ ਕਰਦੀ ਹੈ।”

ਗੁਰੂ ਕਹਿੰਦੇ ਹਨ :

ਬਹੁਤ ਸਾਰੇ ਲੋਕ ਸੁੱਖ ਤੋਂ ਡਰਦੇ ਹਨ। ਉਹਨਾਂ ਲਈ, ਇਸ ਸ਼ਬਦ ਦਾ ਮਤਲਬ ਹੁੰਦਾ ਹੈ — ਆਪਣੀਆਂ ਆਦਤਾਂ ਨੂੰ ਬਦਲਣਾ ਅਤੇ ਆਪਣੀ ਪਹਿਚਾਣ ਨੂੰ ਖੋਹ ਦੇਣਾ।

ਅਸੀਂ ਅਕਸਰ ਇਹ ਮੰਨਦੇ ਹਾਂ ਕਿ ਜੋ ਚੰਗਾ ਸਾਡੇ ਨਾਲ ਵਾਪਦਰਦਾ ਹੈ ਅਸੀਂ ਉਸ ਦੇ ਹੱਕਦਾਰ ਨਹੀਂ ਹਾਂ। ਅਸੀਂ ਉਹਨਾਂ ਨੂੰ ਸਵੀਕਾਰ ਨਹੀਂ ਕਰਦੇ, ਕਿਉਂਕਿ ਅਜਿਹਾ ਕਰਨ ਨਾਲ ਸਾਨੂੰ ਇਹ ਅਹਿਸਾਸ ਹੁੰਦਾ ਹੈ ਕਿ ਅਸੀਂ ਪਰਮਾਤਮਾ ਦੇ ਕਰਜ਼ਦਾਰ ਹਾਂ।

ਅਸੀਂ ਸੋਚਦੇ ਹਾਂ: "ਸਭ ਤੋਂ ਚੰਗਾ ਇਹੀ ਹੈ ਕਿ ਸੁੱਖ ਦੇ ਜਾਮ ਨੂੰ ਨਾ ਪੀਤਾ ਜਾਵੇ, ਕਿਉਂਕਿ ਜਦੋਂ ਉਹ ਸਾਡੇ ਕੋਲੋਂ ਵਾਪਸ ਲਿਆ ਜਾਵੇਗਾ, ਤਾਂ ਸਾਨੂੰ ਹੋਰ ਵੱਧ ਦੁੱਖ ਸਹਿਣਾ ਪਵੇਗਾ।"

ਅਸੀਂ ਘੱਟ ਹੋਣ ਤੋਂ ਐਨਾ ਡਰਦੇ ਹਾਂ ਕਿ ਅੱਗੇ ਵਧਣਾ ਬੰਦ ਕਰ ਦਿੰਦੇ ਹਾਂ। ਅਸੀਂ ਰੋਣ ਤੋਂ ਐਨਾ ਡਰਦੇ ਹਾਂ ਕਿ ਹੱਸਣਾ ਹੀ ਬੰਦ ਕਰ ਦਿੰਦੇ ਗਾ।

ਇੱਕ ਦੁਪਹਿਰ ਸਕੇਟਿਸ ਮਠ ਵਿੱਚ ਇੱਕ ਭਿਕਸ਼ੂ ਨੇ ਦੂਜੇ ਭਿਕਸ਼ੂ ਦਾ ਅਪਮਾਨ ਕਰ ਦਿੱਤਾ। ਮਠਾਧੀਸ਼ ਸਿਸੋਇਸ ਨੇ ਅਪਮਾਨਿਤ ਭਿਕਸ਼ੂ ਨੂੰ ਬੇਨਤੀ ਕੀਤੀ ਕਿ ਉਹ ਦੂਜੇ ਭਿਕਸ਼ੂ ਨੂੰ ਮਾਫ਼ ਕਰ ਦੇਵੇ।

"ਬਿਲਕੁਲ ਨਹੀਂ," ਭਿਕਸ਼ੂ ਨੇ ਕਿਹਾ। "ਉਸ ਨੇ ਜੋ ਕੀਤਾ ਹੈ, ਉਸ ਦੀ ਕ਼ੀਮਤ ਉਸਨੂੰ ਚੁਕਾਉਣੀ ਹੀ ਪਵੇਗੀ।"

ਉਸੇ ਸਮੇਂ ਮਠਾਧੀਸ਼ ਸਿਸੋਇਸ ਨੇ ਆਪਣੀਆਂ ਬਾਂਹਾਂ ਆਸਮਾਨ ਵੱਲ ਫੈਲਾਕੇ ਪ੍ਰਾਰਥਨਾ ਕਰਨੀ ਸ਼ੁਰੂ ਕਰ ਦਿੱਤੀ:

"ਹੇ ਜਿਸੂ ਪ੍ਰਭੂ, ਹੁਣ ਸਾਨੂੰ ਤੁਹਾਡੀ ਲੋੜ ਨਹੀਂ ਰਹੀ, ਕਿਉਂਕਿ ਅਸੀਂ ਆਪ ਹੀ ਆਪਣੇ ਅਪਰਾਧੀ ਨੂੰ ਉਸਦੇ ਅਪਰਾਧ ਦੀ ਸਜ਼ਾ ਦੇ ਸਕਦੇ ਹਾਂ। ਅਸੀਂ ਆਪਣੇ ਹੱਥਾਂ ਨਾਲ ਬਦਲਾ ਲੈ ਸਕਦੇ ਹਾਂ ਅਤੇ ਆਪਣੇ ਭਲੇ-ਬੁਰੇ ਨਾਲ ਆਪ ਹੀ ਨਿਪਟ ਸਕਦੇ ਹਾਂ। ਇਸ ਲਈ ਮਿਹਰਬਾਨੀ ਕਰਕੇ ਸਾਨੂੰ ਸਾਡੇ ਹਾਲ 'ਤੇ ਛੱਡ ਦਿਓ ਅਤੇ ਹੁਣ ਸਾਡੀ ਚਿੰਤਾ ਨਾ ਕਰੋ।"

ਇਹ ਸੁਣਕੇ ਉਹ ਭਿਕਸ਼ੂ ਸ਼ਰਮਿੰਦਾ ਹੋਇਆ ਅਤੇ ਉਸਨੇ ਤੁਰੰਤ ਹੀ ਆਪਣੇ ਸਾਥੀ ਭਿਕਸ਼ੂ ਨੂੰ ਮਾਫ਼ ਕਰ ਦਿੱਤਾ।

"ਜਦੋਂ ਸਾਰੇ ਮਹਾਨ ਗੁਰੂ ਇਹ ਕਹਿੰਦੇ ਹਨ ਕਿ ਅਧਿਆਤਮਿਕ ਖ਼ਜ਼ਾਨਾ ਉਹ ਚੀਜ਼ ਹੈ, ਜੋ ਤੂੰ ਸਿਰਫ਼ ਆਪਣੇ ਬਲਬੂਤੇ 'ਤੇ ਹੀ ਪ੍ਰਾਪਤ ਕਰ ਸਕਦਾ ਹੈ, ਤਾਂ ਫਿਰ ਅਸੀਂ ਸਭ ਇੱਥੇ ਇਕੱਠੇ ਕਿਉਂ ਹਾਂ?" ਇੱਕ ਵਿਦਿਆਰਥੀ ਨੇ ਪੁੱਛਿਆ।

ਤੁਸੀਂ ਸਭ ਇੱਥੇ ਇਸ ਲਈ ਇਕੱਠੇ ਹੋ, ਕਿਉਂਕਿ ਇੱਕ ਦਰੱਖ਼ਤ ਦੇ ਮੁਕਾਬਲੇ ਜੰਗਲ ਹਮੇਸ਼ਾਂ ਹੀ ਵੱਧ ਮਜ਼ਬੂਤ ਹੁੰਦਾ ਹੈ," ਗੁਰੂ ਨੇ ਕਿਹਾ, "ਜੰਗਲ ਨਮੀ ਨੂੰ ਸੰਭਾਲ ਸਕਦਾ ਹੈ, ਤੂਫ਼ਾਨਾਂ ਨੂੰ ਝੱਲ ਸਕਦਾ ਹੈ ਅਤੇ ਮਿੱਟੀ ਨੂੰ ਉਪਜਾਊ ਬਣਾਉਣ ਵਿੱਚ ਮਦਦ ਕਰਦਾ ਹੈ। ਪਰ ਇਕ ਦਰੱਖ਼ਤ ਨੂੰ ਸਿਰਫ਼ ਉਸ ਦੀਆਂ ਜੜ੍ਹਾਂ ਹੀ ਮਜ਼ਬੂਤ ਬਣਾਉਂਦੀਆਂ ਹਨ ਅਤੇ ਇੱਕ ਪੌਦੇ ਦੀਆਂ ਜੜ੍ਹਾਂ ਦੂਜੇ ਪੌਦੇ ਦੇ ਵਿਕਾਸ ਵਿੱਚ ਮਦਦ ਨਹੀਂ ਕਰ ਸਕਦੀਆਂ।

ਇੱਕ ਹੀ ਲਕਸ਼ ਨੂੰ ਮਨ ਵਿੱਚ ਰੱਖਕੇ ਇਕੱਠੇ ਰਹਿਣਾ ਅਤੇ ਫਿਰ ਵੀ ਹਰ ਵਿਅਕਤੀ ਨੂੰ ਆਪਣੇ ਤਰੀਕੇ ਨਾਲ ਵਿਕਸਤ ਹੋਣ ਦੇਣਾ — ਇਹ ਉਹਨਾਂ ਦਾ ਮਾਰਗ ਹੈ, ਜੋ ਰੱਬ ਨਾਲ ਜੁੜਨਾ ਚਾਹੁੰਦੇ ਹਨ।"

ਮਕਤੂਬ

ਮੁਸਾਫ਼ਿਰ ਜਦੋਂ ਦਸ ਸਾਲ ਦਾ ਸੀ, ਉਸ ਦੀ ਮਾਂ ਨੇ ਉਸਨੂੰ ਸਰੀਰਕ ਸਿੱਖਿਆ ਦਾ ਕੋਰਸ ਕਰਨ ਲਈ ਭੇਜ ਦਿੱਤਾ।

ਜਿਹੜੀਆਂ ਕਸਰਤਾਂ ਉਹ ਕਰਦਾ ਸੀ, ਉਹਨਾਂ ਵਿੱਚੋਂ ਇੱਕ ਸੀ ਪੁਲ ਦੇ ਉੱਪਰੋਂ ਪਾਣੀ ਵਿੱਚ ਛਾਲ ਮਾਰਨੀ। ਇਸ ਗੱਲ ਤੋਂ ਡਰ ਕੇ ਕਿ ਉਸ ਦੀ ਵਾਰੀ ਪਹਿਲਾਂ ਆਵੇਗੀ, ਉਹ ਹਮੇਸ਼ਾਂ ਕਤਾਰ ਦੇ ਅੰਤ ਵਿਚ ਚਲਾ ਜਾਂਦਾ ਅਤੇ ਆਪਣੇ ਤੋਂ ਅੱਗੇ ਹਰ ਲੜਕੇ ਨੂੰ ਛਾਲ ਮਾਰਦਾ ਵੇਖਦਾ। ਇੱਕ ਦਿਨ ਉਸ ਦੇ ਅਧਿਆਪਕ ਨੇ ਉਸਨੂੰ ਡਰੇ ਹੋਏ ਦੇਖ ਕੇ ਕਤਾਰ ਵਿੱਚ ਸਭ ਤੋਂ ਅੱਗੇ ਖੜ੍ਹਾ ਕਰ ਦਿੱਤਾ ਤਾਂ ਜੋ ਸਭ ਤੋਂ ਪਹਿਲਾਂ ਛਾਲ ਉਹੀ ਮਾਰੇ।

ਉਸਨੂੰ ਫਿਰ ਵੀ ਡਰ ਸੀ, ਪਰ ਸਭ ਕੁਝ ਐਨੀ ਜਲਦੀ-ਜਲਦੀ ਹੋਇਆ ਕਿ ਉਸ ਦਾ ਭੈਅ ਦੂਰ ਹੋ ਗਿਆ।

ਗੁਰੂ ਨੇ ਕਿਹਾ :

"ਅਕਸਰ ਸਾਨੂੰ ਹਾਲਾਤਾਂ ਨੂੰ ਉਹਨਾਂ ਦੇ ਆਪਣੇ ਹਿਸਾਬ ਨਾਲ ਹੀ ਚਲਣ ਦੇਣਾ ਚਾਹੀਦਾ ਹੈ, ਪਰ ਕਦੇ-ਕਦੇ ਅਜਿਹੇ ਪਲ ਵੀ ਆਉਂਦੇ ਹਨ, ਜਦੋਂ ਸਾਨੂੰ ਆਪਣੀਆਂ ਬਾਂਹਾਂ ਚੜ੍ਹਾ ਕੇ ਕੁਝ ਕੰਮ ਕਰਨਾ ਚਾਹੀਦਾ ਹੈ। ਉਸ ਵੇਲੇ ਉਸ ਮੌਕੇ ਨੂੰ ਜਾਣ ਦੇਣਾ ਸਭ ਤੋਂ ਵੱਡੀ ਗ਼ਲਤੀ ਹੈ।"

ਇੱਕ ਸਵੇਰੇ, ਬੁੱਧ ਆਪਣੇ ਸ਼ਰਧਾਲੂਆਂ ਨਾਲ ਬੈਠੇ ਸਨ, ਜਦੋਂ ਇੱਕ ਆਦਮੀ ਉਹਨਾਂ ਕੋਲ ਆਇਆ।

"ਕੀ ਰੱਬ ਹੈ?" ਉਸ ਆਦਮੀ ਨੇ ਪੁੱਛਿਆ।

"ਹਾਂ, ਉਹ ਹੈ," ਬੁੱਧ ਨੇ ਕਿਹਾ।

ਦੁਪਹਿਰ ਦੇ ਖਾਣੇ ਤੋਂ ਬਾਅਦ ਇੱਕ ਹੋਰ ਆਦਮੀ ਉਹਨਾਂ ਕੋਲ ਆਇਆ।

"ਕੀ ਰੱਬ ਹੈ?" ਉਸਨੇ ਪੁੱਛਿਆ।

"ਨਹੀਂ, ਉਹ ਨਹੀਂ ਹੈ," ਬੁੱਧ ਨੇ ਕਿਹਾ।

ਬਾਅਦ ਵਿੱਚ ਉਸੇ ਦੁਪਹਿਰ, ਤੀਜਾ ਆਦਮੀ ਉਹਨਾਂ ਕੋਲ ਆਇਆ ਅਤੇ ਉਹੀ ਸਵਾਲ ਪੁੱਛਿਆ:

"ਕੀ ਰੱਬ ਹੈ?"

"ਇਹ ਫੈਸਲਾ ਤੁਸੀਂ ਖੁਦ ਕਰਨਾ ਹੈ," ਬੁੱਧ ਨੇ ਕਿਹਾ।

"ਇਹ ਅਜੀਬ ਹੈ, ਗੁਰੂਦੇਵ," ਇੱਕ ਸ਼ਰਧਾਲੂ ਨੇ ਕਿਹਾ "ਤੁਸੀਂ ਇੱਕ ਸਵਾਲ ਦੇ ਵੱਖ-ਵੱਖ ਜਵਾਬ ਕਿਵੇਂ ਦੇ ਸਕਦੇ ਹੋ?"

"ਕਿਉਂਕਿ ਸਵਾਲ ਪੁੱਛਣ ਵਾਲਾ ਹਰ ਵਿਅਕਤੀ ਵੱਖਰਾ ਹੈ," ਬੁੱਧ ਨੇ ਕਿਹਾ, "ਅਤੇ ਹਰ ਇੱਕ ਆਪਣੇ-ਆਪਣੇ ਢੰਗ ਨਾਲ ਰੱਬ ਕੋਲ ਪਹੁੰਚੇਗਾ — ਨਿਸ਼ਚਿਤਤਾ ਨਾਲ, ਇਨਕਾਰ ਨਾਲ ਅਤੇ ਸੰਦੇਹ ਨਾਲ।"

ਅਸੀਂ ਸਾਰੇ ਜੀਵ ਕੁਝ ਕਰਨ ਵਿੱਚ, ਫੈਸਲੇ ਲੈਣ ਵਿੱਚ, ਯੋਜਨਾਵਾਂ ਬਣਾਉਣ ਵਿੱਚ ਲੱਗੇ ਰਹਿੰਦੇ ਹਾਂ। ਅਸੀਂ ਹਰ ਸਮੇਂ ਕੁਝ ਨਵਾਂ ਕਰਨ ਦੀ ਕੋਸ਼ਿਸ਼ ਕਰ ਰਹੇ ਹੁੰਦੇ ਹਾਂ, ਕਿਸੇ ਹੋਰ ਚੀਜ਼ ਬਾਰੇ ਨਿਸ਼ਚੇ ਕਰ ਰਹੇ ਹੁੰਦੇ ਹਾਂ ਅਤੇ ਕੋਈ ਤੀਜੀ ਚੀਜ਼ ਲੱਭ ਰਹੇ ਹੁੰਦੇ ਹਾਂ।

ਇਸ ਵਿੱਚ ਕੁਝ ਵੀ ਗ਼ਲਤ ਨਹੀਂ ਹੈ; ਆਖ਼ਿਰਕਾਰ, ਅਸੀਂ ਦੁਨੀਆ ਨੂੰ ਇਸੀ ਤਰ੍ਹਾਂ ਬਣਾਉਂਦੇ ਅਤੇ ਬਦਲਦੇ ਹਾਂ। ਪਰ ਪ੍ਰਮਾਤਮਾ ਦੀ ਭਗਤੀ ਵੀ ਜੀਵਨ ਦਾ ਹਿੱਸਾ ਹੈ। ਕਦੇ-ਕਦੇ ਰੁਕਣਾ, ਖ਼ੁਦ ਤੋਂ ਬਾਹਰ ਹੋ ਕੇ ਦੇਖਣਾ ਅਤੇ ਬ੍ਰਹਿਮੰਡ ਦੇ ਸਾਹਮਣੇ ਮੌਨ ਹੋ ਕੇ ਖੜ੍ਹੇ ਰਹਿਣਾ।

ਦੇਹ ਅਤੇ ਆਤਮਾ ਨਾਲ ਝੁਕਣਾ। ਬਿਨਾਂ ਕੁਝ ਪੁੱਛੇ, ਬਿਨਾਂ ਸੋਚੇ, ਇੱਥੋਂ ਤੱਕ ਕਿ ਸ਼ੁਕਰ ਵੀ ਮਹਿਸੂਸ ਨਾ ਕਰਨਾ। ਸਿਰਫ਼, ਸਾਡੇ ਆਲੇ-ਦੁਆਲੇ ਛਾਏ ਪਿਆਰ ਦਾ ਅਹਿਸਾਸ ਕਰਨਾ। ਅਜਿਹੇ ਪਲਾਂ ਵਿੱਚ, ਅਚਨਚੇਤ ਕੁਝ ਹੰਝੂ ਵਹਿ ਸਕਦੇ ਹਨ— ਨਾ ਤਾਂ ਖ਼ੁਸ਼ੀ ਦੇ, ਨਾ ਹੀ ਦੁੱਖ ਦੇ — ਬਸ ਬਿਨਾਂ ਕਿਸੇ ਗੱਲੋਂ ਰੋਣਾ ਆ ਸਕਦਾ ਹੈ।

ਹੈਰਾਨ ਨਾ ਹੋਵੋ। ਇਹ ਇੱਕ ਤੋਹਫ਼ਾ ਹੈ। ਉਹ ਹੰਝੂ ਤੁਹਾਡੀ ਆਤਮਾ ਨੂੰ ਧੋ ਕੇ ਨਿਰਮਲ ਕਰ ਰਹੇ ਹਨ।

ਪਾਉਲੋ ਕੋਇਲੋ

ਗੁਰੂ ਕਹਿੰਦੇ ਹਨ :

ਜੇਕਰ ਤੁਹਾਨੂੰ ਰੋਣਾ ਪਵੇ ਤਾਂ ਇਸ ਤਰ੍ਹਾਂ ਰੋਵੋ ਜਿਵੇਂ ਬੱਚੇ ਰੋਂਦੇ ਹਨ।

ਇੱਕ ਸਮਾਂ ਸੀ, ਜਦੋਂ ਤੁਸੀਂ ਬੱਚੇ ਸੀ ਅਤੇ ਜੀਵਨ ਵਿੱਚ ਸਭ ਤੋਂ ਪਹਿਲੀ ਚੀਜ਼ ਜੋ ਤੁਸੀਂ ਸਿੱਖੀ, ਉਹ ਸੀ ਰੋਣਾ। ਕਿਉਂਕਿ ਇਹ ਜੀਵਨ ਦਾ ਇੱਕ ਹਿੱਸਾ ਹੈ। ਕਦੇ ਵੀ ਨਾ ਭੁੱਲੋ ਕਿ ਤੁਸੀਂ ਆਜ਼ਾਦ ਹੋ ਅਤੇ ਆਪਣੀਆਂ ਭਾਵਨਾਵਾਂ ਦਾ ਪ੍ਰਗਟਾਵਾ ਕਰਨ ਵਿੱਚ ਸ਼ਰਮਾਉਣ ਦੀ ਕੋਈ ਲੋੜ ਨਹੀਂ।

ਚੀਕਾਂ ਮਾਰੋ, ਜ਼ੋਰ-ਜ਼ੋਰ ਨਾਲ ਰੋਵੋ, ਜੇ ਚਾਹੋ ਤਾਂ ਰੌਲਾ ਪਾਵੋ, ਕਿਉਂਕਿ ਬੱਚੇ ਇਸ ਤਰ੍ਹਾਂ ਹੀ ਰੋਂਦੇ ਹਨ ਅਤੇ ਉਹ ਜਾਣਦੇ ਹਨ ਕਿ ਇਹ ਆਪਣੇ ਦਿਲ ਨੂੰ ਹਲਕਾ ਕਰਨ ਦਾ ਸਭ ਤੋਂ ਵਧੀਆ ਤਰੀਕਾ ਹੈ।

ਕੀ ਤੁਸੀਂ ਧਿਆਨ ਦਿੱਤਾ ਹੈ ਕਿ ਬੱਚੇ ਰੋਣੋ ਕਿਵੇਂ ਹਟਦੇ ਹਨ?

ਕੋਈ ਚੀਜ਼ ਉਹਨਾਂ ਦਾ ਧਿਆਨ ਖਿੱਚ ਲੈਂਦੀ ਹੈ, ਕੋਈ ਚੀਜ਼ ਉਹਨਾਂ ਨੂੰ ਨਵੇਂ ਕੰਮ ਕਰਨ ਲਈ ਬੁਲਾਉਂਦੀ ਹੈ।

ਬੱਚੇ ਬਹੁਤ ਜਲਦੀ ਰੋਣਾ ਬੰਦ ਕਰ ਦਿੰਦੇ ਹਨ।

ਇਸੇ ਤਰ੍ਹਾਂ ਤੁਹਾਡੇ ਨਾਲ ਵੀ ਹੋਵੇਗਾ, ਪਰ ਸਿਰਫ਼ ਉਸ ਵੇਲੇ ਜਦੋਂ ਤੁਸੀਂ ਬੱਚਿਆਂ ਵਾਂਗ ਰੋਵੋਗੇ।

ਮੁਸਾਫ਼ਿਰ ਆਪਣੀ ਇੱਕ ਮਹਿਲਾ ਮਿਤ੍ਰ ਦੇ ਨਾਲ ਦੁਪਹਿਰ ਦਾ ਖਾਣਾ ਖਾ ਰਿਹਾ ਸੀ। ਮਹਿਲਾ ਫੋਰਟ ਲੌਂਡਰਡੇਲ ਵਿੱਚ ਵਕੀਲ ਹੈ। ਨਾਲ ਹੀ ਬੈਠਾ ਇੱਕ ਬਹੁਤ ਹੀ ਉਤਸ਼ਾਹਿਤ ਸ਼ਰਾਬੀ ਉਨ੍ਹਾਂ ਦੀ ਗੱਲਬਾਤ ਵਿੱਚ ਦਖ਼ਲ ਅੰਦਾਜ਼ੀ ਕਰਨ ਦੀ ਕੋਸ਼ਿਸ਼ ਕਰ ਰਿਹਾ ਸੀ।

ਜਦੋਂ ਉਹ ਵਕੀਲ ਸ਼ਰਾਬੀ ਨੂੰ ਕਹਿੰਦੀ ਹੈ, "ਸਾਨੂੰ ਇਕੱਲਾ ਛੱਡੋ,"

ਤਾਂ ਸ਼ਰਾਬੀ ਕਹਿੰਦਾ ਹੈ: "ਕਿਉਂ? ਮੈਂ ਮੁਹੱਬਤ ਬਾਰੇ ਓਵੇਂ ਗੱਲ ਕਰ ਰਿਹਾ ਸੀ, ਜਿਵੇਂ ਕੋਈ ਬਿਨਾਂ ਨਸ਼ੇ ਦੇ ਕਦੇ ਨਹੀਂ ਕਰ ਸਕਦਾ। ਮੈਂ ਖੁਸ਼ ਮਹਿਸੂਸ ਕਰ ਰਿਹਾ ਸੀ ਅਤੇ ਦੋ ਅਣਜਾਣ ਲੋਕਾਂ ਸਾਹਮਣੇ ਉਸ ਖ਼ੁਸ਼ੀ ਦਾ ਪ੍ਰਗਟਾਵਾ ਕਰਨਾ ਚਾਹੁੰਦਾ ਸੀ। ਇਸ ਵਿੱਚ ਕੀ ਗਲਤ ਹੈ?"

"ਇਹ ਠੀਕ ਸਮਾਂ ਨਹੀਂ ਹੈ," ਉਹ ਕਹਿੰਦੀ ਹੈ।

"ਕੀ ਤੁਸੀਂ ਇਹ ਕਹਿਣਾ ਚਾਹੁੰਦੇ ਹੋ ਕਿ ਆਪਣੀ ਖ਼ੁਸ਼ੀ ਦਿਖਾਉਣ ਲਈ ਵੀ ਕੋਈ ਉਚਿਤ ਸਮਾਂ ਹੋਣਾ ਚਾਹੀਦਾ ਹੈ?"

ਉਹਨਾਂ ਤੁਰੰਤ ਹੀ ਉਸ ਆਦਮੀ ਨੂੰ ਆਪਣੇ ਨਾਲ ਬੈਠਣ ਲਈ ਬੁਲਾ ਲਿਆ।

ਗੁਰੂ ਕਹਿੰਦੇ ਹਨ :

ਸਾਨੂੰ ਆਪਣੇ ਸਰੀਰ ਦੀ ਦੇਖਭਾਲ ਕਰਨੀ ਚਾਹੀਦੀ ਹੈ, ਕਿਉਂਕਿ ਇਹ ਪਵਿੱਤਰ ਆਤਮਾ ਦਾ ਮੰਦਰ ਹੈ ਅਤੇ ਇਸ ਲਈ ਇਹ ਸਨਮਾਨ ਅਤੇ ਪਿਆਰ ਦੇ ਯੋਗ ਹੈ।

ਸਾਨੂੰ ਆਪਣੇ ਸਮੇਂ ਦਾ ਜ਼ਿਆਦਾ ਤੋਂ ਜ਼ਿਆਦਾ ਉਪਯੋਗ ਕਰਨਾ ਚਾਹੀਦਾ ਹੈ, ਕਿਉਂਕਿ ਸਾਡੇ ਲਈ ਆਪਣੇ ਸੁਪਨਿਆਂ ਲਈ ਲੜਨਾ ਅਤੇ ਉਸ ਲੜਾਈ ਲਈ ਜਾਨ ਲਾ ਦੇਣੀ ਜ਼ਰੂਰੀ ਹੈ।

ਪਰ, ਇਹ ਯਾਦ ਰੱਖਣਾ ਵੀ ਜ਼ਰੂਰੀ ਹੈ ਕਿ ਜੀਵਨ ਛੋਟੇ-ਛੋਟੇ ਸੁਖਾਂ ਦਾ ਬਣਿਆ ਹੈ। ਇਹ ਸੁਖ ਉੱਥੇ ਇਸ ਲਈ ਹਨ ਕਿ ਸਾਨੂੰ ਪ੍ਰੇਰਣਾ ਦੇਣ, ਸਾਡੀ ਖੋਜ ਵਿੱਚ ਮਦਦ ਕਰਨ ਅਤੇ ਸਾਡੇ ਰੋਜ਼ਾਨਾ ਦੇ ਸੰਘਰਸ਼ਾਂ ਵਿਚ ਕੁਝ ਪਲਾਂ ਲਈ ਆਰਾਮ ਦੇ ਜਾਣ।

ਖੁਸ਼ ਰਹਿਣਾ ਕੋਈ ਪਾਪ ਨਹੀਂ ਹੈ। ਜੇ ਤੁਸੀਂ ਕਦੇ-ਕਦੇ ਭੋਜਨ, ਨੀਂਦ ਅਤੇ ਸੁਖ ਸਬੰਧੀ ਕੁਝ ਵਿਸ਼ੇਸ਼ ਨਿਯਮਾਂ ਦੀ ਉਲੰਘਣਾ ਕਰਦੇ ਹੋ, ਤਾਂ ਇਸ ਵਿੱਚ ਕੁਝ ਵੀ ਗ਼ਲਤ ਨਹੀਂ।

ਜੇ ਤੁਸੀਂ ਕਦੇ-ਕਦੇ ਆਪਣੇ ਵਕਤ ਨੂੰ ਕੁਝ ਛੋਟੀਆਂ ਮੂਰਖਤਾਵਾਂ 'ਤੇ ਜ਼ਾਇਆ ਕਰਦੇ ਹੋ ਤਾਂ ਆਪਣੇ-ਆਪ ਨੂੰ ਦੋਸ਼ੀ ਨਾ ਠਹਿਰਾਓ। ਇਹ ਉਹ ਛੋਟੇ-ਛੋਟੇ ਸੁਖ ਹਨ, ਜੋ ਸਾਡੇ ਜਿਉਂਦੇ ਰਹਿਣ ਲਈ ਜ਼ਰੂਰੀ ਪ੍ਰੇਰਣਾ ਦਿੰਦੇ ਹਨ।

ਜਦੋਂ ਗੁਰੂ ਰੱਬ ਦੇ ਸੰਦੇਸ਼ ਦਾ ਪ੍ਰਚਾਰ ਕਰਨ ਵਾਸਤੇ ਯਾਤਰਾ 'ਤੇ ਸਨ, ਉਸੇ ਸਮੇਂ ਉਸ ਘਰ ਵਿੱਚ ਅੱਗ ਲੱਗ ਗਈ, ਜਿੱਥੇ ਉਹ ਪਹਿਲਾਂ ਆਪਣੇ ਸ਼ਾਗਿਰਦਾਂ ਨਾਲ ਰਹਿੰਦੇ ਸਨ।

"ਉਹ ਇਹ ਘਰ ਸਾਡੇ ਭਰੋਸੇ 'ਤੇ ਛੱਡ ਕੇ ਗਏ ਹਨ ਅਤੇ ਅਸੀਂ ਇਸ ਦੀ ਦੇਖਭਾਲ ਕਰਨ ਵਿੱਚ ਅਸਫਲ ਰਹੇ," ਇੱਕ ਸ਼ਾਗਿਰਦ ਨੇ ਕਿਹਾ।

ਉਹਨਾਂ ਨੇ ਤੁਰੰਤ ਹੀ ਬਚੇ ਹੋਏ ਹਿੱਸਿਆਂ ਤੋਂ ਘਰ ਬਣਾਉਣਾ ਸ਼ੁਰੂ ਕਰ ਦਿੱਤਾ, ਪਰ ਗੁਰੂ ਉਮੀਦ ਤੋਂ ਪਹਿਲਾਂ ਹੀ ਯਾਤਰਾ ਤੋਂ ਵਾਪਸ ਆ ਗਏ। ਜਦੋਂ ਉਹਨਾਂ ਨੇ ਨਵਾਂ ਘਰ ਬਣਿਆ ਦੇਖਿਆ, ਤਾਂ ਖੁਸ਼ ਹੋ ਕੇ ਕਿਹਾ:

"ਵਾਹ! ਨਵਾਂ ਘਰ! ਅਸੀਂ ਤਰੱਕੀ ਕਰ ਰਹੇ ਹਾਂ।"

ਇੱਕ ਸ਼ਾਗਿਰਦ ਨੇ ਸ਼ਰਮਿੰਦਾ ਹੋ ਕੇ ਗੁਰੂ ਨੂੰ ਹਕੀਕਤ ਦੱਸੀ ਕਿ ਜਿਸ ਘਰ ਵਿੱਚ ਉਹ ਰਹਿ ਰਹੇ ਸਨ, ਉਹ ਅੱਗ ਲੱਗਣ ਕਰ ਕੇ ਸੜ ਗਿਆ ਸੀ।

"ਮੈਂ ਸਮਝਿਆ ਨਹੀਂ," ਗੁਰੂ ਨੇ ਕਿਹਾ, "ਮੈਨੂੰ ਤਾਂ ਸਿਰਫ਼ ਉਹ ਲੋਕ ਦਿਸ ਰਹੇ ਹਨ, ਜਿਨ੍ਹਾਂ ਦੇ ਜੀਵਨ ਵਿੱਚ ਆਸਥਾ ਹੈ ਅਤੇ ਜੋ ਆਪਣੀ ਜ਼ਿੰਦਗੀ ਦਾ ਨਵਾਂ ਸਫ਼ਰ ਸ਼ੁਰੂ ਕਰ ਰਹੇ ਹਨ। ਉਹ ਲੋਕ, ਜਿਨ੍ਹਾਂ ਨੇ ਉਹ ਇਕਲੌਤੀ ਚੀਜ਼ ਖੋਹ ਦਿੱਤੀ ਜੋ ਉਹਨਾਂ ਕੋਲ ਸੀ ਉਹ ਬਹੁਤੇ ਲੋਕਾਂ ਤੋਂ ਚੰਗੇ ਹਨ, ਕਿਉਂਕਿ ਹੁਣ ਤੋਂ, ਉਹ ਸਿਰਫ਼ ਪ੍ਰਾਪਤ ਹੀ ਕਰ ਸਕਦੇ ਹਨ।"

ਪਿਆਨੋ ਵਾਦਕ ਆਰਥਰ ਰੂਬਿਨਟਾਈਨ ਨੂੰ ਨਿਊਯਾਰਕ ਦੇ ਸ਼ਾਨਦਾਰ ਰੈਸਟੋਰੈਂਟ ਵਿੱਚ ਦੁਪਹਿਰ ਦੇ ਖਾਣੇ ਲਈ ਪਹੁੰਚਣ ਵਿੱਚ ਦੇਰੀ ਹੋ ਗਈ। ਉਹਨਾਂ ਦੇ ਦੋਸਤ ਚਿੰਤਿਤ ਹੋ ਗਏ, ਪਰ ਆਖ਼ਿਰਕਾਰ ਰੂਬਿਨਟਾਈਨ ਆਪਣੇ ਤੋਂ ਤੀਹ ਸਾਲ ਛੋਟੀ ਸੋਨੇ ਰੰਗੇ ਵਾਲਾਂ ਵਾਲੀ ਇੱਕ ਸੁੰਦਰ ਮਹਿਲਾ ਦੀ ਬਾਂਹ ਵਿੱਚ ਬਾਂਹ ਪਾ ਕੇ ਪ੍ਰਗਟ ਹੋਏ। ਹਾਲਾਂਕਿ ਉਹ ਆਪਣੀ ਕੰਜੂਸੀ ਲਈ ਮਸ਼ਹੂਰ ਸਨ, ਪਰ ਉਸ ਦੁਪਹਿਰ ਉਹਨਾਂ ਨੇ ਸਭ ਤੋਂ ਮਹਿੰਗੇ ਖਾਣੇ ਅਤੇ ਬਹੁਤ ਹੀ ਦੁਰਲਭ ਕਿਸਮ ਦੀ ਪ੍ਰੰਪਰਿਕ ਵਾਈਨ ਆਰਡਰ ਕੀਤੀ। ਅਖ਼ੀਰ ਵਿੱਚ, ਉਹਨਾਂ ਹੱਸਦਿਆਂ ਹੋਏ ਬਿਲ ਵੀ ਦੇ ਦਿੱਤਾ।

"ਮੈਨੂੰ ਪਤਾ ਹੈ ਕਿ ਤੁਸੀਂ ਹੈਰਾਨ ਹੋਵੋਗੇ," ਰੂਬਿਨਟਾਈਨ ਨੇ ਕਿਹਾ, "ਪਰ ਅੱਜ ਮੈਂ ਆਪਣੀ ਵਸੀਅਤ ਲਿਖਵਾਉਣ ਆਪਣੇ ਵਕੀਲ ਕੋਲ ਗਿਆ ਸੀ। ਮੈਂ ਇਕ ਵੱਡੀ ਰਕਮ ਆਪਣੀ ਧੀ ਅਤੇ ਰਿਸ਼ਤੇਦਾਰਾਂ ਨੂੰ ਦੇ ਦਿੱਤੀ, ਬਹੁਤ ਸਾਰੀਆਂ ਧਾਰਮਿਕ ਸੰਸਥਾਵਾਂ ਲਈ ਦਾਨ ਦਿੱਤਾ ਅਤੇ ਫਿਰ ਅਚਾਨਕ ਮੈਨੂੰ ਅਹਿਸਾਸ ਹੋਇਆ ਕਿ ਆਪਣੀ ਵਸੀਅਤ ਵਿੱਚ ਮੈਂ ਤਾਂ ਸ਼ਾਮਲ ਹੀ ਨਹੀਂ ਸੀ। ਸਾਰਾ ਪੈਸਾ ਦੂਜਿਆਂ ਕੋਲ ਜਾ ਰਿਹਾ ਸੀ!

"ਮੈਂ ਫ਼ੈਸਲਾ ਕੀਤਾ ਕਿ ਹੁਣ ਤੋਂ ਮੈਂ ਆਪਣੇ-ਆਪ ਪ੍ਰਤੀ ਜ਼ਿਆਦਾ ਉਦਾਰਤਾ ਵਰਤਾਂਗਾ।"

ਮਕਤੂਬ

ਗੁਰੂ ਕਹਿੰਦੇ ਹਨ :

ਜੇ ਤੁਸੀਂ ਆਪਣੇ ਸੁਪਨਿਆਂ ਵੱਲ ਜਾਂਦੇ ਰਾਹ ’ਤੇ ਚੱਲ ਰਹੇ ਹੋ, ਤਾਂ ਉਸ ਪ੍ਰਤੀ ਪੂਰੀ ਤਰ੍ਹਾਂ ਸਮਰਪਿਤ ਰਹੋ। ਜਾਣ ਲੱਗਿਆਂ ਬੂਹਾ ਇਹ ਬਹਾਨਾ ਬਣਾ ਕੇ ਨਾ ਖੁੱਲ੍ਹਾ ਛੱਡਿਓ ਕਿ “ਨਹੀਂ, ਇਹ ਮੈਨੂੰ ਨਹੀਂ ਚਾਹੀਦਾ ਸੀ।” ਇਹ ਸ਼ਬਦ ਹੀ ਹਾਰ ਦੇ ਬੀਜ ਹਨ।

ਆਪਣੇ ਚੁਣੇ ਹੋਏ ਰਾਹ ਨੂੰ ਆਪਣਾ ਕਹਿ ਕੇ ਗਲੇ ਲਗਾਇਓ। ਜੇਕਰ ਤੁਸੀਂ ਕਦੇ ਕਿਤੇ ਥੋੜ੍ਹਾ ਜਿਹਾ ਵੀ ਡੋਲਦੇ ਹੋ, ਤਾਂ ਵੀ, ਜੇ ਤੁਸੀਂ ਜਾਣਦੇ ਹੋ ਕਿ ਤੁਸੀਂ ਕੁਝ ਹੋਰ ਇਸ ਤੋਂ ਵਧੀਆ ਕਰ ਸਕਦੇ ਸੀ, ਫਿਰ ਵੀ। ਜੇ ਤੁਸੀਂ ਉਸ ਸ਼ੈਅ ਨੂੰ ਕਬੂਲ ਕਰ ਲੈਂਦੇ ਹੋ ਜੋ ਤੁਸੀਂ ਇਸ ਸਮੇਂ ਕਰਨ ਯੋਗ ਹੋ, ਤਾਂ ਤੁਸੀਂ ਨਿਸ਼ਚਿਤ ਹੀ ਭਵਿੱਖ ਵਿੱਚ ਹੋਰ ਵਧੀਆ ਕਰੋਗੇ। ਪਰ ਜੇ ਤੁਸੀਂ ਆਪਣੀਆਂ ਸੀਮਾਵਾਂ ਤੋਂ ਇਨਕਾਰ ਕਰਦੇ ਹੋ, ਤਾਂ ਤੁਸੀਂ ਉਨ੍ਹਾਂ ਤੋਂ ਕਦੇ ਵੀ ਮੁਕਤ ਨਹੀਂ ਹੋ ਸਕੋਗੇ।

ਆਪਣੇ ਸਫ਼ਰ ਨੂੰ ਹਿੰਮਤ ਨਾਲ ਤੈਅ ਕਰੋ, ਹੋਰ ਲੋਕਾਂ ਦੀ ਆਲੋਚਨਾ ਤੋਂ ਨਾ ਡਰੋ। ਸਭ ਤੋਂ ਮਹੱਤਵਪੂਰਨ ਗੱਲ ਇਹ ਹੈ ਕਿ ਆਪਣੀ ਆਲੋਚਨਾ-ਆਪ ਕਰਕੇ ਖ਼ੁਦ ਨੂੰ ਰੋਕੋ ਨਾ।

ਜਾਗ ਕੇ ਕੱਟੀਆਂ ਰਾਤਾਂ ਨੂੰ ਰੱਬ ਆਪ ਤੁਹਾਡੇ ਨਾਲ ਹੋਵੇਗਾ ਅਤੇ ਤੁਹਾਡੇ ਛੁਪੇ ਹੋਏ ਹੰਝੂਆਂ ਨੂੰ ਆਪਣੇ ਪਿਆਰ ਨਾਲ ਪੂੰਝੇਗਾ।

ਰੱਬ ਬਹਾਦਰਾਂ ਦਾ ਰੱਬ ਹੈ।

ਗੁਰੂ ਨੇ ਆਪਣੇ ਵਿਦਿਆਰਥੀਆਂ ਨੂੰ ਕਿਹਾ ਕਿ ਉਹ ਜਾ ਕੇ ਆਪਣੇ ਲਈ ਕੁਝ ਭੋਜਨ ਲੈ ਆਉਣ। ਉਹ ਯਾਤਰਾ 'ਤੇ ਸਨ, ਇਸ ਲਈ ਖੁਦ ਨਹੀਂ ਪਕਾ ਸਕਦੇ ਸਨ।

ਸ਼ਾਮ ਤੱਕ ਸਾਰੇ ਵਿਦਿਆਰਥੀ ਵਾਪਸ ਆ ਗਏ। ਸਾਰੇ ਵਿਦਿਆਰਥੀ ਲੋਕਾਂ ਵਲੋਂ ਪਾਈ ਖ਼ੈਰਾਤ ਵਿਚ ਕੁਝ-ਨਾ-ਕੁਝ ਲੈ ਕੇ ਆਏ— ਸੜੇ ਹੋਏ ਫ਼ਲ, ਬਾਸੀ ਰੋਟੀ ਤੇ ਕੌੜੀ ਸ਼ਰਾਬ।

ਪਰ ਇਕ ਵਿਦਿਆਰਥੀ ਤਾਜ਼ੇ ਸੇਬਾਂ ਦਾ ਪੂਰਾ ਥੈਲਾ ਲਿਆਇਆ।

ਉਸਨੇ ਸੇਬ ਵੰਡਦੇ ਹੋਏ ਕਿਹਾ, "ਆਪਣੇ ਗੁਰੂ ਅਤੇ ਭਰਾਵਾਂ ਦੀ ਮਦਦ ਲਈ ਮੈਨੂੰ ਜੋ ਵੀ ਕਰਨਾ ਪਵੇ, ਮੈਂ ਹਮੇਸ਼ਾ ਕਰਾਂਗਾ।"

ਗੁਰੂ ਨੇ ਪੁੱਛਿਆ, "ਇਹ ਸੇਬ ਕਿੱਥੋਂ ਮਿਲੇ?"

ਉਸ ਨੇ ਕਿਹਾ, "ਮੈਨੂੰ ਇਹ ਚੋਰੀ ਕਰਨੇ ਪਏ। ਜਿਨ੍ਹਾਂ ਲੋਕਾਂ ਨੂੰ ਮੈਂ ਮਿਲਿਆ, ਉਹਨਾਂ ਨੇ ਸਾਨੂੰ ਸਿਰਫ਼ ਬਾਸੀ ਸਮਾਨ ਦਿੱਤਾ, ਹਾਲਾਂਕਿ ਉਹ ਜਾਣਦੇ ਸਨ ਕਿ ਅਸੀਂ ਰੱਬੀ ਸੰਦੇਸ਼ ਦਾ ਪ੍ਰਚਾਰ ਕਰ ਰਹੇ ਹਾਂ।"

ਗੁਰੂ ਨੇ ਸ਼ਾਂਤੀ ਨਾਲ ਕਿਹਾ,

"ਤੂੰ ਇਹ ਸੇਬ ਚੁੱਕ ਅਤੇ ਇੱਥੋਂ ਚਲਾ ਜਾ — ਤੇ ਕਦੇ ਮੁੜ ਕੇ ਨਾ ਆਈਂ। ਜੋ ਮੇਰੇ ਲਈ ਚੋਰੀ ਕਰ ਸਕਦਾ ਹੈ, ਉਹ ਇੱਕ ਦਿਨ ਮੇਰੇ ਤੋਂ ਵੀ ਚੋਰੀ ਕਰੇਗਾ।"

ਅਸੀਂ ਇਸ ਦੁਨੀਆ ਵਿੱਚ ਆਪਣੇ ਸੁਪਨਿਆਂ ਅਤੇ ਆਦਰਸ਼ਾਂ ਦੀ ਖੋਜ ਵਿੱਚ ਨਿਕਲੇ ਹਾਂ। ਅਸੀਂ ਅਕਸਰ ਉਹ ਚੀਜ਼ਾਂ, ਜੋ ਅਸਲ ਵਿੱਚ ਸਾਡੀ ਪਹੁੰਚ ਵਿੱਚ ਸੌਖੀਆਂ ਹੁੰਦੀਆਂ ਹਨ, ਉਹਨਾਂ ਨੂੰ ਅਜਿਹੀਆਂ ਥਾਵਾਂ 'ਤੇ ਰੱਖ ਦਿੰਦੇ ਹਾਂ ਜਿੱਥੇ ਤੱਕ ਕਿਸੇ ਦੀ ਪਹੁੰਚ ਨਹੀਂ ਹੁੰਦੀ।

ਜਦੋਂ ਸਾਨੂੰ ਆਪਣੀ ਗ਼ਲਤੀ ਦਾ ਅਹਿਸਾਸ ਹੁੰਦਾ ਹੈ, ਤਦੋਂ ਸਾਨੂੰ ਮਹਿਸੂਸ ਹੁੰਦਾ ਹੈ ਕਿ ਅਸੀਂ ਉਹਨਾਂ ਚੀਜ਼ਾਂ ਨੂੰ ਦੂਰ-ਦੂਰ ਤੱਕ ਲੱਭਣ ਵਿੱਚ ਆਪਣਾ ਸਮਾਂ ਵਿਅਰਥ ਕਰ ਦਿੱਤਾ ਹੈ, ਜੋ ਹਮੇਸ਼ਾ ਸਾਡੇ ਹੱਥ ਦੀ ਪਹੁੰਚ ਵਿੱਚ ਸਨ।

ਅਸੀਂ ਆਪਣੀਆਂ ਗ਼ਲਤੀਆਂ ਲਈ, ਵਿਅਰਥ ਕੀਤੀਆਂ ਖੋਜਾਂ ਲਈ, ਆਪਣੇ ਹੀ ਹੱਥਾਂ ਨਾਲ ਪੈਦਾ ਕੀਤੇ ਦੁੱਖਾਂ ਲਈ ਆਪਣੇ ਆਪ ਨੂੰ ਦੋਸ਼ੀ ਠਹਿਰਾਉਂਦੇ ਹਾਂ।

ਗੁਰੂ ਕਹਿੰਦੇ ਹਨ:

ਜੇ ਖ਼ਜ਼ਾਨਾ ਤੇਰੇ ਆਪਣੇ ਘਰ ਦੇ ਅੰਦਰ ਵੀ ਦੱਬਿਆ ਹੋਇਆ ਹੋਵੇ, ਤੂੰ ਉਸ ਤੱਕ ਓਦੋਂ ਹੀ ਪਹੁੰਚ ਸਕਦਾ ਹੈਂ ਜਦੋਂ ਉਸ ਦੀ ਖ਼ਾਤਰ ਤੂੰ ਦੂਰ-ਦੂਰ ਤੱਕ ਭਟਕ ਆਇਆ ਹੋਵੇਂ।

ਜੇ ਪੀਟਰ ਨੇ ਈਸਾ ਨੂੰ ਮੰਨਣ ਤੋਂ ਇਨਕਾਰ ਕਰਨ ਦੀ ਪੀੜਾ ਦਾ ਅਨੁਭਵ ਨਾ ਕੀਤਾ ਹੁੰਦਾ, ਤਾਂ ਉਹਨਾਂ ਨੂੰ ਚਰਚ ਦਾ ਪਿਤਾ ਕਦੇ ਨਹੀਂ ਚੁਣਿਆ ਗਿਆ ਹੁੰਦਾ।

ਜੇ ਪੈਸਾ ਉਡਾਉਣ ਵਾਲਾ ਪੁੱਤਰ ਸਭ ਕੁਝ ਛੱਡ ਕੇ ਘਰੋਂ ਨਾ ਗਿਆ ਹੁੰਦਾ, ਤਾਂ ਉਸ ਦੇ ਪਿਤਾ ਨੇ ਉਸ ਦੀ ਘਰ ਵਾਪਸੀ 'ਤੇ ਭੋਜ ਦਾ ਆਯੋਜਨ ਕਰ ਕੇ ਜਸ਼ਨ ਨਹੀਂ ਮਨਾਉਣਾ ਸੀ।

ਸਾਡੀ ਜ਼ਿੰਦਗੀ ਵਿੱਚ ਕੁਝ ਚੀਜ਼ਾਂ ਅਜਿਹੀਆਂ ਹੁੰਦੀਆਂ ਹਨ ਜਿਨ੍ਹਾਂ 'ਤੇ ਇੱਕ ਮੋਹਰ ਲੱਗੀ ਹੁੰਦੀ ਹੈ, ਜਿਸ 'ਤੇ ਲਿਖਿਆ ਹੁੰਦਾ ਹੈ:

"ਤੂੰ ਮੇਰੀ ਕੀਮਤ ਓਦੋਂ ਹੀ ਸਮਝੇਂਗਾ, ਜਦੋਂ ਮੈਨੂੰ ਗੁਆ ਕੇ ਦੁਬਾਰਾ ਹਾਸਿਲ ਕਰੇਂਗਾ।"

ਇਸ ਸਫ਼ਰ ਨੂੰ ਘੱਟ ਕਰਨ ਦੀ ਕੋਸ਼ਿਸ਼ ਦਾ ਕੋਈ ਅਰਥ ਨਹੀਂ।

ਮਕਤੂਬ

ਇਕ ਵਾਰ ਗੁਰੂ ਆਪਣੇ ਬਹੁਤ ਹੀ ਪਿਆਰੇ ਵਿਦਿਆਰਥੀ ਨੂੰ ਮਿਲੇ ਅਤੇ ਉਸਦੀ ਆਤਮਿਕ ਉੱਨਤੀ ਬਾਰੇ ਪੁੱਛਿਆ। ਇਸ ਗੱਲ ਦੇ ਜਵਾਬ ਵਿਚ ਵਿਦਿਆਰਥੀ ਨੇ ਕਿਹਾ ਕਿ ਮੈਂ ਆਪਣੇ ਦਿਨ ਦਾ ਹਰ ਪਲ ਰੱਬ ਨੂੰ ਸਮਰਪਿਤ ਕਰਨ ਦੀ ਕੋਸ਼ਿਸ਼ ਕਰ ਰਿਹਾ ਹਾਂ।

ਗੁਰੂ ਨੇ ਕਿਹਾ, "ਤਾਂ ਤੇਰੇ ਲਈ ਹੁਣ ਸਿਰਫ਼ ਇੱਕ ਕੰਮ ਬਚਿਆ ਹੈ — ਆਪਣੇ ਦੁਸ਼ਮਣਾਂ ਨੂੰ ਮਾਫ਼ ਕਰ ਦੇ।"

ਉਹ ਹੈਰਾਨ ਹੋ ਕੇ ਬੋਲਿਆ, "ਪਰ ਮੈਨੂੰ ਇਸਦੀ ਲੋੜ ਨਹੀਂ ਹੈ, ਮੈਂ ਆਪਣੇ ਦੁਸ਼ਮਣਾਂ ਨਾਲ ਗੁੱਸੇ ਨਹੀਂ ਹਾਂ।"

ਗੁਰੂ ਮੁਸਕਰਾਏ ਤੇ ਪੁੱਛਿਆ, "ਕੀ ਤੂੰ ਸੋਚਦਾ ਹੈਂ ਕਿ ਪਰਮਾਤਮਾ ਤੈਥੋਂ ਗੁੱਸਿਆ ਹੈ?"

"ਬਿਲਕੁਲ ਨਹੀਂ," ਵਿਦਿਆਰਥੀ ਨੇ ਕਿਹਾ।

"ਅਤੇ ਫਿਰ ਵੀ ਤੂੰ ਉਸ ਤੋਂ ਮਾਫ਼ੀ ਮੰਗਦਾ ਹੈਂ, ਹੈ ਨਾ?

ਬਸ, ਇਹੀ ਆਪਣੇ ਦੁਸ਼ਮਣਾਂ ਨਾਲ ਕਰ — ਭਾਵੇਂ ਤੂੰ ਉਹਨਾਂ ਨਾਲ ਦੁਸ਼ਮਣੀ ਨਾ ਵੀ ਰੱਖਦਾ ਹੋਵੇਂ।

ਮਾਫ਼ ਕਰਦਿਆਂ ਤੂੰ ਆਪਣੇ ਹੀ ਦਿਲ ਨੂੰ ਪਵਿੱਤਰ ਅਤੇ ਸੁਗੰਧਿਤ ਕਰ ਰਿਹਾ ਹੁੰਦਾ ਹੈਂ।"

ਪਾਓਲੋ ਕੋਇਲੋ

ਟੂਲੋਂ ਦੀ ਘੇਰਾਬੰਦੀ ਦੌਰਾਨ ਹੋਈ ਅੰਧਾ-ਧੁੰਦ ਗੋਲਾ-ਬਾਰੀ ਵਿਚ ਜਵਾਨ ਨੇਪੋਲੀਅਨ ਪੱਤੇ ਵਾਂਗ ਕੰਬ ਰਿਹਾ ਸੀ।

ਜਦੋਂ ਇੱਕ ਸਿਪਾਹੀ ਨੇ ਇਹ ਦੇਖਿਆ, ਉਸ ਨੇ ਆਪਣੇ ਸਾਥੀਆਂ ਨੂੰ ਕਿਹਾ:

"ਦੇਖੋ, ਉਹ ਡਰਿਆ ਹੋਇਆ ਹੈ!"

ਨੇਪੋਲੀਅਨ ਨੇ ਜਵਾਬ ਦਿੱਤਾ, "ਹਾਂ, ਮੈਂ ਡਰਿਆ ਹੋਇਆ ਹਾਂ — ਪਰ ਫਿਰ ਵੀ ਲੜ ਰਿਹਾ ਹਾਂ। ਜੇ ਤੁਸੀਂ ਮੇਰੇ ਨਾਲੋਂ ਅੱਧਾ ਵੀ ਡਰ ਮਹਿਸੂਸ ਕਰ ਰਹੇ ਹੁੰਦੇ, ਤਾਂ ਕਦੋਂ ਦੇ ਭੱਜ ਗਏ ਹੁੰਦੇ।"

ਗੁਰੂ ਕਹਿੰਦੇ ਹਨ:

"ਡਰ ਕਾਇਰਤਾ ਦੀ ਨਿਸ਼ਾਨੀ ਨਹੀਂ ਹੁੰਦਾ। ਇਹ ਡਰ ਹੀ ਹੈ ਜੋ ਸਾਨੂੰ ਹਰ ਹਾਲਤ ਵਿੱਚ ਹਿੰਮਤ ਅਤੇ ਇੱਜ਼ਤ ਨਾਲ ਕੰਮ ਕਰਨ ਦਾ ਮੌਕਾ ਦਿੰਦਾ ਹੈ। ਜੋ ਵਿਅਕਤੀ ਡਰ ਮਹਿਸੂਸ ਕਰਦਾ ਹੈ ਪਰ ਫਿਰ ਵੀ ਡਟ ਕੇ ਸੰਘਰਸ਼ ਕਰਦਾ ਹੈ, ਉਹ ਅਸਲ ਵਿੱਚ ਆਪਣੀ ਬਹਾਦਰੀ ਦਾ ਪ੍ਰਮਾਣ ਦੇ ਰਿਹਾ ਹੁੰਦਾ ਹੈ। ਪਰ ਜੋ ਵਿਅਕਤੀ ਖ਼ਤਰੇ ਤੋਂ ਬੇਖ਼ਬਰ ਹੋ ਕੇ ਖ਼ਤਰਨਾਕ ਸਥਿਤੀਆਂ ਦਾ ਸਾਹਮਣਾ ਕਰਦਾ ਹੈ, ਉਹ ਗ਼ੈਰਜ਼ਿੰਮੇਵਾਰਾਨਾ ਢੰਗ ਨਾਲ ਪੇਸ਼ ਆ ਰਿਹਾ ਹੁੰਦਾ ਹੈ।"

ਇਕ ਮੁਸਾਫ਼ਿਰ ਸੇਂਟ ਜੌਨ ਦੇ ਫੀਸਟ ਡੇ ਦੇ ਜਸ਼ਨ ਵਿੱਚ ਸ਼ਾਮਲ ਹੋਇਆ — ਹਰ ਪਾਸੇ ਰੰਗ-ਬਰੰਗੇ ਸਟਾਲ, ਰਾਈਫ਼ਲ ਰੇਂਜ, ਤੇ ਘਰ ਦੇ ਖਾਣੇ ਦੀ ਖ਼ੁਸ਼ਬੂ। ਅਚਾਨਕ ਇੱਕ ਨਕਲਚੀ ਉਸਦੇ ਹਰ ਇਸ਼ਾਰੇ ਦੀ ਨਕਲ ਕਰਨ ਲੱਗਦਾ ਹੈ। ਲੋਕ ਹੱਸਦੇ ਹਨ ਤੇ ਮੁਸਾਫ਼ਿਰ ਵੀ ਹੱਸ ਪੈਂਦਾ ਹੈ। ਅੰਤ ਵਿੱਚ ਉਹ ਨਕਲਚੀ ਨੂੰ ਆਪਣੇ ਨਾਲ ਕੌਫ਼ੀ ਪੀਣ ਲਈ ਬੁਲਾਉਂਦਾ ਹੈ।

ਨਕਲਚੀ ਕਹਿੰਦਾ ਹੈ:

"ਆਪਣੇ-ਆਪ ਨੂੰ ਜ਼ਿੰਦਗੀ ਵਿੱਚ ਝੋਕ ਦੇ। ਜੇ ਤੂੰ ਜਿਉਂਦਾ ਹੈਂ, ਤਾਂ ਆਪਣੀਆਂ ਬਾਂਹਾਂ ਹਵਾ ਵਿੱਚ ਲਹਿਰਾ, ਉੱਛਲ-ਕੁੱਦ ਕਰ, ਖ਼ੂਬ ਰੌਲਾ ਪਾ, ਹੱਸ ਤੇ ਲੋਕਾਂ ਨਾਲ ਗੱਲ ਕਰ — ਕਿਉਂਕਿ ਜ਼ਿੰਦਗੀ ਮੌਤ ਦੇ ਬਿਲਕੁਲ ਉਲਟ ਹੈ। ਮਰ ਜਾਣਾ ਮਤਲਬ ਹੈ — ਹਮੇਸ਼ਾ ਲਈ ਇਕੋ ਹਾਲਤ ਵਿੱਚ ਰਹਿਣਾ। ਜੇ ਤੂੰ ਬਦਲਦਾ ਨਹੀਂ ਤਾਂ ਤੂੰ ਪੂਰੀ ਤਰ੍ਹਾਂ ਜਿਉਂਦਾ ਨਹੀਂ।"

ਪਾਓਲੋ ਕੋਇਲੋ

ਇੱਕ ਸ਼ਕਤੀਸ਼ਾਲੀ ਰਾਜੇ ਨੇ ਇੱਕ ਪਾਦਰੀ ਨੂੰ ਬੁਲਾਇਆ ਅਤੇ ਉਸਨੂੰ ਆਪਣੀ ਪਿੱਠ ਦਾ ਦਰਦ ਠੀਕ ਕਰਨ ਲਈ ਕਿਹਾ। ਪਾਦਰੀ ਬਾਰੇ ਕਿਹਾ ਜਾਂਦਾ ਸੀ ਕਿ ਉਸ ਕੋਲ ਲੋਕਾਂ ਦੇ ਰੋਗ ਮੁਕਤ ਕਰਨ ਦੀ ਤਾਕਤ ਹੈ।

ਪਾਦਰੀ ਨੇ ਕਿਹਾ,

"ਪਰਮਾਤਮਾ ਤੁਹਾਡੀ ਮਦਦ ਕਰੇਗਾ, ਪਰ ਸਭ ਤੋਂ ਪਹਿਲਾਂ ਸਾਨੂੰ ਇਸ ਦਰਦ ਦੀ ਜੜ੍ਹ ਲੱਭਣੀ ਚਾਹੀਦੀ ਹੈ। ਆਤਮ-ਸਵੀਕਾਰ (ਕਨਫੈਸ਼ਨ) ਬਹੁਤ ਸਾਰੀਆਂ ਸਮੱਸਿਆਵਾਂ ਦਾ ਸਾਹਮਣਾ ਕਰਨ ਵਿੱਚ ਮਦਦ ਕਰਦਾ ਹੈ ਅਤੇ ਸਾਨੂੰ ਕਈ ਚੀਜ਼ਾਂ ਤੋਂ ਮੁਕਤ ਕਰ ਦਿੰਦਾ ਹੈ।"

ਫਿਰ ਪਾਦਰੀ ਨੇ ਰਾਜੇ ਨੂੰ ਉਸਦੀ ਜ਼ਿੰਦਗੀ ਬਾਰੇ ਕਈ ਸਵਾਲ ਪੁੱਛੇ— ਆਪਣੇ ਸਾਥੀਆਂ ਨਾਲ ਵਿਵਹਾਰ ਤੋਂ ਲੈ ਕੇ ਰਾਜਾ ਹੋਣ ਦੀਆਂ ਮੁਸ਼ਕਿਲਾਂ ਤੱਕ। ਰਾਜਾ ਇਹ ਸਾਰੀਆਂ ਸਮੱਸਿਆਵਾਂ ਬਾਰੇ ਸੋਚਦੇ ਹੋਏ ਥੱਕ ਗਿਆ ਅਤੇ ਪਾਦਰੀ ਨੂੰ ਕਹਿੰਦਾ ਹੈ ਕਿ:

"ਮੈਂ ਇਹਨਾਂ ਮਸਲਿਆਂ 'ਤੇ ਗੱਲ ਨਹੀਂ ਕਰਨਾ ਚਾਹੁੰਦਾ। ਕਿਰਪਾ ਕਰਕੇ ਕਿਸੇ ਐਸੇ ਵਿਅਕਤੀ ਨੂੰ ਬੁਲਾਓ ਜੋ ਬਿਨਾਂ ਸਵਾਲ ਕੀਤੇ ਮੈਨੂੰ ਠੀਕ ਕਰ ਦੇਵੇ।"

ਪਾਦਰੀ ਚਲਾ ਗਿਆ ਅਤੇ ਅੱਧੇ ਘੰਟੇ ਬਾਅਦ ਇਕ ਹੋਰ ਆਦਮੀ ਨੂੰ ਨਾਲ ਲੈ ਕੇ ਵਾਪਸ ਆਇਆ।

ਉਸਨੇ ਕਿਹਾ,"ਇਹ ਰਿਹਾ ਉਹ ਵਿਅਕਤੀ, ਜਿਸਦੀ ਤੁਹਾਨੂੰ ਲੋੜ ਹੈ। ਇਹ ਇੱਕ ਡੰਗਰਾਂ ਦਾ ਵੈਦ ਹੈ ਅਤੇ ਆਮ ਤੌਰ 'ਤੇ ਆਪਣੇ ਮਰੀਜ਼ਾਂ ਨਾਲ ਗੱਲ ਨਹੀਂ ਕਰਦਾ।"

ਇੱਕ ਸਵੇਰ ਗੁਰੂ ਅਤੇ ਸ਼ਾਗਿਰਦ ਪਿੰਡ ਵਿੱਚ ਟਹਿਲ ਰਹੇ ਸਨ।

ਸ਼ਾਗਿਰਦ ਨੇ ਗੁਰੂ ਤੋਂ ਪੁੱਛਿਆ ਕਿ ਉਹ ਮਨੁੱਖ ਨੂੰ ਪਵਿੱਤਰ ਕਰਨ ਵਾਲੇ ਭੋਜਨ ਦੀ ਸਲਾਹ ਦੇਵੇ।

ਗੁਰੂ ਨੇ ਕਿਹਾ ਕਿ ਹਰ ਭੋਜਨ ਪਵਿੱਤਰ ਹੈ, ਪਰ ਸ਼ਾਗਿਰਦ ਨੇ ਇਸ ਗੱਲ 'ਤੇ ਵਿਸ਼ਵਾਸ ਨਾ ਕੀਤਾ।

ਉਸਨੇ ਕਿਹਾ, "ਕੋਈ ਨਾ ਕੋਈ ਭੋਜਨ ਤਾਂ ਐਸਾ ਹੋਵੇਗਾ ਜੋ ਸਾਨੂੰ ਪਰਮਾਤਮਾ ਦੇ ਹੋਰ ਨੇੜੇ ਲੈ ਜਾਂਦਾ ਹੋਵੇ।"

ਗੁਰੂ ਮੁਸਕਰਾਏ ਤੇ ਕਿਹਾ, "ਸ਼ਾਇਦ ਤੂੰ ਠੀਕ ਕਹਿੰਦਾ ਹੈਂ — ਉਦਾਹਰਨ ਵਜੋਂ ਉਹ ਦੇਖੋ, ਉਹ ਖੁੰਭਾਂ (ਮਸ਼ਰੂਮ)।"

ਸ਼ਾਗਿਰਦ ਉਤਸ਼ਾਹਿਤ ਹੋ ਗਿਆ — ਉਸਨੇ ਸੋਚਿਆ ਕਿ ਉਹ ਖੁੰਭਾਂ ਖਾ ਕੇ ਪਵਿੱਤਰ ਹੋ ਜਾਵੇਗਾ ਅਤੇ ਉਸਨੂੰ ਪਰਮ ਆਨੰਦ ਦੀ ਪ੍ਰਾਪਤੀ ਹੋਵੇਗੀ। ਪਰ ਜਦੋਂ ਉਸਨੇ ਧਿਆਨ ਨਾਲ ਵੇਖਿਆ, ਤਾਂ ਚੀਕ ਉੱਠਿਆ, "ਪਰ ਇਹ ਤਾਂ ਜ਼ਹਿਰੀਲੀਆਂ ਖੁੰਭਾਂ ਹਨ! ਜੇ ਮੈਂ ਇਨ੍ਹਾਂ ਵਿੱਚੋਂ ਇੱਕ ਵੀ ਖਾ ਲਈ, ਤਾਂ ਮੈਂ ਘੰਟੇ ਦੇ ਅੰਦਰ ਹੀ ਮਰ ਜਾਵਾਂਗਾ!"

ਗੁਰੂ ਨੇ ਸ਼ਾਂਤੀ ਨਾਲ ਕਿਹਾ, "ਹਾਂ, ਮੈਨੂੰ ਭੋਜਨ ਰਾਹੀਂ ਪਰਮਾਤਮਾ ਦੇ ਨੇੜੇ ਜਾਣ ਦਾ ਇਹ ਇਕੋ ਹੀ ਤਰੀਕਾ ਪਤਾ ਹੈ।"

1981 ਦੀਆਂ ਸਰਦੀਆਂ ਵਿੱਚ, ਇਕ ਮੁਸਾਫ਼ਿਰ ਅਤੇ ਉਸ ਦੀ ਪਤਨੀ ਪਰਾਗ ਸ਼ਹਿਰ ਦੀਆਂ ਸੜਕਾਂ 'ਤੇ ਤੁਰ-ਫਿਰ ਰਹੇ ਸਨ, ਉਥੇ ਉਹਨਾਂ ਨੇ ਇੱਕ ਨੌਜਵਾਨ ਵੇਖਿਆ ਜੋ ਆਪਣੇ ਆਲੇ-ਦੁਆਲੇ ਦੀਆਂ ਇਮਾਰਤਾਂ ਦੇ ਚਿੱਤਰ ਬਣਾਉਂਦਾ ਪਿਆ ਸੀ। ਮੁਸਾਫ਼ਿਰ ਨੂੰ ਇੱਕ ਚਿੱਤਰ ਪਸੰਦ ਆ ਗਿਆ ਅਤੇ ਉਸਨੇ ਉਸਨੂੰ ਖ਼ਰੀਦਣ ਦਾ ਫੈਸਲਾ ਕੀਤਾ।

ਜਦੋਂ ਉਹ ਉਸਨੂੰ ਪੈਸੇ ਦੇ ਰਿਹਾ ਸੀ, ਤਾਂ ਉਸਦਾ ਧਿਆਨ ਗਿਆ ਕਿ ਉਸ ਆਦਮੀ ਨੇ ਦਸਤਾਨੇ ਨਹੀਂ ਪਾਏ ਹੋਏ, ਜਦਕਿ ਤਾਪਮਾਨ 23 ਡਿਗਰੀ ਫਾਰਨਹਾਈਟ ਸੀ।

ਉਸਨੇ ਪੁੱਛਿਆ, "ਤੂੰ ਦਸਤਾਨੇ ਕਿਉਂ ਨਹੀਂ ਪਾਏ?"

ਨੌਜਵਾਨ ਨੇ ਜਵਾਬ ਦਿੱਤਾ, "ਤਾਂ ਜੋ ਮੈਂ ਆਪਣੀ ਪੈਨਸਿਲ ਨੂੰ ਫੜ ਸਕਾਂ।"

ਉਹਨਾਂ ਨੇ ਪਰਾਗ ਬਾਰੇ ਕੁਝ ਗੱਲਾਂ-ਬਾਤਾਂ ਕੀਤੀਆਂ। ਨੌਜਵਾਨ ਨੇ ਫ਼ੈਸਲਾ ਕੀਤਾ ਕਿ ਉਹ ਮੁਫ਼ਤ ਵਿੱਚ ਮੁਸਾਫ਼ਿਰ ਦੀ ਪਤਨੀ ਦਾ ਚਿੱਤਰ ਬਣਾਏਗਾ।

ਜਦੋਂ ਮੁਸਾਫ਼ਿਰ ਉਡੀਕ ਕਰ ਰਿਹਾ ਸੀ, ਉਸਨੂੰ ਮਹਿਸੂਸ ਹੋਇਆ ਕਿ ਕੋਈ ਅਜੀਬ ਘਟਨਾ ਵਾਪਰ ਰਹੀ ਹੈ; ਉਹ ਦੋਵੇਂ ਕਰੀਬ ਪੰਜ ਮਿੰਟ ਤੋਂ ਗੱਲਬਾਤ ਕਰ ਰਹੇ ਸਨ, ਹਾਲਾਂਕਿ ਉਹ ਇਕ-ਦੂਜੇ ਦੀ ਭਾਸ਼ਾ ਨਹੀਂ ਜਾਣਦੇ ਸਨ।

ਉਹ ਸਿਰਫ਼ ਇਸ਼ਾਰਿਆਂ, ਮੁਸਕਾਨਾਂ ਅਤੇ ਚਿਹਰੇ ਦੇ ਭਾਵਾਂ ਦੀ ਵਰਤੋਂ ਕਰਕੇ ਗੱਲ ਕਰ ਰਹੇ ਸਨ, ਪਰ ਇਕ ਦੂਜੇ ਨੂੰ ਕੁਝ ਦੱਸਣ ਦੀ ਉਮੀਦ ਨੇ ਇਹ ਦਿਖਾ ਦਿੱਤਾ ਕਿ ਉਹ ਬਿਨਾਂ ਸ਼ਬਦਾਂ ਦੇ ਭਾਸ਼ਾ ਦੀ ਦੁਨੀਆ ਵਿੱਚ ਦਾਖ਼ਲ ਹੋ ਚੁੱਕੇ ਸਨ।

ਮਕਤੂਬ

ਹੱਸਾਮ ਦਾ ਇੱਕ ਦੋਸਤ ਉਸਨੂੰ ਮਸਜਿਦ ਦੇ ਦਰਵਾਜ਼ੇ 'ਤੇ ਲੈ ਗਿਆ, ਜਿੱਥੇ ਇੱਕ ਅੰਨ੍ਹਾ ਆਦਮੀ ਭੀਖ ਮੰਗ ਰਿਹਾ ਸੀ।

ਦੋਸਤ ਨੇ ਕਿਹਾ, "ਇਹ ਅੰਨ੍ਹਾ ਇਸ ਦੇਸ਼ ਦਾ ਸਭ ਤੋਂ ਅਕਲਮੰਦ ਆਦਮੀ ਹੈ।"

ਹੱਸਾਮ ਨੇ ਪੁੱਛਿਆ, "ਤੂੰ ਕਦੋਂ ਤੋਂ ਅੰਨ੍ਹਾ ਹੈਂ?"

ਅੰਨ੍ਹੇ ਆਦਮੀ ਨੇ ਕਿਹਾ, "ਜਨਮ ਤੋਂ।"

ਹੱਸਾਮ ਨੇ ਫਿਰ ਪੁੱਛਿਆ, "ਅਤੇ ਤੂੰ ਐਨਾ ਗਿਆਨ ਕਿਵੇਂ ਹਾਸਲ ਕੀਤਾ?"

ਅੰਨ੍ਹੇ ਆਦਮੀ ਨੇ ਜਵਾਬ ਦਿੱਤਾ, "ਮੈਂ ਆਪਣੇ ਅੰਨ੍ਹੇਪਨ ਨੂੰ ਅਸਵੀਕਾਰ ਕਰਦਿਆਂ ਖਗੋਲ ਵਿਗਿਆਨੀ ਬਣਨ ਦੀ ਕੋਸ਼ਿਸ਼ ਕੀਤੀ। ਕਿਉਂਕਿ ਮੈਂ ਆਕਾਸ਼ ਨਹੀਂ ਦੇਖ ਸਕਦਾ ਸੀ, ਇਸ ਲਈ ਮੈਂ ਤਾਰਿਆਂ, ਸੂਰਜ ਅਤੇ ਸਾਰੇ ਤਾਰਾਮੰਡਲਾਂ ਦੀ ਕਲਪਨਾ ਕੀਤੀ। ਜਿਵੇਂ-ਜਿਵੇਂ ਮੈਂ ਪਰਮਾਤਮਾ ਦੀਆਂ ਬਣਾਈਆਂ ਚੀਜ਼ਾਂ ਦੇ ਨੇੜੇ ਪਹੁੰਚਦਾ ਗਿਆ, ਤਿਵੇਂ-ਤਿਵੇਂ ਮੈਂ ਉਸਦੇ ਗਿਆਨ ਦੇ ਹੋਰ ਨੇੜੇ ਪਹੁੰਚਦਾ ਗਿਆ।"

ਸਪੇਨ ਦੇ ਓਲੀਤੇ ਨਾਂ ਦੇ ਸ਼ਹਿਰ ਦੇ ਨੇੜੇ ਇੱਕ ਇਕਾਂਤ ਬਾਰ ਦੇ ਬਾਹਰ ਇੱਕ ਸਾਈਨਬੋਰਡ ਲੱਗਾ ਸੀ, ਜਿਸ 'ਤੇ ਬਾਰ ਦੇ ਮਾਲਕ ਨੇ ਇਹ ਲਿਖਿਆ ਸੀ:

"ਜਦੋਂ ਮੈਂ ਕਿਸੇ ਤਰੀਕੇ ਨਾਲ ਸਾਰੇ ਜਵਾਬ ਲੱਭ ਲਏ, ਉਹਨਾਂ ਨੇ ਸਵਾਲ ਹੀ ਬਦਲ ਦਿੱਤੇ।"

ਗੁਰੂ ਕਹਿੰਦੇ ਹਨ:

ਅਸੀਂ ਹਰ ਵੇਲੇ ਜਵਾਬ ਲੱਭਣ ਦੀ ਕੋਸ਼ਿਸ਼ ਵਿੱਚ ਮਸ਼ਰੂਫ਼ ਰਹਿੰਦੇ ਹਾਂ ਅਤੇ ਸਾਨੂੰ ਲੱਗਦਾ ਹੈ ਕਿ ਜੇ ਜੀਵਨ ਦਾ ਅਰਥ ਸਮਝਣਾ ਹੈ, ਤਾਂ ਜਵਾਬ ਮਹੱਤਵਪੂਰਨ ਹਨ।

ਪਰ ਇਸ ਤੋਂ ਕਈ ਗੁਣਾ ਵਧੇਰੇ ਮਹੱਤਵਪੂਰਨ ਹੈ ਕਿ ਜ਼ਿੰਦਗੀ ਰੱਜ ਕੇ ਜੀਓ। ਸਮੇਂ ਨੂੰ ਇਹ ਮੌਕਾ ਦਿੱਤਾ ਜਾਵੇ ਕਿ ਉਹ ਆਪ ਜੀਵਨ ਦੇ ਅਰਥ ਨੂੰ ਪ੍ਰਗਟ ਕਰੇ। ਜੇ ਅਸੀਂ ਅਰਥ ਲੱਭਣ ਦੀ ਬਹੁਤ ਜ਼ਿਆਦਾ ਕੋਸ਼ਿਸ਼ ਕਰਦੇ ਹਾਂ, ਤਾਂ ਅਸੀਂ ਕੁਦਰਤ ਨੂੰ ਆਪਣਾ ਕੰਮ ਕਰਨ ਦੀ ਗੁੰਜਾਇਸ਼ ਨਹੀਂ ਦਿੰਦੇ — ਅਤੇ ਇਸ ਤਰ੍ਹਾਂ ਅਸੀਂ ਪਰਮਾਤਮਾ ਦੇ ਸੰਕੇਤਾਂ ਨੂੰ ਪੜ੍ਹਣ ਦੇ ਯੋਗ ਨਹੀਂ ਰਹਿੰਦੇ।

ਆਸਟਰੇਲੀਆ ਦੀ ਇੱਕ ਪ੍ਰਾਚੀਨ ਕਹਾਣੀ ਹੈ — ਇੱਕ ਜਾਦੂਗਰ ਬਾਰੇ।

ਇੱਕ ਦਿਨ ਜਾਦੂਗਰ ਆਪਣੀਆਂ ਤਿੰਨ ਭੈਣਾਂ ਦੇ ਨਾਲ ਜਾ ਰਿਹਾ ਸੀ ਅਤੇ ਉਸ ਸਮੇਂ ਦਾ ਸਭ ਤੋਂ ਪ੍ਰਸਿੱਧ ਇਕ ਯੋਧਾ ਉਨ੍ਹਾਂ ਕੋਲ ਆਇਆ।

ਯੋਧੇ ਨੇ ਕਿਹਾ, "ਮੈਂ ਇਨ੍ਹਾਂ ਸੁੰਦਰ ਕੁੜੀਆਂ ਵਿਚੋਂ ਕਿਸੇ ਇੱਕ ਨਾਲ ਵਿਆਹ ਕਰਵਾਉਣਾ ਚਾਹੁੰਦਾ ਹਾਂ।"

ਜਾਦੂਗਰ ਨੇ ਜਵਾਬ ਦਿੱਤਾ, "ਜੇ ਇਨ੍ਹਾਂ ਵਿਚੋਂ ਇੱਕ ਵਿਆਹ ਕਰ ਲਵੇਗੀ, ਤਾਂ ਦੋ ਹੋਰ ਉਦਾਸ ਹੋ ਜਾਣਗੀਆਂ। ਮੈਂ ਅਜਿਹੇ ਕਬੀਲੇ ਦੀ ਖੋਜ ਵਿੱਚ ਹਾਂ, ਜਿੱਥੇ ਯੋਧੇ ਤਿੰਨ ਪਤਨੀਆਂ ਰੱਖ ਸਕਦੇ ਹੋਣ।"

ਇਸ ਤਰ੍ਹਾਂ ਉਹ ਸਾਰੇ ਆਸਟਰੇਲੀਆ ਵਿਚ ਭਟਕਦਾ ਰਿਹਾ, ਪਰ ਉਸਨੂੰ ਕੋਈ ਐਸਾ ਕਬੀਲਾ ਕਦੇ ਨਹੀਂ ਮਿਲਿਆ।

ਕਈ ਸਾਲ ਬੀਤ ਗਏ। ਤਿੰਨੋਂ ਭੈਣਾਂ ਬੁੱਢੀਆਂ ਹੋ ਗਈਆਂ, ਥੱਕ ਗਈਆਂ। ਫਿਰ ਇੱਕ ਨੇ ਕਿਹਾ, "ਘੱਟੋ-ਘੱਟ ਸਾਡੇ ਵਿਚੋਂ ਇੱਕ ਤਾਂ ਖੁਸ਼ ਰਹਿ ਸਕਦੀ ਸੀ।"

ਜਾਦੂਗਰ ਨੇ ਕਿਹਾ, "ਮੈਂ ਗ਼ਲਤੀ ਕੀਤੀ... ਹੁਣ ਬਹੁਤ ਦੇਰ ਹੋ ਚੁੱਕੀ ਹੈ।"

ਅਤੇ ਉਸਨੇ ਆਪਣੀਆਂ ਤਿੰਨੋਂ ਭੈਣਾਂ ਨੂੰ ਪੱਥਰਾਂ ਵਿੱਚ ਬਦਲ ਦਿੱਤਾ — ਤਾਂ ਕਿ ਜੋ ਵੀ ਉਥੋਂ ਲੰਘੇ, ਉਹ ਇਹ ਸਿੱਖ ਸਕੇ ਕਿ ਕਿਸੇ ਇਕ ਦੀ ਖ਼ੁਸ਼ੀ ਦਾ ਮਤਲਬ ਇਹ ਨਹੀਂ ਕਿ ਹੋਰਾਂ ਨੂੰ ਦੁੱਖੀ ਹੋਣਾ ਪਵੇ।

ਪੱਤਰਕਾਰ ਵੇਗਨਰ ਕਾਰੇਲੀ ਅਰਜਨਟੀਨਾ ਦੇ ਲੇਖਕ ਜਾਰਜ ਲੂਈਜ਼ ਬੋਰਗਾ ਦਾ ਇੰਟਰਵਿਊ ਲੈਣ ਗਏ।

ਇੰਟਰਵਿਊ ਦੇ ਅੰਤ ਵਿੱਚ, ਉਹ ਉਸ ਭਾਸ਼ਾ ਬਾਰੇ ਗੱਲ ਕਰਦੇ ਰਹੇ ਸਨ ਜੋ ਸ਼ਬਦਾਂ ਤੋਂ ਪਰ੍ਹੇ ਹੁੰਦੀ ਹੈ—ਅਤੇ ਇਸ ਬਾਰੇ ਕਿ ਮਨੁੱਖ ਇੱਕ ਦੂਜੇ ਨੂੰ ਸਮਝਣ ਦੀ ਅਸੀਮਤ ਸਮਰੱਥਾ ਰੱਖਦੇ ਹਨ।

"ਮੈਂ ਤੁਹਾਨੂੰ ਇੱਕ ਉਦਾਹਰਨ ਦਿੰਦਾ ਹਾਂ," ਬੋਰਗਾ ਨੇ ਕਿਹਾ।

ਅਤੇ ਉਹ ਇੱਕ ਅਜਨਬੀ ਭਾਸ਼ਾ ਵਿੱਚ ਕੁਝ ਬੋਲਣ ਲੱਗ ਪਏ। ਜਦੋਂ ਉਹ ਬੋਲ ਚੁੱਕੇ, ਤਾਂ ਉਨ੍ਹਾਂ ਨੇ ਕਾਰੇਲੀ ਨੂੰ ਪੁੱਛਿਆ: "ਕੀ ਤੁਹਾਨੂੰ ਸਮਝ ਆਇਆ ਕਿ ਮੈਂ ਕੀ ਕਿਹਾ?"

ਇਸ ਤੋਂ ਪਹਿਲਾਂ ਕਿ ਕਾਰੇਲੀ ਕੁਝ ਜਵਾਬ ਦੇ ਸਕਦੇ, ਉਨ੍ਹਾਂ ਨਾਲ ਗਿਆ ਫੋਟੋਗ੍ਰਾਫ਼ਰ ਬੋਲ ਪਿਆ: "ਇਹ ਤਾਂ ਪ੍ਰਮਾਤਮਾ ਅੱਗੇ ਅਰਦਾਸ ਹੈ।"

"ਬਿਲਕੁਲ ਠੀਕ," ਬੋਰਗਾ ਨੇ ਕਿਹਾ, "ਅਤੇ ਮੈਂ ਫੀਨਿਸ਼ ਭਾਸ਼ਾ ਬੋਲ ਰਿਹਾ ਸੀ।"

ਮਕਤੂਬ

ਸਰਕਸ ਦਾ ਇੱਕ ਟ੍ਰੇਨਰ ਇੱਕ ਹਾਥੀ ਨੂੰ ਬਹੁਤ ਆਸਾਨ ਜੁਗਤ ਨਾਲ ਆਪਣੇ ਵੱਸ ਵਿਚ ਕਰ ਲੈਂਦਾ ਹੈ: ਜਦੋਂ ਹਾਥੀ ਅਜੇ ਬੱਚਾ ਹੁੰਦਾ ਹੈ, ਤਦ ਟ੍ਰੇਨਰ ਉਸ ਦੇ ਇੱਕ ਪੈਰ ਨੂੰ ਇੱਕ ਮੋਟੇ ਰੁੱਖ ਦੇ ਤਣੇ ਨਾਲ ਬੰਨ੍ਹ ਦਿੰਦਾ ਹੈ।

ਹਾਥੀ ਦਾ ਉਹ ਬੱਚਾ ਚਾਹੇ ਕਿੰਨੀ ਵੀ ਕੋਸ਼ਿਸ਼ ਕਰੇ, ਖੁਦ ਨੂੰ ਅਜ਼ਾਦ ਨਹੀਂ ਕਰ ਸਕਦਾ ਅਤੇ ਇਸ ਤਰ੍ਹਾਂ ਉਹ ਇਸ ਧਾਰਨਾ ਦਾ ਆਦੀ ਹੋ ਜਾਂਦਾ ਹੈ ਕਿ ਰੁੱਖ ਦਾ ਤਣਾ ਉਸ ਤੋਂ ਜ਼ਿਆਦਾ ਮਜ਼ਬੂਤ ਹੈ।

ਜਦੋਂ ਉਹ ਵੱਡਾ ਹੋ ਜਾਂਦਾ ਹੈ ਅਤੇ ਉਸ ਵਿਚ ਬੇਹੱਦ ਤਾਕਤ ਆ ਜਾਂਦੀ ਹੈ, ਓਦੋਂ ਵੀ ਉਸ ਨੂੰ ਸਿਰਫ਼ ਇੱਕ ਪਤਲੀ ਸੋਟੀ ਨਾਲ ਬੰਨ੍ਹਣਾ ਹੀ ਕਾਫ਼ੀ ਹੁੰਦਾ ਹੈ — ਅਤੇ ਉਹ ਫਿਰ ਵੀ ਖੁਦ ਨੂੰ ਛੁਡਾਉਣ ਦੀ ਕੋਸ਼ਿਸ਼ ਨਹੀਂ ਕਰਦਾ, ਕਿਉਂਕਿ ਉਸ ਨੂੰ ਯਾਦ ਹੁੰਦਾ ਹੈ ਕਿ ਉਸ ਨੇ ਪਹਿਲਾਂ ਕਈ ਵਾਰ ਕੋਸ਼ਿਸ਼ ਕੀਤੀ ਸੀ, ਪਰ ਕਾਮਯਾਬ ਨਹੀਂ ਹੋ ਸਕਿਆ ਸੀ।

ਸਾਡੇ ਪੈਰ ਵੀ ਉਨ੍ਹਾਂ ਹੀ ਨਾਜ਼ੁਕ ਚੀਜ਼ਾਂ ਨਾਲ ਬੰਨ੍ਹੇ ਹੋਏ ਹਨ, ਪਰ ਬਚਪਨ ਵਿੱਚ ਅਸੀਂ ਇੱਕ ਰੁੱਖ ਦੇ ਤਣੇ ਨਾਲ ਬੰਨ੍ਹੇ ਹੋਣ ਦੇ ਐਨੇ ਆਦੀ ਹੋ ਗਏ ਸੀ ਕਿ ਅੱਜ ਅਸੀਂ ਖੁਦ ਨੂੰ ਅਜ਼ਾਦ ਕਰਵਾਉਣ ਦੀ ਕੋਸ਼ਿਸ਼ ਹੀ ਨਹੀਂ ਕਰਦੇ—ਇਸ ਗੱਲ ਤੋਂ ਬੇਖ਼ਬਰ ਕਿ ਸਿਰਫ਼ ਇੱਕ ਸਾਹਸੀ ਕਦਮ ਸਾਨੂੰ ਆਪਣੀ ਆਜ਼ਾਦੀ ਮੁੜ ਹਾਸਿਲ ਕਰਵਾ ਸਕਦਾ ਹੈ।

ਕਿਸੇ ਵਿਅਕਤੀ ਨੂੰ ਇਹ ਕਹਿਣਾ ਕਿ ਰੱਬ ਦੀ ਵਿਆਖਿਆ ਕਰ, ਇਸ ਗੱਲ ਦੀ ਕੋਈ ਤੁਕ ਨਹੀਂ ਬਣਦੀ। ਉਹ ਬਹੁਤ ਸੋਹਣੇ ਸ਼ਬਦ ਵਰਤ ਸਕਦੇ ਹਨ ਪਰ ਸ਼ਬਦ ਤਾਂ ਆਖ਼ਿਰ ਸ਼ਬਦ ਹੀ ਹਨ। ਜਿਵੇਂ ਤੁਸੀਂ ਪਿਆਰ ਬਾਰੇ ਪੂਰਾ ਵਿਸ਼ਵਕੋਸ਼ (ਐਨਸਾਇਕਲੋਪੀਡੀਆ) ਪੜ੍ਹ ਲਓ, ਪਰ ਫਿਰ ਵੀ ਤੁਹਾਨੂੰ ਇਹ ਅਨੁਮਾਨ ਨਹੀਂ ਲੱਗੇਗਾ ਕਿ ਕਿਸੇ ਨੂੰ ਪਿਆਰ ਕਰਨਾ ਅਸਲ ਵਿੱਚ ਕੀ ਹੁੰਦਾ ਹੈ।

ਗੁਰੂ ਕਹਿੰਦੇ ਹਨ:

ਕੋਈ ਵੀ ਵਿਅਕਤੀ ਕਦੇ ਇਹ ਸਾਬਤ ਨਹੀਂ ਕਰ ਸਕੇਗਾ ਕਿ ਪਰਮਾਤਮਾ ਮੌਜੂਦ ਹੈ ਜਾਂ ਨਹੀਂ। ਜ਼ਿੰਦਗੀ ਵਿੱਚ ਕੁਝ ਚੀਜ਼ਾਂ ਅਜਿਹੀਆਂ ਹੁੰਦੀਆਂ ਹਨ ਜੋ ਸਮਝਾਉਣ ਲਈ ਨਹੀਂ, ਸਿਰਫ਼ ਮਹਿਸੂਸ ਕਰਨ ਲਈ ਹੁੰਦੀਆਂ ਹਨ।

ਪਿਆਰ ਉਹਨਾਂ ਵਿੱਚੋਂ ਇੱਕ ਹੈ। ਪਰਮਾਤਮਾ ਜੋ ਪਿਆਰ ਹੀ ਹੈ। ਦੂਜੀ ਚੀਜ਼ ਹੈ ਆਸਥਾ, ਬੱਚਿਆਂ ਵਾਂਗ ਅਨੁਭਵ ਕਰਨ ਵਾਲੀ ਇਕ ਚੀਜ਼ ਹੈ, ਉਸ ਜਾਦੂਈ ਅਰਥ ਵਿੱਚ ਜਿਸ ਬਾਰੇ ਯਿਸੂ ਨੇ ਸਿਖਾਇਆ ਸੀ:

"ਪਰਮਾਤਮਾ ਦਾ ਰਾਜ ਬੱਚਿਆਂ ਦਾ ਰਾਜ ਹੈ।"

ਪਰਮਾਤਮਾ ਤੁਹਾਡੇ ਅੰਦਰ ਸਿਰ ਰਾਹੀਂ ਦਾਖ਼ਲ ਕਦੇ ਨਹੀਂ ਹੋਵੇਗਾ— ਉਹ ਜਿਸ ਦਰਵਾਜ਼ੇ ਤੋਂ ਆਉਂਦਾ ਹੈ, ਉਹ ਤੁਹਾਡੇ ਦਿਲ ਦਾ ਦਰਵਾਜ਼ਾ ਹੁੰਦਾ ਹੈ।

ਫਾਦਰ ਐਬਟ ਅਕਸਰ ਐਬਟ ਜੋਆਓ ਪੀਕੈਨੋ ਬਾਰੇ ਕਹਿੰਦੇ ਸਨ ਕਿ ਉਹ ਬਹੁਤ ਅਰਦਾਸਾਂ ਕਰਦਾ ਹੈ ਕਿ ਹੁਣ ਉਸਨੂੰ ਹੋਰ ਕਿਸੇ ਵਾਸਨਾ ਦੀ ਚਿੰਤਾ ਕਰਨ ਦੀ ਲੋੜ ਨਹੀਂ, ਕਿਉਂਕਿ ਉਹ ਸਾਰੀਆਂ ਚੀਜ਼ਾਂ ਉੱਤੇ ਜਿੱਤ ਹਾਸਲ ਕਰ ਚੁੱਕਾ ਹੈ।

ਇਹ ਗੱਲ ਆਖ਼ਿਰਕਾਰ ਸਕੇਟਿਸ ਮਠ ਦੇ ਇਕ ਗਿਆਨੀ ਸੰਤ ਦੇ ਕੰਨੀਂ ਪਹੁੰਚੀ। ਉਸਨੇ ਰਾਤ ਦੇ ਭੋਜਨ ਤੋਂ ਬਾਅਦ ਸਾਰੇ ਨੌਜਵਾਨ ਸੇਂਟਜ਼ ਨੂੰ ਆਪਣੇ ਕੋਲ ਬੁਲਾਇਆ।

ਉਸਨੇ ਉਨ੍ਹਾਂ ਨੂੰ ਕਿਹਾ:

“ਤੁਸੀਂ ਇਹ ਸੁਣਿਆ ਹੋਵੇਗਾ ਕਿ ਐਬਟ ਜੋਆਓ ਦੀ ਹੁਣ ਕੋਈ ਵਾਸਨਾ ਨਹੀਂ ਰਹੀ। ਪਰ ਜਦੋਂ ਆਦਮੀ ਕੋਲ ਲੜਨ ਲਈ ਕੁਝ ਨਹੀਂ ਹੁੰਦਾ, ਤਾਂ ਉਸ ਦੀ ਆਤਮਾ ਕਮਜ਼ੋਰ ਹੋ ਜਾਂਦੀ ਹੈ। ਆਓ, ਅਸੀਂ ਪਰਮਾਤਮਾ ਅੱਗੇ ਅਰਦਾਸ ਕਰੀਏ ਕਿ ਉਹ ਐਬਟ ਜੋਆਓ ਨੂੰ ਇੱਕ ਬਹੁਤ ਹੀ ਵੱਡੀ ਅਜ਼ਮਾਇਸ਼ ਵਿਚ ਪਾ ਦੇਵੇ, ਜੇ ਉਹ ਇਸ ਉੱਤੇ ਵੀ ਜਿੱਤ ਹਾਸਲ ਕਰ ਲਏ, ਤਾਂ ਅਸੀਂ ਅਰਦਾਸ ਕਰੀਏ ਕਿ ਪਰਮਾਤਮਾ ਉਸ ਨੂੰ ਇਕ ਹੋਰ ਅਜ਼ਮਾਇਸ਼ ਦੇਵੇ — ਫਿਰ ਇਕ ਹੋਰ।”

“ਅਤੇ ਜਦੋਂ ਉਹ ਫਿਰ ਤੋਂ ਉਹਨਾਂ ਵਾਸਨਾਵਾਂ ਨਾਲ ਲੜ ਰਿਹਾ ਹੋਵੇ, ਤਾਂ ਅਸੀਂ ਇਹ ਅਰਦਾਸ ਕਰੀਏ ਕਿ ਉਹ ਕਦੇ ਵੀ ਇਹ ਨਾ ਕਹੇ: ‘ਪਰਮਾਤਮਾ, ਇਸ ਭੂਤ ਨੂੰ ਦੂਰ ਭਜਾ ਦੇ।’ ਸਗੋਂ ਅਸੀਂ ਇਹ ਅਰਦਾਸ ਕਰੀਏ ਕਿ ਉਹ ਕਹੇ: ‘ਪਰਮਾਤਮਾ, ਮੈਨੂੰ ਇਸ ਬੁਰਾਈ ਦਾ ਸਾਹਮਣਾ ਕਰਨ ਦੀ ਤਾਕਤ ਦੇ।’”

ਪਹਿਲਾਂ ਦਿਨ ਹੁੰਦਾ ਹੈ ਫਿਰ ਸ਼ਾਮ ਅਤੇ ਫਿਰ ਚੀਜ਼ਾਂ ਸਾਫ਼ ਨਹੀਂ ਦਿਸਦੀਆਂ। ਇਹ ਉਹ ਲਮਹਾ ਹੁੰਦਾ ਹੈ ਜਦ ਦਿਨ ਅਤੇ ਰਾਤ ਆਪਸ ਵਿੱਚ ਮਿਲਦੇ ਹਨ; ਨਾ ਹੀ ਚਾਨਣ ਹੁੰਦਾ ਹੈ, ਨਾ ਹੀ ਹਨੇਰਾ। ਬਹੁਤ ਸਾਰੀਆਂ ਅਧਿਆਤਮਿਕ ਪਰੰਪਰਾਵਾਂ ਵਿੱਚ, ਇਸ ਪਲ ਨੂੰ ਪਵਿੱਤਰ ਮੰਨਿਆ ਜਾਂਦਾ ਹੈ।

ਕੈਥੋਲਿਕ ਪਰੰਪਰਾ ਸਾਨੂੰ ਸਿਖਾਉਂਦੀ ਹੈ ਕਿ ਸ਼ਾਮ ਛੇ ਵਜੇ ਏਵ ਮਾਰੀਆ ਦਾ ਉਚਾਰਨ ਕਰਨਾ ਚਾਹੀਦਾ ਹੈ। ਕੇਚੂਆ ਪਰੰਪਰਾ ਅਨੁਸਾਰ, ਜੇ ਅਸੀਂ ਦੁਪਹਿਰ ਤੋਂ ਬਾਅਦ ਕਿਸੇ ਮਿੱਤਰ ਨੂੰ ਮਿਲੀਏ ਅਤੇ ਸੰਧਿਆ ਤੱਕ ਉਸਦੇ ਨਾਲ ਰਹੀਏ, ਤਾਂ ਸਾਨੂੰ ਨਵੀਂ ਸ਼ੁਰੂਆਤ ਕਰਦੇ ਹੋਏ “ਗੁੱਡ ਈਵਨਿੰਗ” ਕਹਿਣਾ ਚਾਹੀਦਾ ਹੈ।

ਸੰਧਿਆ ਵੇਲੇ ਧਰਤੀ ਅਤੇ ਮਨੁੱਖਤਾ ਦੋਵੇਂ ਸੰਤੁਲਨ ਦੀ ਕਸੌਟੀ ’ਤੇ ਖੜ੍ਹੇ ਹੁੰਦੇ ਹਨ। ਪਰਮਾਤਮਾ, ਇਹ ਵੇਖਣ ਲਈ ਕਿ ਧਰਤੀ ਵਿੱਚ ਅੰਧਕਾਰ ਦਾ ਸਾਹਮਣਾ ਕਰਨ ਦਾ ਸਾਹਸ ਹੈ ਜਾਂ ਨਹੀਂ, ਰੌਸ਼ਨੀ ਅਤੇ ਅੰਧਕਾਰ ਨੂੰ ਇਕੱਠਾ ਕਰ ਦਿੰਦਾ ਹੈ।

ਜੇ ਧਰਤੀ ਅੰਧਕਾਰ ਤੋਂ ਨਹੀਂ ਡਰਦੀ, ਤਾਂ ਰਾਤ ਬੀਤ ਜਾਂਦੀ ਹੈ — ਅਤੇ ਇੱਕ ਨਵਾਂ ਸੂਰਜ ਉਦਯ ਹੁੰਦਾ ਹੈ।

ਜਰਮਨੀ ਦੇ ਦਰਸ਼ਨਸ਼ਾਸਤਰੀ ਆਰਥਰ ਸ਼ੋਪੇਨਹਾਵਰ ਡ੍ਰੈਜ਼ਡਨ ਦੀ ਇੱਕ ਗਲੀ ਵਿਚ ਟਹਿਲ ਰਹੇ ਸਨ। ਉਹ ਉਸ ਪ੍ਰਸ਼ਨ ਦਾ ਉੱਤਰ ਲੱਭ ਰਹੇ ਸਨ ਜੋ ਉਨ੍ਹਾਂ ਨੂੰ ਕਾਫ਼ੀ ਪਰੇਸ਼ਾਨ ਕਰ ਰਿਹਾ ਸੀ। ਅਚਾਨਕ ਉਹ ਇੱਕ ਬਾਗ਼ ਦੇ ਕੋਲੋਂ ਲੰਘੇ ਅਤੇ ਉਨ੍ਹਾਂ ਨੇ ਨਿਰਣਾ ਕੀਤਾ ਕਿ ਕੁਝ ਘੰਟੇ ਉੱਥੇ ਰਹਿ ਕੇ ਫੁੱਲਾਂ ਦਾ ਅਧਿਐਨ ਕਰਨਗੇ।

ਜਦੋਂ ਉੱਥੇ ਰਹਿਣ ਵਾਲੇ ਇੱਕ ਵਿਅਕਤੀ ਨੇ ਇਸ ਅਜੀਬ ਵਰਤਾਅ ਨੂੰ ਦੇਖਿਆ, ਤਾਂ ਉਸਨੇ ਪੁਲਿਸ ਨੂੰ ਬੁਲਾ ਲਿਆ। ਕੁਝ ਹੀ ਮਿੰਟਾਂ ਬਾਅਦ ਇੱਕ ਪੁਲਿਸ ਅਧਿਕਾਰੀ ਸ਼ੋਪੇਨਹਾਵਰ ਕੋਲ ਪਹੁੰਚਿਆ ਅਤੇ ਸਖ਼ਤ ਲਹਿਜ਼ੇ ਵਿੱਚ ਪੁੱਛਦਾ ਹੈ:

"ਤੂੰ ਕੌਣ ਹੈਂ?"

ਸ਼ੋਪੇਨਹਾਵਰ ਨੇ ਉਸ ਆਦਮੀ ਨੂੰ ਸਿਰ ਤੋਂ ਪੈਰ ਤੱਕ ਦੇਖਿਆ ਅਤੇ ਜਵਾਬ ਦਿੱਤਾ:

"ਜੇ ਤੁਸੀਂ ਮੈਨੂੰ ਇਸ ਸਵਾਲ ਦਾ ਜਵਾਬ ਦੱਸ ਸਕੋ, ਤਾਂ ਮੈਂ ਤੁਹਾਡਾ ਸਦਾ ਲਈ ਸ਼ੁਕਰਗੁਜ਼ਾਰ ਰਹਾਂਗਾ।"

ਗਿਆਨ ਦੀ ਖੋਜ ਵਿੱਚ ਨਿਕਲਿਆ ਇੱਕ ਮਨੁੱਖ ਪਹਾੜਾਂ ਵੱਲ ਚਲ ਪਿਆ, ਕਿਉਂਕਿ ਉਸਨੂੰ ਕਿਹਾ ਗਿਆ ਸੀ ਕਿ ਹਰ ਦੋ ਸਾਲਾਂ ਵਿੱਚ ਉੱਥੇ ਪਰਮਾਤਮਾ ਖ਼ੁਦ ਪ੍ਰਗਟ ਹੁੰਦੇ ਹਨ।

ਪਹਿਲੇ ਸਾਲ ਉਸਨੇ ਧਰਤੀ ਵੱਲੋਂ ਦਿੱਤੀ ਹਰ ਚੀਜ਼ ਖਾ ਲਈ। ਆਖ਼ਿਰਕਾਰ ਭੋਜਨ ਖ਼ਤਮ ਹੋ ਗਿਆ ਅਤੇ ਉਸਨੂੰ ਸ਼ਹਿਰ ਵਾਪਸ ਜਾਣਾ ਪਿਆ।

"ਪਰਮਾਤਮਾ ਨੇ ਮੇਰੇ ਨਾਲ ਠੀਕ ਨਹੀਂ ਕੀਤਾ!" ਉਹ ਚੀਕਿਆ "ਕੀ ਉਸਨੇ ਮੈਨੂੰ ਨਹੀਂ ਦੇਖਿਆ, ਜਦ ਮੈਂ ਉੱਥੇ ਉਸਦੀ ਅਵਾਜ਼ ਸੁਣਨ ਦੀ ਉਡੀਕ ਕਰ ਰਿਹਾ ਸੀ? ਹੁਣ ਮੈਂ ਭੁੱਖਾ ਹਾਂ ਅਤੇ ਬਿਨਾ ਉਸਦੀ ਆਵਾਜ਼ ਸੁਣੇ ਹੀ ਸ਼ਹਿਰ ਵਾਪਸ ਜਾਣਾ ਪੈ ਰਿਹਾ ਹੈ!"

ਉਸੇ ਪਲ ਇੱਕ ਦੂਤ ਪ੍ਰਗਟ ਹੋਇਆ।

"ਪਰਮਾਤਮਾ ਦਰਅਸਲ ਤੇਰੇ ਨਾਲ ਗੱਲ ਕਰਨਾ ਚਾਹੁੰਦਾ ਸੀ," ਦੂਤ ਨੇ ਕਿਹਾ, "ਉਸਨੇ ਤੈਨੂੰ ਪੂਰੇ ਸਾਲ ਦਾ ਭੋਜਨ ਦਿੱਤਾ ਸੀ। ਉਹ ਉਮੀਦ ਕਰ ਰਿਹਾ ਸੀ ਕਿ ਅਗਲੇ ਸਾਲ ਤੂੰ ਖ਼ੁਦ ਆਪਣਾ ਭੋਜਨ ਉਗਾਏਂਗਾ — ਪਰ ਤੂੰ ਕਿਹੜਾ ਬੂਟਾ ਲਾਇਆ? ਜੇਕਰ ਮਨੁੱਖ ਆਪਣੇ ਵਸੇਬੇ ਲਈ ਭੋਜਨ ਪੈਦਾ ਨਹੀਂ ਕਰ ਸਕਦਾ, ਤਾਂ ਉਹ ਨਿਸ਼ਚਿਤ ਤੌਰ 'ਤੇ ਪਰਮਾਤਮਾ ਨਾਲ ਗੱਲ ਕਰਨ ਦੇ ਯੋਗ ਨਹੀਂ ਹੈ।"

ਅਸੀਂ ਸੋਚਦੇ ਹਾਂ: "ਸਾਨੂੰ ਸੱਚਮੁੱਚ ਲੱਗਦਾ ਹੈ ਕਿ ਸਾਡੀ ਆਜ਼ਾਦੀ ਇਸ ਗੱਲ ਵਿੱਚ ਹੈ ਕਿ ਅਸੀਂ ਗ਼ੁਲਾਮੀ ਦਾ ਖ਼ਾਸ ਰੂਪ ਚੁਣੀਏ। ਮੈਂ ਦਿਨ ਵਿੱਚ ਅੱਠ ਘੰਟੇ ਕੰਮ ਕਰਦਾ ਹਾਂ ਅਤੇ ਜੇ ਮੇਰੀ ਤਰੱਕੀ ਹੋ ਜਾਂਦੀ ਹੈ, ਤਾਂ ਮੈਂ ਦਿਨ ਦੇ ਬਾਰਾਂ ਘੰਟੇ ਕੰਮ ਕਰਾਂਗਾ। ਮੈਂ ਵਿਆਹ ਕਰਵਾ ਲਿਆ ਹੈ ਅਤੇ ਹੁਣ ਮੇਰੇ ਕੋਲ ਆਪਣੇ ਲਈ ਸਮਾਂ ਨਹੀਂ ਹੈ। ਮੈਂ ਪਰਮਾਤਮਾ ਦੀ ਖੋਜ ਕੀਤੀ, ਜਿਸਦਾ ਅਰਥ ਹੈ ਕਿ ਹੁਣ ਮੈਂ ਪੂਜਾ-ਪਾਠ ਅਤੇ ਧਾਰਮਿਕ ਤਿਉਹਾਰਾਂ ਵਿੱਚ ਸ਼ਾਮਿਲ ਹੋਣ ਲਈ ਬੱਝਿਆ ਗਿਆ ਹਾਂ। ਜ਼ਿੰਦਗੀ ਵਿੱਚ ਜੋ ਕੁਝ ਵੀ ਮਹੱਤਵਪੂਰਨ ਹੈ, ਪ੍ਰੇਮ, ਕਰਮ ਅਤੇ ਵਿਸ਼ਵਾਸ, ਆਖ਼ਿਰਕਾਰ ਬੋਝ ਬਣ ਜਾਂਦਾ ਹੈ।"

ਗੁਰੂ ਕਹਿੰਦੇ ਹਨ:

ਸਿਰਫ਼ ਪ੍ਰੇਮ ਹੀ ਸਾਨੂੰ ਬਚਣ ਦਾ ਮੌਕਾ ਦਿੰਦਾ ਹੈ। ਸਿਰਫ਼ ਉਸ ਪ੍ਰੇਮ ਲਈ ਜੋ ਸਾਨੂੰ ਆਪਣੀ ਆਜ਼ਾਦੀ ਨਾਲ ਹੈ।

ਜੇ ਅਸੀਂ ਪ੍ਰੇਮ ਨਹੀਂ ਕਰ ਸਕਦੇ, ਤਾਂ ਅਸੀਂ ਠਹਿਰ ਸਕਦੇ ਹਾਂ। ਯਿਸੂ ਨੇ ਕਿਹਾ ਸੀ: "ਜੇ ਤੇਰੀ ਅੱਖ਼ ਤੈਨੂੰ ਪਾਪ ਕਰਨ 'ਤੇ ਮਜਬੂਰ ਕਰਦੀ ਹੈ, ਤਾਂ ਉਸਨੂੰ ਕੱਢ ਕੇ ਬਾਹਰ ਸੁੱਟ ਦੇ। ਦੋ ਅੱਖਾਂ ਹੋਣ ਦੇ ਬਾਵਜੂਦ ਨਰਕ ਦੀ ਅੱਗ ਵਿੱਚ ਸੁੱਟੇ ਜਾਣ ਦੇ ਬਜਾਏ, ਇੱਕ ਅੱਖ਼ ਨਾਲ ਜ਼ਿੰਦਗੀ ਵਿੱਚ ਦਾਖ਼ਲ ਹੋਣਾ ਤੇਰੇ ਲਈ ਚੰਗਾ ਹੈ।"

ਸ਼ਬਦ ਕਠੋਰ ਹਨ, ਪਰ ਹਾਲਤ ਸੱਚਮੁੱਚ ਇਹੀ ਹੈ।

ਇੱਕ ਸੰਨਿਆਸੀ ਨੇ ਕਿਸੇ ਤਰੀਕੇ ਪੂਰਾ ਸਾਲ ਵਰਤ ਰੱਖਿਆ, ਜਿਸ ਦੌਰਾਨ ਉਹ ਹਫ਼ਤੇ ਵਿੱਚ ਸਿਰਫ਼ ਇੱਕ ਵਾਰ ਹੀ ਭੋਜਨ ਕਰਦਾ ਸੀ। ਇਸ ਵੱਡੇ ਯਤਨ ਤੋਂ ਬਾਅਦ, ਉਸਨੇ ਪਰਮਾਤਮਾ ਅੱਗੇ ਬੇਨਤੀ ਕੀਤੀ ਕਿ ਉਹ ਉਸਦੇ ਸਾਹਮਣੇ ਬਾਈਬਲ ਦੇ ਇੱਕ ਵਿਸ਼ੇਸ਼ ਭਾਗ ਦਾ ਸਹੀ ਅਰਥ ਪ੍ਰਗਟ ਕਰੇ।

ਉਸਨੂੰ ਕੋਈ ਜਵਾਬ ਨਹੀਂ ਮਿਲਿਆ।

"ਕਿੰਨਾ ਵਕਤ ਬਰਬਾਦ ਹੋਇਆ," ਸੰਨਿਆਸੀ ਨੇ ਸੋਚਿਆ, "ਮੈਂ ਐਨਾ ਵੱਡਾ ਤਿਆਗ ਕੀਤਾ, ਪਰ ਪਰਮਾਤਮਾ ਨੂੰ ਜਵਾਬ ਦੇਣ ਦੀ ਪਰਵਾਹ ਹੀ ਨਹੀਂ। ਬਿਹਤਰ ਇਹ ਹੈ ਕਿ ਮੈਂ ਇਸ ਜਗ੍ਹਾ ਤੋਂ ਚਲਾ ਜਾਵਾਂ ਅਤੇ ਕਿਸੇ ਹੋਰ ਸੰਨਿਆਸੀ ਦੀ ਤਲਾਸ਼ ਕਰਾਂ, ਜੋ ਇਸ ਭਾਗ ਦਾ ਅਰਥ ਜਾਣਦਾ ਹੋਵੇ।"

ਉਸ ਵੇਲੇ ਇੱਕ ਦੂਤ ਪ੍ਰਗਟ ਹੋਇਆ ਅਤੇ ਉਸਨੇ ਕਿਹਾ:

"ਬਾਰ੍ਹਾਂ ਮਹੀਨਿਆਂ ਦੇ ਉਪਵਾਸ ਨੇ ਸਿਰਫ਼ ਤੈਨੂੰ ਇਹ ਭਰੋਸਾ ਦਿਵਾਇਆ ਹੈ ਕਿ ਤੂੰ ਹੋਰਾਂ ਲੋਕਾਂ ਤੋਂ ਵਧੀਆ ਹੈਂ ਅਤੇ ਪਰਮਾਤਮਾ ਅਹੰਕਾਰੀਆਂ ਦੀ ਗੱਲ ਨਹੀਂ ਸੁਣਦਾ। ਪਰ ਜਦੋਂ ਤੂੰ ਐਨੀ ਨਿਮਰਤਾ ਵਿਖਾਈ ਕਿ ਕਿਸੇ ਹੋਰ ਦੀ ਮਦਦ ਲੈਣ ਦਾ ਸੋਚਿਆ, ਤਦ ਪਰਮਾਤਮਾ ਨੇ ਮੈਨੂੰ ਭੇਜਿਆ।"

ਫਿਰ ਉਸ ਦੂਤ ਨੇ ਸੰਨਿਆਸੀ ਦੇ ਸਾਹਮਣੇ ਉਸ ਅਰਥ ਦਾ ਖੁਲਾਸਾ ਕੀਤਾ ਜੋ ਉਹ ਜਾਣਨਾ ਚਾਹੁੰਦਾ ਸੀ।

ਗੁਰੂ ਕਹਿੰਦੇ ਹਨ:

ਧਿਆਨ ਦਿਓ ਕਿ ਕਿਸ ਤਰ੍ਹਾਂ ਕੁਝ ਸ਼ਬਦ ਏਦਾਂ ਬਣਾਏ ਗਏ ਹਨ ਕਿ ਉਹ ਆਪਣਾ ਅਸਲੀ ਅਰਥ ਪ੍ਰਗਟ ਕਰ ਸਕਣ।

'Preoccupation' ਸ਼ਬਦ ਨੂੰ ਹੀ ਲਵੋ ਅਤੇ ਇਸਨੂੰ ਦੋ ਹਿੱਸਿਆਂ 'pre' ਅਤੇ 'occupation' ਵਿੱਚ ਵੰਡੋ। ਇਸਦਾ ਅਰਥ ਹੈ ਕਿ ਕਿਸੇ ਚੀਜ਼ ਦੇ ਹੋਣ ਤੋਂ ਪਹਿਲਾਂ ਹੀ ਉਸਦੀ ਚਿੰਤਾ ਕਰਨਾ।

ਇਸ ਸਾਰੇ ਬ੍ਰਹਿਮੰਡ ਵਿੱਚ ਕੌਣ ਹੈ ਜੋ ਕਿਸੇ ਐਸੀ ਚੀਜ਼ ਲਈ ਚਿੰਤਿਤ ਹੋ ਸਕਦਾ ਹੈ, ਜੋ ਅਜੇ ਹੋਈ ਵੀ ਨਹੀਂ ਹੈ?

ਸਾਰੀਆਂ ਪੂਰਵ-ਚਿੰਤਾਵਾਂ ਨੂੰ ਛੱਡ ਦਿਓ। ਸਿਰਫ਼ ਆਪਣੀ ਨਿਯਤੀ ਅਤੇ ਆਪਣੇ ਰਾਹ 'ਤੇ ਧਿਆਨ ਕੇਂਦ੍ਰਿਤ ਕਰੋ। ਜੋ ਚਾਨਣ ਦੀ ਤਲਵਾਰ ਤੈਨੂੰ ਸੌਂਪੀ ਗਈ ਹੈ, ਉਸਨੂੰ ਚਲਾਉਣ ਲਈ ਜੋ ਵੀ ਜਾਣਨਾ ਜ਼ਰੂਰੀ ਹੈ, ਉਹ ਸਿੱਖੋ।

ਦੋਸਤਾਂ, ਉਸਤਾਦਾਂ ਅਤੇ ਦੁਸ਼ਮਣਾਂ ਦੀ ਲੜਾਈ ਦੀ ਤਕਨੀਕ ਨੂੰ ਧਿਆਨ ਨਾਲ ਵੇਖੋ।

ਕਠਿਨ ਮਿਹਨਤ ਕਰੋ, ਪਰ ਸਭ ਤੋਂ ਵੱਡੀ ਗ਼ਲਤੀ, ਇਹ ਮੰਨਣਾ ਕਿ ਤੁਹਾਨੂੰ ਪਤਾ ਹੈ ਕਿ ਤੁਹਾਡੇ ਦੁਸ਼ਮਣ ਦੀ ਅਗਲੀ ਚਾਲ ਕੀ ਹੋਵੇਗੀ, ਨਾ ਕਰੋ।

ਸ਼ੁੱਕਰਵਾਰ ਦਾ ਦਿਨ ਹੈ। ਤੁਸੀਂ ਘਰ ਵਾਪਸ ਆਉਂਦੇ ਹੋ ਅਤੇ ਉਹ ਅਖ਼ਬਾਰ ਚੁੱਕਦੇ ਹੋ ਜਿਸਨੂੰ ਪੜ੍ਹਨ ਦਾ ਸਮਾਂ ਤੁਸੀਂ ਇਸ ਹਫ਼ਤੇ ਦੌਰਾਨ ਨਹੀਂ ਕੱਢ ਸਕੇ। ਤੁਸੀਂ ਟੈਲੀਵਿਜ਼ਨ ਦੀ ਅਵਾਜ਼ ਬੰਦ ਕਰ ਦਿੰਦੇ ਹੋ ਅਤੇ ਇੱਕ ਸੀਡੀ ਚਲਾਉਂਦੇ ਹੋ। ਅਖ਼ਬਾਰ ਦੇ ਪੰਨੇ ਪਲਟਦੇ ਹੋਏ ਅਤੇ ਸੰਗੀਤ ਸੁਣਦੇ ਹੋਏ, ਤੁਸੀਂ ਰਿਮੋਟ ਨਾਲ ਚੈਨਲ ਬਦਲਦੇ ਰਹਿੰਦੇ ਹੋ।

ਅਖ਼ਬਾਰ ਤੋਂ ਤੁਹਾਨੂੰ ਨਵਾਂ ਕੁਝ ਨਹੀਂ ਮਿਲਦਾ, ਟੀਵੀ ਦੇ ਸ਼ੈਡਿਊਲ ਵਾਰ-ਵਾਰ ਇੱਕੋ ਚੀਜ਼ ਦਿਖਾਉਂਦੇ ਹਨ ਅਤੇ ਉਸ ਸੀਡੀ ਨੂੰ ਤੁਸੀਂ ਇਕ ਦਹਾਕੇ ਤੋਂ ਸੁਣ ਰਹੇ ਹੋ।

ਤੁਹਾਡੀ ਪਤਨੀ ਬੱਚਿਆਂ ਦੀ ਦੇਖਭਾਲ ਕਰ ਰਹੀ ਹੈ ਅਤੇ ਬਿਨਾ ਸਮਝੇ ਆਪਣੀ ਜਵਾਨੀ ਦੇ ਸਭ ਤੋਂ ਚੰਗੇ ਦਿਨਾਂ ਨੂੰ ਕੁਰਬਾਨ ਕਰ ਰਹੀ ਹੈ।

ਤੁਹਾਨੂੰ ਇੱਕ ਬਹਾਨਾ ਸੁੱਝਦਾ ਹੈ: "ਜ਼ਿੰਦਗੀ ਏਦਾਂ ਹੀ ਹੈ।" ਨਹੀਂ, ਜ਼ਿੰਦਗੀ ਏਦਾਂ ਨਹੀਂ ਹੁੰਦੀ। ਜ਼ਿੰਦਗੀ ਉਤਸ਼ਾਹ ਹੈ। ਪਤਾ ਤਾਂ ਕਰੋ ਕਿ ਤੁਸੀਂ ਆਪਣਾ ਉਤਸ਼ਾਹ ਕਿੱਥੇ ਲੁਕੋ ਦਿੱਤਾ ਹੈ। ਇਸ ਤੋਂ ਪਹਿਲਾਂ ਕਿ ਬਹੁਤ ਦੇਰ ਹੋ ਜਾਵੇ, ਆਪਣੀ ਪਤਨੀ ਅਤੇ ਬੱਚਿਆਂ ਨੂੰ ਨਾਲ ਲੈਕੇ ਉਸਨੂੰ ਭਾਲਣ ਜਾਓ। ਮੁਹੱਬਤ ਨੇ ਕਦੇ ਕਿਸੇ ਨੂੰ ਆਪਣੇ ਸੁਪਨਿਆਂ ਪਿੱਛੇ ਜਾਣ ਤੋਂ ਨਹੀਂ ਰੋਕਿਆ।

ਇੱਕ ਕ੍ਰਿਸਮਿਸ ਦੀ ਈਵ 'ਤੇ ਇੱਕ ਮੁਸਾਫ਼ਿਰ ਅਤੇ ਉਸ ਦੀ ਪਤਨੀ ਬੀਤੇ ਸਾਲ ਬਾਰੇ ਗੱਲ ਕਰ ਰਹੇ ਸਨ। ਪਾਇਰੇਨੀਜ਼ ਨਾਮਕ ਪਿੰਡ ਦੇ ਇਕੋ ਇਕ ਰੈਸਟੋਰੈਂਟ ਵਿੱਚ ਰਾਤ ਦਾ ਖਾਣਾ ਖਾਂਦੇ ਹੋਏ, ਮੁਸਾਫ਼ਿਰ ਕਿਸੇ ਅਜਿਹੀ ਚੀਜ਼ ਬਾਰੇ ਸ਼ਿਕਾਇਤ ਕਰਨ ਲੱਗਾ ਜੋ ਉਸ ਦੀ ਇੱਛਾ ਅਨੁਸਾਰ ਪੂਰੀ ਨਹੀਂ ਹੋਈ ਸੀ।

ਉਸ ਦੀ ਪਤਨੀ ਰੈਸਟੋਰੈਂਟ ਵਿੱਚ ਸਜੇ ਕ੍ਰਿਸਮਿਸ ਟ੍ਰੀ ਵਲ ਤੱਕ ਰਹੀ ਸੀ। ਮੁਸਾਫ਼ਿਰ ਨੂੰ ਲੱਗਾ ਕਿ ਉਹ ਉਸ ਦੀ ਗੱਲ ਵਿੱਚ ਰੁਚੀ ਨਹੀਂ ਲੈ ਰਹੀ, ਇਸ ਲਈ ਉਸਨੇ ਗੱਲ ਦਾ ਵਿਸ਼ਾ ਬਦਲ ਦਿੱਤਾ।

"ਲਾਈਟਾਂ ਸੋਹਣੀਆਂ ਹਨ," ਉਸਨੇ ਕਿਹਾ।

"ਹਾਂ," ਉਸ ਦੀ ਪਤਨੀ ਨੇ ਕਿਹਾ।

"ਪਰ ਜੇ ਤੂੰ ਧਿਆਨ ਨਾਲ ਵੇਖੇਂ, ਤਾਂ ਤੈਨੂੰ ਪਤਾ ਲੱਗੇਗਾ ਕਿ ਇਨ੍ਹਾਂ ਦੋ ਦਰਜਨ ਲਾਈਟਾਂ ਵਿਚੋਂ ਇੱਕ ਲਾਈਟ ਅਜਿਹੀ ਵੀ ਹੈ ਜੋ ਬੁੱਝ ਚੁੱਕੀ ਹੈ। ਮੈਨੂੰ ਲੱਗਦਾ ਹੈ ਕਿ ਪਿਛਲੇ ਸਾਲ ਨੂੰ ਤੂੰ ਦਰਜਨਾਂ ਚਮਕਦੀਆਂ ਲਾਈਟਾਂ ਵਜੋਂ ਨਹੀਂ ਵੇਖ ਰਿਹਾ — ਸਗੋਂ ਤੂੰ ਉਸ ਇਕੋ ਇਕ ਬੁਝੇ ਹੋਏ ਬਲਬ ਨੂੰ ਵੇਖ ਰਿਹਾ ਹੈਂ, ਜੋ ਕਿਸੇ ਵੀ ਚੀਜ਼ ਨੂੰ ਰੌਸ਼ਨ ਨਹੀਂ ਕਰ ਰਿਹਾ।"

ਪਾਓਲੋ ਕੋਇਲੋ

"ਤੂੰ ਉਹ ਸਿੱਧਾ-ਸਾਦਾ ਪਾਦਰੀ ਵੇਖ ਰਿਹਾ ਹੈ ਜੋ ਸੜਕ ਤੇ ਜਾ ਰਿਹਾ ਹੈ?" ਇਕ ਸ਼ੈਤਾਨ ਨੇ ਦੂਜੇ ਨੂੰ ਕਿਹਾ, "ਮੈਂ ਉਸਦੇ ਕੋਲ ਜਾ ਰਿਹਾ ਹਾਂ ਤੇ ਉਸ ਦੀ ਰੂਹ ਨੂੰ ਜਿੱਤ ਲਵਾਂਗਾ।"

"ਉਹ ਤੇਰੀ ਨਹੀਂ ਸੁਣੇਗਾ, ਕਿਉਂਕਿ ਉਹ ਸਿਰਫ਼ ਪਵਿੱਤਰ ਚੀਜ਼ਾਂ ਵਿੱਚ ਹੀ ਦਿਲਚਸਪੀ ਰੱਖਦਾ ਹੈ," ਉਸਦੇ ਸਾਥੀ ਨੇ ਕਿਹਾ।

ਪਰ ਉਹ ਚਤੁਰ ਸ਼ੈਤਾਨ ਗੈਬਰੀਅਲ ਫਰਿਸ਼ਤੇ ਦਾ ਰੂਪ ਧਾਰ ਕੇ ਉਸ ਆਦਮੀ ਦੇ ਸਾਹਮਣੇ ਪ੍ਰਗਟ ਹੋ ਗਿਆ।

"ਮੈਂ ਤੇਰੀ ਮਦਦ ਕਰਨ ਆਇਆ ਹਾਂ," ਉਸ ਨੇ ਕਿਹਾ।

"ਮੈਨੂੰ ਲੱਗਦਾ ਤੁਸੀਂ ਮੈਨੂੰ ਕੋਈ ਹੋਰ ਵਿਅਕਤੀ ਸਮਝ ਬੈਠੇ ਹੋ," ਪਾਦਰੀ ਨੇ ਜਵਾਬ ਦਿੱਤਾ, "ਮੈਂ ਆਪਣੀ ਜ਼ਿੰਦਗੀ ਵਿੱਚ ਕੋਈ ਅਜਿਹਾ ਕੰਮ ਨਹੀਂ ਕੀਤਾ ਕਿ ਕੋਈ ਦੂਤ ਮੇਰੇ ਕੋਲ ਆਵੇ।" ਅਤੇ ਉਹ ਆਪਣੀ ਰਾਹ 'ਤੇ ਚੱਲ ਪਿਆ, ਬਿਨਾਂ ਉਸ ਖ਼ਤਰੇ ਨੂੰ ਜਾਣੇ ਜੋ ਉਸ ਨੇ ਟਾਲ ਦਿੱਤਾ ਸੀ।

ਪੱਤਰਕਾਰ ਐਂਜਿਲਾ ਪੋਂਤੁਆਲ ਇੱਕ ਪ੍ਰੋਗਰਾਮ ਵੇਖਣ ਬਰਾਡਵੇ ਗਈ ਹੋਈ ਸੀ ਅਤੇ ਬ੍ਰੇਕ ਦੌਰਾਨ ਉਹ ਵਿਸਕੀ ਪੀਣ ਲਈ ਬਾਰ ਵਿੱਚ ਚਲੀ ਗਈ। ਓਹ ਥਾਂ ਸੂਟੇ ਲਾਉਂਦੇ, ਗੱਲਾਂ ਕਰਦੇ ਅਤੇ ਸ਼ਰਾਬ ਪੀਂਦੇ ਲੋਕਾਂ ਨਾਲ ਭਰੀ ਹੋਈ ਸੀ।

ਇੱਕ ਸੰਗੀਤਕਾਰ ਪਿਆਨੋ ਵਜਾ ਰਿਹਾ ਸੀ, ਪਰ ਕੋਈ ਵੀ ਉਸ ਵੱਲ ਧਿਆਨ ਨਹੀਂ ਦੇ ਰਿਹਾ ਸੀ। ਐਂਜਿਲਾ ਨੇ ਆਪਣੀ ਵਿਸਕੀ ਦੀ ਚੁਸਕੀ ਲੈਂਦਿਆਂ ਉਸਨੂੰ ਸੁਣਨਾ ਸ਼ੁਰੂ ਕੀਤਾ। ਪਿਆਨੋ ਵਾਦਕ ਥੱਕਿਆ ਹੋਇਆ ਤੇ ਉਦਾਸ ਲੱਗ ਰਿਹਾ ਸੀ ਅਤੇ ਸਿਰਫ਼ ਇਸ ਲਈ ਵਜਾ ਰਿਹਾ ਸੀ ਕਿਉਂਕਿ ਉਸਨੂੰ ਇਸ ਦੀ ਤਨਖ਼ਾਹ ਮਿਲਣੀ ਸੀ। ਉਹ ਉਮੀਦ ਕਰ ਰਿਹਾ ਸੀ ਕਿ ਬ੍ਰੇਕ ਜਲਦੀ ਖ਼ਤਮ ਹੋਵੇ।

ਜਦੋਂ ਉਹ ਆਪਣੀ ਤੀਜੀ ਵਿਸਕੀ ਪੀ ਰਹੀ ਸੀ, ਉਹ ਹੌਲੀ ਜਿਹਾ ਲੜਖੜਾਉਂਦੀ ਹੋਈ ਪਿਆਨੋ ਵਾਦਕ ਕੋਲ ਗਈ ਅਤੇ ਉੱਚੀ ਆਵਾਜ਼ ਵਿੱਚ ਕਿਹਾ:

"ਕੀ ਤੂੰ ਮੂਰਖ ਹੈਂ ਜਾਂ ਕੀ? ਜੋ ਤੂੰ ਵਜਾਉਣਾ ਚਾਹੁੰਦਾ ਹੈਂ, ਉਹ ਕਿਉਂ ਨਹੀਂ ਵਜਾਉਂਦਾ?"

ਪਿਆਨੋ ਵਾਦਕ ਨੇ ਹੈਰਾਨੀ ਨਾਲ ਉਸ ਵੱਲ ਵੇਖਿਆ ਤੇ ਫਿਰ ਲਗਭਗ ਤੁਰੰਤ ਹੀ, ਉਸਨੇ ਉਹ ਸੰਗੀਤ ਵਜਾਉਣਾ ਸ਼ੁਰੂ ਕਰ ਦਿੱਤਾ ਜੋ ਉਹ ਅਸਲ ਵਿੱਚ ਆਪਣੇ ਮਨ ਤੋਂ ਵਜਾਉਣਾ ਚਾਹੁੰਦਾ ਸੀ। ਤੁਰੰਤ ਹੀ ਖਾਮੋਸ਼ੀ ਛਾ ਗਈ ਅਤੇ ਜਦੋਂ ਉਹ ਵਜਾ ਹਟਿਆ ਤਾਂ ਲੋਕਾਂ ਨੇ ਭਰਪੂਰ ਤਾੜੀਆਂ ਵਜਾ ਕੇ ਉਸਦੀ ਪ੍ਰਸ਼ੰਸਾ ਕੀਤੀ।

ਪਾਉਲੋ ਕੋਇਲੋ

ਸੇਂਟ ਫ਼ਰਾਂਸਿਸ ਆਫ਼ ਅਸੀਸੀ ਉਸ ਸਮੇਂ ਸ਼ਹਿਰ ਦੇ ਬਹੁਤ ਹੀ ਹਰਮਨ ਪਿਆਰੇ ਨੌਜਵਾਨ ਸਨ, ਜਦ ਉਨ੍ਹਾਂ ਨੇ ਸਭ ਕੁਝ ਤਿਆਗ ਕੇ ਆਪਣਾ ਧਾਰਮਿਕ ਜੀਵਨ ਸ਼ੁਰੂ ਕਰਨ ਦਾ ਫੈਸਲਾ ਕਰ ਲਿਆ।

ਸੇਂਟ ਕਲੇਅਰ ਆਫ਼ ਅਸੀਸੀ ਇਕ ਬੇਹੱਦ ਸੁੰਦਰ ਕੁੜੀ ਸੀ, ਜਦ ਉਸ ਨੇ ਬ੍ਰਹਮਚਰਿਆ ਦਾ ਪ੍ਰਣ ਲਿਆ।

ਸੇਂਟ ਰੋਮਨ ਲੁਲ ਆਪਣੇ ਸਮੇਂ ਦੇ ਮਹਾਨ ਬੁੱਧੀਜੀਵੀ ਸਨ, ਜਦ ਉਨ੍ਹਾਂ ਨੇ ਸੰਸਾਰ ਵੱਲੋਂ ਪਿੱਠ ਮੋੜ ਲਈ।

ਆਤਮਿਕ ਖੋਜ ਸਭ ਤੋਂ ਪਹਿਲਾਂ ਇੱਕ ਚੁਣੌਤੀ ਹੁੰਦੀ ਹੈ।

ਜੇ ਕੋਈ ਵਿਅਕਤੀ ਇਸਦੀ ਵਰਤੋਂ ਸਿਰਫ਼ ਆਪਣੀਆਂ ਸਮੱਸਿਆਵਾਂ ਤੋਂ ਭੱਜਣ ਲਈ ਕਰਦਾ ਹੈ ਤਾਂ ਉਹ ਇਸ ਜੀਵਨ ਵਿਚ ਕਦੇ ਵੀ ਦੂਰ ਤੱਕ ਨਹੀਂ ਜਾ ਸਕੇਗਾ।

ਇੱਕ ਅਜਿਹੇ ਵਿਅਕਤੀ ਵੱਲੋਂ ਸੰਸਾਰ ਤੋਂ ਸੰਨਿਆਸ ਲੈ ਲੈਣਾ, ਜਿਸਦਾ ਕੋਈ ਮਿੱਤਰ ਹੀ ਨਹੀਂ, ਬੇਅਰਥਕ ਹੈ।

ਜੇ ਤੁਸੀਂ ਇਸ ਲਈ ਗਰੀਬੀ ਵਾਲੀ ਜ਼ਿੰਦਗੀ ਜਿਉਣ ਦੀ ਸਹੁੰ ਖਾਂਦੇ ਹੋ ਕਿਉਂਕਿ ਤੁਸੀਂ ਆਪਣੀ ਰੋਜ਼ੀ ਨਹੀਂ ਕਮਾ ਸਕਦੇ, ਤਾਂ ਇਹ ਸਹੁੰ ਦਾ ਕੋਈ ਮਤਲਬ ਨਹੀਂ।

ਜੇ ਤੁਸੀਂ ਅਸਲ ਵਿੱਚ ਕਾਇਰ ਹੋ, ਤਾਂ ਤੁਹਾਡੀ ਨਿਮਰਤਾ ਕਿਸੇ ਵੀ ਅਰਥ ਦੀ ਨਹੀਂ।

ਜੇ ਤੁਹਾਡੇ ਕੋਲ ਕੁਝ ਹੈ — ਅਤੇ ਤੁਸੀਂ ਉਸਦਾ ਤਿਆਗ ਕਰਦੇ ਹੋ — ਤਾਂ ਇਹ ਇੱਕ ਗੱਲ ਹੈ।

ਪਰ ਜੇ ਤੁਹਾਡੇ ਕੋਲ ਕੁਝ ਵੀ ਨਹੀਂ — ਅਤੇ ਤੁਸੀਂ ਉਹਨਾਂ ਦੀ ਨਿੰਦਾ ਕਰਦੇ ਹੋ ਜਿਨ੍ਹਾਂ ਕੋਲ ਕੁਝ ਹੈ — ਤਾਂ ਇਹ ਬਿਲਕੁਲ ਹੋਰ ਗੱਲ ਹੈ।

ਇੱਕ ਨਪੁੰਸਕ ਵਿਅਕਤੀ ਲਈ ਬ੍ਰਹਮਚਰਿਆ ਦਾ ਉਪਦੇਸ਼ ਦੇਣਾ ਬਹੁਤ ਆਸਾਨ ਹੁੰਦਾ ਹੈ — ਪਰ ਉਸ ਉਪਦੇਸ਼ ਦੀ ਕੀਮਤ ਕੀ ਹੋਵੇਗੀ?

ਗੁਰੂ ਕਹਿੰਦੇ ਹਨ:

ਪਰਮਾਤਮਾ ਦੇ ਕੰਮ ਦੀ ਸਰਾਹਨਾ ਕਰੋ।

ਦੁਨੀਆਂ ਵਿੱਚ ਰਹਿੰਦਿਆਂ ਆਪਣੇ ਉੱਤੇ ਜਿੱਤ ਹਾਸਲ ਕਰਨਾ ਸਿੱਖੋ।

ਮੁਸ਼ਕਿਲ ਹੋ ਜਾਣਾ ਬਹੁਤ ਸੌਖਾ ਹੈ। ਤੁਸੀਂ ਸਿਰਫ਼ ਦੂਜੇ ਲੋਕਾਂ ਤੋਂ ਦੂਰ ਰਹਿਣਾ ਹੈ ਅਤੇ ਇਸ ਤਰ੍ਹਾਂ ਦੁਖਾਂ ਤੋਂ ਬਚੋ, ਕਦੇ ਵੀ ਮੁਹੱਬਤ ਕਰਨ, ਵਿਸ਼ਵਾਸ ਟੁੱਟਣ ਜਾਂ ਆਪਣੇ ਸੁਪਨੇ ਟੁੱਟਣ ਦਾ ਖਤਰਾ ਮੁੱਲ ਨਾ ਲਓ।

ਮੁਸ਼ਕਿਲ ਹੋ ਜਾਣਾ ਬਹੁਤ ਸੌਖਾ ਹੈ। ਤੁਹਾਨੂੰ ਨਾ ਤਾਂ ਫੋਨਾਂ ਦਾ ਜਵਾਬ ਦੇਣ ਦੀ ਫ਼ਿਕਰ ਕਰਨ ਦੀ ਲੋੜ ਹੈ, ਨਾ ਹੀ ਉਹਨਾਂ ਲੋਕਾਂ ਦੀ ਫ਼ਿਕਰ ਕਰਨ ਦੀ ਲੋੜ ਹੈ ਜੋ ਤੁਹਾਡੇ ਤੋਂ ਮਦਦ ਚਾਹੁੰਦੇ ਹਨ ਅਤੇ ਨਾ ਹੀ ਉਹ ਭਲਾਈ ਦੇ ਕੰਮ ਕਰਨ ਦੀ ਲੋੜ ਹੈ ਜੋ ਤੁਹਾਨੂੰ ਕਰਨੇ ਚਾਹੀਦੇ ਹਨ।

ਮੁਸ਼ਕਿਲ ਹੋ ਜਾਣਾ ਬਹੁਤ ਸੌਖਾ ਹੈ। ਤੁਸੀਂ ਸਿਰਫ਼ ਇਹ ਨਾਟਕ ਕਰਨਾ ਹੁੰਦਾ ਹੈ ਕਿ ਤੁਸੀਂ ਆਪਣੀ ਬੰਦ ਦੁਨੀਆਂ ਵਿੱਚ ਮਸ਼ਰੂਫ ਹੋ ਅਤੇ ਤੁਹਾਨੂੰ ਕਦੇ ਵੀ ਰੋਣਾ ਨਹੀਂ ਪੈਂਦਾ। ਏਨਾ ਕਾਫ਼ੀ ਹੈ ਕਿ ਤੁਸੀਂ ਇੱਕ ਭੂਮਿਕਾ ਨਿਭਾ ਕੇ ਆਪਣਾ ਬਾਕੀ ਜੀਵਨ ਬਿਤਾ ਦਿਓ।

ਮੁਸ਼ਕਿਲ ਹੋ ਜਾਣਾ ਬਹੁਤ ਸੌਖਾ ਹੈ। ਤੁਹਾਨੂੰ ਜ਼ਿੰਦਗੀ ਦੀਆਂ ਸਾਰੀਆਂ ਬਿਹਤਰੀਨ ਚੀਜ਼ਾਂ ਨੂੰ ਛੱਡਣਾ ਪੈਂਦਾ ਹੈ।

ਮਰੀਜ਼ ਨੇ ਆਪਣੇ ਡਾਕਟਰ ਵੱਲ ਮੁੜ ਕੇ ਕਿਹਾ:

"ਡਾਕਟਰ ਸਾਹਿਬ, ਡਰ ਨੇ ਮੇਰੀ ਜ਼ਿੰਦਗੀ 'ਤੇ ਇਸ ਹੱਦ ਤਕ ਕਬਜ਼ਾ ਕਰ ਲਿਆ ਹੈ ਕਿ ਹੁਣ ਮੇਰੇ ਲਈ ਜ਼ਿੰਦਗੀ ਦਾ ਆਨੰਦ ਲੈਣਾ ਹੀ ਮੁਸ਼ਕਲ ਹੋ ਗਿਆ ਹੈ।"

ਡਾਕਟਰ ਨੇ ਉੱਤਰ ਦਿੱਤਾ:

"ਮੇਰੇ ਕਨਸਲਟਿੰਗ ਰੂਮ 'ਚ ਇੱਕ ਚੂਹਾ ਰਹਿੰਦਾ ਹੈ, ਜੋ ਮੇਰੀਆਂ ਕਿਤਾਬਾਂ ਕੁਤਰ ਰਿਹਾ ਹੈ। ਜੇ ਮੈਂ ਉਸ ਚੂਹੇ ਨੂੰ ਓਥੋਂ ਕੱਢਣ ਬਾਰੇ ਕੁਝ ਕਰਾਂ ਤਾਂ ਉਹ ਮੈਨੂੰ ਵੇਖ ਕੇ ਲੁਕ ਜਾਵੇਗਾ ਅਤੇ ਫਿਰ ਮੈਂ ਉਸਨੂੰ ਲੱਭਣ ਵਿੱਚ ਆਪਣਾ ਸਾਰਾ ਸਮਾਂ ਬਰਬਾਦ ਕਰ ਦੇਵਾਂਗਾ।"

"ਇਸ ਕਰਕੇ, ਮੈਂ ਆਪਣੀਆਂ ਸਾਰੀਆਂ ਜ਼ਰੂਰੀ ਕਿਤਾਬਾਂ ਇਕ ਸੁਰੱਖਿਅਤ ਥਾਂ 'ਤੇ ਰੱਖ ਦਿੱਤੀਆਂ ਹਨ ਅਤੇ ਹੋਰ ਕਿਤਾਬਾਂ ਉਸਦੇ ਕੁਤਰਨ ਲਈ ਛੱਡ ਦਿਤੀਆਂ ਹਨ। ਇਸ ਤਰ੍ਹਾਂ ਉਹ ਚੂਹਾ ਹੁਣ ਵੀ ਚੂਹਾ ਹੀ ਹੈ—ਦੈਂਤ ਨਹੀਂ ਬਣਿਆ।"

"ਕੁਝ ਚੀਜ਼ਾਂ ਤੋਂ ਡਰੋ — ਪਰ ਆਪਣਾ ਡਰ ਉਸੇ ਚੀਜ਼ ਲਈ ਰੱਖੋ, ਤਾਂ ਜੋ ਬਾਕੀ ਸਾਰੀਆਂ ਚੀਜ਼ਾਂ ਲਈ ਤੁਸੀਂ ਨਿਡਰ ਹੋ ਸਕੋ।"

ਗੁਰੂ ਕਹਿੰਦੇ ਹਨ:

ਕਿਸੇ ਦੀ ਮੁਹੱਬਤ ਹਾਸਿਲ ਕਰਨ ਨਾਲੋਂ ਮੁਹੱਬਤ ਕਰਨਾ ਅਸਾਨ ਹੈ।

ਸਾਨੂੰ ਦੂਜਿਆਂ ਦੀ ਮਦਦ ਅਤੇ ਸਹਾਰਾ ਸਵੀਕਾਰ ਕਰਨਾ ਔਖਾ ਲੱਗਦਾ ਹੈ। ਪਰ ਅਜ਼ਾਦ ਦਿਖਣ ਦੀ ਸਾਡੀ ਕੋਸ਼ਿਸ਼ ਦਾ ਅਰਥ ਇਹ ਵੀ ਹੈ ਕਿ ਦੂਜੇ ਲੋਕ ਸਾਡੇ ਪ੍ਰਤੀ ਆਪਣੀ ਮੁਹੱਬਤ ਨਹੀਂ ਜਤਾ ਸਕਦੇ।

ਬਹੁਤ ਸਾਰੇ ਮਾਪੇ ਬੁਢਾਪੇ ਵਿੱਚ ਆਪਣੇ ਬੱਚਿਆਂ ਨੂੰ ਇਹ ਮੌਕਾ ਹੀ ਨਹੀਂ ਦਿੰਦੇ ਕਿ ਉਹ ਉਨ੍ਹਾਂ ਨਾਲ ਉਹੀ ਪਿਆਰ ਕਰ ਸਕਣ ਜਾਂ ਉਹੀ ਸਹਾਰਾ ਦੇ ਸਕਣ ਜੋ ਉਨ੍ਹਾਂ ਨੇ ਬਚਪਨ ਵਿੱਚ ਮਾਪਿਆਂ ਤੋਂ ਲਿਆ ਸੀ। ਜਦ ਕਿਸਮਤ ਦਾ ਕੋਈ ਝਟਕਾ ਲੱਗਦਾ ਹੈ, ਤਾਂ ਬਹੁਤ ਸਾਰੇ ਪਤੀ ਜਾਂ ਪਤਨੀਆਂ ਆਪਣੇ ਜੀਵਨ ਸਾਥੀ ਉੱਤੇ ਨਿਰਭਰ ਹੋਣ ਵਿੱਚ ਸ਼ਰਮ ਮਹਿਸੂਸ ਕਰਦੇ ਹਨ। ਇਹ ਸਭ ਕੁਝ ਪਿਆਰ ਦੇ ਪਾਣੀ ਨੂੰ ਵਗਣ ਤੋਂ ਰੋਕ ਦਿੰਦਾ ਹੈ।

ਸਾਨੂੰ ਚਾਹੀਦਾ ਹੈ ਕਿ ਅਸੀਂ ਉਸ ਪਿਆਰ ਨੂੰ ਸਵੀਕਾਰ ਕਰੀਏ, ਜੋ ਸਾਡੇ ਆਲੇ-ਦੁਆਲੇ ਦੇ ਲੋਕ ਸਾਡੇ ਲਈ ਦਿਖਾਉਂਦੇ ਹਨ। ਸਾਨੂੰ ਦੂਜਿਆਂ ਨੂੰ ਇਹ ਆਜ਼ਾਦੀ ਦੇਣੀ ਚਾਹੀਦੀ ਹੈ ਕਿ ਉਹ ਸਾਡੀ ਮਦਦ ਕਰ ਸਕਣ, ਸਾਨੂੰ ਸਹਾਰਾ ਦੇ ਸਕਣ, ਤਾਕਤ ਦੇ ਸਕਣ — ਤਾਂ ਜੋ ਅਸੀਂ ਆਪਣੀ ਜ਼ਿੰਦਗੀ ਨੂੰ ਅੱਗੇ ਵਧਾ ਸਕੀਏ।

ਜੇ ਅਸੀਂ ਇਸ ਪਿਆਰ ਨੂੰ ਖੁੱਲ੍ਹੇ ਦਿਲ ਨਾਲ ਅਤੇ ਨਿਮਰਤਾ ਨਾਲ ਸਵੀਕਾਰ ਕਰੀਏ, ਤਾਂ ਅਸੀਂ ਇਹ ਸਮਝ ਸਕਦੇ ਹਾਂ ਕਿ ਪਿਆਰ ਨਾ ਤਾਂ ਸਿਰਫ਼ ਦੇਣ ਦੀ ਗੱਲ ਹੈ, ਨਾ ਹੀ ਸਿਰਫ਼ ਲੈਣ ਦੀ — ਇਹ ਤਾ ਸਾਂਝ ਪਾਉਣ ਦੀ ਗੱਲ ਹੈ।

ਈਵ ਈਡਨ ਗਾਰਡਨ ਵਿੱਚ ਟਹਿਲ ਰਹੀ ਸੀ, ਤਾਂ ਇਕ ਸੱਪ ਉਸਦੇ ਕੋਲ ਆ ਗਿਆ।

"ਇਹ ਸੇਬ ਖਾ ਲੈ," ਸੱਪ ਨੇ ਕਿਹਾ।

ਪਰਮਾਤਮਾ ਨੇ ਈਵ ਨੂੰ ਇਹ ਗੱਲ ਚੰਗੀ ਤਰ੍ਹਾਂ ਸਮਝਾਈ ਹੋਈ ਸੀ, ਇਸ ਲਈ ਉਸ ਨੇ ਇਨਕਾਰ ਕਰ ਦਿੱਤਾ।

"ਇਹ ਸੇਬ ਖਾ ਲੈ," ਸੱਪ ਨੇ ਫਿਰ ਕਿਹਾ, "ਇਹ ਖਾਣ ਤੋਂ ਬਾਅਦ ਤੂੰ ਆਪਣੇ ਆਦਮੀ ਨੂੰ ਹੋਰ ਵੀ ਜ਼ਿਆਦਾ ਖ਼ੂਬਸੂਰਤ ਲੱਗੇਂਗੀ।"

"ਨਹੀਂ, ਮੈਂ ਇਹ ਨਹੀਂ ਖਾਵਾਂਗੀ," ਈਵ ਨੇ ਕਿਹਾ, "ਉਸ ਕੋਲ ਮੇਰੇ ਇਲਾਵਾ ਹੋਰ ਕੋਈ ਔਰਤ ਨਹੀਂ ਹੈ।"

ਸੱਪ ਹੱਸ ਪਿਆ, "ਓਹ ਹਾਂ, ਉਸ ਕੋਲ ਹੋਰ ਔਰਤ ਹੈ।"

ਜਦ ਈਵ ਨੇ ਵਿਸ਼ਵਾਸ ਨਹੀਂ ਕੀਤਾ, ਤਾਂ ਸੱਪ ਉਸਨੂੰ ਇਕ ਟਿੱਲੇ ਉੱਤੇ ਲੈ ਗਿਆ, ਜਿਥੇ ਇੱਕ ਖ਼ੂਹ ਸੀ।

"ਉਹ ਇਸ ਗੁਫਾ ਵਿੱਚ ਹੈ। ਆਦਮ ਨੇ ਉਸਨੂੰ ਇੱਥੇ ਲੁਕਾ ਰੱਖਿਆ ਹੈ।"

ਈਵ ਨੇ ਪਾਣੀ ਵਿੱਚ ਝਾਤੀ ਮਾਰੀ ਤੇ ਖ਼ੂਹ ਦੇ ਪਾਣੀ ਵਿੱਚ ਇੱਕ ਬੇਹੱਦ ਖ਼ੂਬਸੂਰਤ ਔਰਤ ਦੀ ਛਵੀ ਦੇਖੀ।

ਫਿਰ ਉਹ ਬਿਲਕੁਲ ਵੀ ਨਹੀਂ ਝਿਜਕੀ — ਅਤੇ ਉਹ ਸੇਬ ਖਾ ਲਿਆ, ਜੋ ਸੱਪ ਉਸਨੂੰ ਦੇ ਰਿਹਾ ਸੀ।

ਕਿਸੇ ਅਗਿਆਤ ਚਿੱਠੀ ਦੀਆਂ ਕੁਝ ਸਤਰਾਂ, "ਇਕ ਖ਼ਤ ਦਿਲ ਦੇ ਨਾਮ"

"ਪਿਆਰੇ ਦਿਲ, ਮੈਂ ਕਦੇ ਵੀ ਤੇਰੀ ਨਿੰਦਾ ਨਹੀਂ ਕਰਾਂਗੀ, ਨਾ ਹੀ ਤੇਰੀ ਆਲੋਚਨਾ ਕਰਾਂਗੀ, ਨਾ ਹੀ ਤੇਰੇ ਸ਼ਬਦਾਂ ਕਰਕੇ ਸ਼ਰਮਿੰਦਾ ਹੋਵਾਂਗੀ। ਮੈਂ ਜਾਣਦੀ ਹਾਂ ਕਿ ਤੂੰ ਪਰਮਾਤਮਾ ਦਾ ਇੱਕ ਪਿਆਰਾ ਬੱਚਾ ਹੈ ਅਤੇ ਉਹ ਤੈਨੂੰ ਪਿਆਰ ਭਰੀ ਦੁਧੀਆ ਰੌਸ਼ਨੀ ਵਿੱਚ ਲਪੇਟ ਕੇ ਰੱਖਦਾ ਹੈ।"

"ਮੈਂ ਤੇਰੇ ਉੱਤੇ ਭਰੋਸਾ ਕਰਦੀ ਹਾਂ, ਪਿਆਰੇ ਦਿਲ। ਮੈਂ ਤੇਰੇ ਪੱਖ ਵਿੱਚ ਹਾਂ ਅਤੇ ਮੈਂ ਅਰਦਾਸ ਕਰਾਂਗੀ ਕਿ ਪ੍ਰਮਾਤਮਾ ਦੀ ਮਿਹਰ ਤੇਰੇ 'ਤੇ ਵਰਸੇ ਤੇ ਤੈਨੂੰ ਉਹ ਮਦਦ ਅਤੇ ਸਹਾਰਾ ਮਿਲ ਜਾਵੇ ਜਿਸਦੀ ਤੈਨੂੰ ਲੋੜ ਹੈ।"

"ਪਿਆਰੇ ਦਿਲ, ਮੈਂ ਤੇਰੇ ਪਿਆਰ 'ਤੇ ਭਰੋਸਾ ਕਰਦੀ ਹਾਂ। ਮੈਨੂੰ ਯਕੀਨ ਹੈ ਕਿ ਤੂੰ ਉਸ ਪਿਆਰ ਨੂੰ ਉਹਨਾਂ ਲਈ ਲੁਟਾਵੇਂਗਾ ਜੋ ਇਸਦੇ ਹੱਕਦਾਰ ਹਨ ਅਤੇ ਜਿਨ੍ਹਾਂ ਨੂੰ ਇਸਦੀ ਲੋੜ ਹੈ। ਮੇਰਾ ਰਾਹ ਤੇਰਾ ਰਾਹ ਹੋਵੇ ਅਤੇ ਅਸੀਂ ਇਕੱਠੇ ਪਵਿੱਤਰ ਆਤਮਾ ਵੱਲ ਚੱਲੀਏ।"

"ਅਤੇ ਮੈਂ ਤੈਨੂੰ ਬੇਨਤੀ ਕਰਦੀ ਹਾਂ: ਮੇਹਰਬਾਨੀ ਕਰਕੇ ਮੇਰੇ ਉੱਤੇ ਭਰੋਸਾ ਕਰ। ਇਹ ਜਾਣ ਲੈ ਕਿ ਮੈਂ ਤੈਨੂੰ ਪਿਆਰ ਕਰਦੀ ਹਾਂ ਅਤੇ ਮੈਂ ਕੋਸ਼ਿਸ਼ ਕਰ ਰਹੀ ਹਾਂ ਕਿ ਤੈਨੂੰ ਉਹ ਆਜ਼ਾਦੀ ਦੇ ਸਕਾਂ, ਜਿਸਦੀ ਤੈਨੂੰ ਲੋੜ ਹੈ, ਜੇ ਤੂੰ ਖ਼ੁਸ਼ੀ ਨਾਲ ਮੇਰੇ ਸੀਨੇ ਵਿੱਚ ਧੜਕਦਾ ਰਹਿਣਾ ਚਾਹੁੰਦਾ ਹੈ। ਮੈਂ ਪੂਰੀ ਕੋਸ਼ਿਸ਼ ਕਰਾਂਗੀ ਕਿ ਮੇਰੀ ਮੌਜੂਦਗੀ ਕਦੇ ਵੀ ਤੇਰੇ ਦੁਆਲੇ ਦੀ ਜ਼ਮੀਨ ਨੂੰ ਤੰਗ ਨਾ ਕਰੇ।"

ਗੁਰੂ ਕਹਿੰਦੇ ਹਨ:

ਜਦੋਂ ਅਸੀਂ ਕੁਝ ਕਰਨ ਦਾ ਫ਼ੈਸਲਾ ਕਰਦੇ ਹਾਂ ਤਾਂ ਕਿ ਇਹ ਤਾਂ ਸੰਭਾਵਿਤ ਹੈ ਕਿ ਅਣਜਾਣ ਮੁਸ਼ਕਿਲਾਂ ਸਾਹਮਣੇ ਆਉਣਗੀਆਂ। ਇਹ ਵੀ ਕੁਦਰਤੀ ਹੈ ਕਿ ਸਾਨੂੰ ਸੱਟ ਲੱਗ ਸਕਦੀ ਹੈ।

ਪਰ ਜ਼ਖ਼ਮ ਭਰ ਜਾਂਦੇ ਹਨ। ਦਾਗ਼ ਰਹਿ ਜਾਂਦੇ ਹਨ ਜੋ ਸਾਡੇ ਲਈ ਕਿਸੇ ਨੇਮਤ ਤੋਂ ਘੱਟ ਨਹੀਂ ਹੁੰਦੇ। ਇਹ ਦਾਗ਼ ਸਾਰੀ ਉਮਰ ਸਾਡੇ ਨਾਲ ਰਹਿੰਦੇ ਹਨ ਅਤੇ ਕਈ ਵਾਰੀ ਸਾਡੇ ਲਈ ਬਹੁਤ ਹੀ ਮਦਦਗਾਰ ਸਾਬਤ ਹੁੰਦੇ ਹਨ। ਜੇ ਜ਼ਿੰਦਗੀ ਵਿਚ ਕਿਸੇ ਸਮੇਂ, ਲਾਭ ਦੀ ਇੱਛਾ ਜਾਂ ਕਿਸੇ ਹੋਰ ਕਾਰਨ ਕਰਕੇ ਪਿੱਛੇ ਵਾਪਸ ਜਾਣ ਦੀ ਬਹੁਤ ਹੀ ਤੀਬਰ ਇੱਛਾ ਹੋਣ ਲੱਗੇ ਤਾਂ ਸਾਨੂੰ ਸਿਰਫ਼ ਇਹਨਾਂ ਦਾਗ਼ਾਂ ਵੱਲ ਝਾਤੀ ਮਾਰਨੀ ਚਾਹੀਦੀ ਹੈ।

ਇਹ ਦਾਗ਼ ਸਾਨੂੰ ਉਹ ਹੱਥਕੜੀਆਂ ਯਾਦ ਦਿਵਾਉਣਗੇ ਜੋ ਕਦੇ ਸਾਡੀ ਆਜ਼ਾਦੀ ਨੂੰ ਰੋਕਦੀਆਂ ਸਨ, ਉਹ ਕੈਦ ਦੇ ਡਰਾਉਣੇ ਪਲ ਯਾਦ ਦਿਵਾਉਣਗੇ ਅਤੇ ਫਿਰ ਅਸੀਂ ਸਿੱਧੇ ਅੱਗੇ ਵਧਦੇ ਰਹਾਂਗੇ।

ਸੇਂਟ ਪੱਲ ਨੇ ਕੋਰਿੰਥਿਅਨਸ ਨੂੰ ਲਿਖੀ ਆਪਣੀ ਚਿੱਠੀ ਵਿੱਚ ਸਾਨੂੰ ਕਿਹਾ ਕਿ ਦਇਆ ਮੁਹੱਬਤ ਦਾ ਬਹੁਤ ਵੱਡਾ ਗੁਣ ਹੈ।

ਸਾਨੂੰ ਇਹ ਕਦੇ ਨਹੀਂ ਭੁੱਲਣਾ ਚਾਹੀਦਾ ਕਿ ਪਿਆਰ ਦਿਆਲੂ ਹੁੰਦਾ ਹੈ। ਇੱਕ ਸਖ਼ਤ ਮਨ ਵਾਲੀ ਆਤਮਾ ਕਦੇ ਵੀ ਇਸ ਗੱਲ ਦੀ ਇਜਾਜ਼ਤ ਨਹੀਂ ਨਹੀਂ ਦੇਵੇਗੀ ਕਿ ਪ੍ਰਮਾਤਮਾ ਉਸਨੂੰ ਆਪਣੀ ਇੱਛਾ ਅਨੁਸਾਰ ਬਦਲ ਸਕੇ।

ਇੱਕ ਮੁਸਾਫ਼ਿਰ ਉੱਤਰੀ ਸਪੇਨ ਦੇ ਇਕ ਤੰਗ ਰਸਤੇ ਉੱਤੇ ਤੁਰਿਆ ਜਾ ਰਿਹਾ ਸੀ ਕਿ ਉਸ ਨੇ ਇੱਕ ਬਗੀਚੇ ਵਿੱਚ ਲੰਮਾ ਪਿਆ ਇੱਕ ਆਦਮੀ ਦੇਖਿਆ।

“ਕੀ ਤੁਸੀਂ ਫੁੱਲ ਤੋੜ ਰਹੇ ਹੋ?” ਉਸ ਨੇ ਪੁੱਛਿਆ।

“ਨਹੀਂ,” ਆਦਮੀ ਨੇ ਜਵਾਬ ਦਿੱਤਾ, “ਮੈਂ ਉਨ੍ਹਾਂ ਦੀ ਦਿਆਲਤਾ ਨੂੰ ਮਹਿਸੂਸ ਕਰਨ ਦੀ ਕੋਸ਼ਿਸ਼ ਕਰ ਰਿਹਾ ਹਾਂ।”

ਗੁਰੂ ਕਹਿੰਦੇ ਹਨ:

ਹਰ ਰੋਜ਼ ਅਰਦਾਸ ਕਰੋ। ਭਾਵੇਂ ਤੁਸੀਂ ਕੁਝ ਨਾ ਕਰੋ, ਕੁਝ ਨਾ ਮੰਗੋ ਅਤੇ ਤੁਹਾਨੂੰ ਇਹ ਵੀ ਨਾ ਪਤਾ ਹੋਵੇ ਕਿ ਤੁਸੀਂ ਅਰਦਾਸ ਕਿਉਂ ਕਰ ਰਹੇ ਹੋ, ਫਿਰ ਵੀ, ਅਰਦਾਸ ਨੂੰ ਆਪਣੀ ਆਦਤ ਬਣਾ ਲਵੋ। ਜੇਕਰ ਸ਼ੁਰੂ ਵਿੱਚ ਇਹ ਔਖਾ ਲੱਗੇ ਤਾਂ ਆਪਣੇ ਆਪ ਨੂੰ ਕਹੋ: "ਇਸ ਹਫ਼ਤੇ ਮੈਂ ਹਰ ਰੋਜ਼ ਅਰਦਾਸ ਕਰਾਂਗਾ।" ਹਰ ਸੱਤਵੇਂ ਦਿਨ, ਇਹ ਵਚਨ ਦੁਹਰਾਓ।

ਇਹ ਯਾਦ ਰੱਖੋ ਕਿ ਤੁਸੀਂ ਸਿਰਫ਼ ਆਤਮਿਕ ਜਗਤ ਨਾਲ ਨਾਤਾ ਨਹੀਂ ਜੋੜ ਰਹੇ, ਤੁਸੀਂ ਆਪਣੇ ਨਿਸ਼ਚੇ ਨੂੰ ਵੀ ਪੱਕਾ ਕਰ ਰਹੇ ਹੋ। ਇਹ ਰਵਾਇਤਾਂ, ਇਹ ਛੋਟੀਆਂ ਰੀਤਾਂ ਸਾਡੇ ਅੰਦਰ ਉਹ ਅਨੁਸ਼ਾਸਨ ਪੈਦਾ ਕਰਦੀਆਂ ਹਨ ਜੋ ਜੀਵਨ ਦੇ ਅਸਲ ਸੰਘਰਸ਼ਾਂ ਲਈ ਲਾਜ਼ਮੀ ਹੁੰਦਾ ਹੈ।

ਇਸ ਗੱਲ ਦਾ ਕੋਈ ਮਤਲਬ ਨਹੀਂ ਕਿ ਤੁਸੀਂ ਇਕ ਦਿਨ ਆਪਣਾ ਵਚਨ ਭੁੱਲ ਜਾਓ ਅਤੇ ਦੂਜੇ ਦਿਨ ਦੋ ਵਾਰੀ ਅਰਦਾਸ ਕਰ ਲਵੋ। ਨਾ ਹੀ ਇਹ ਸਹੀ ਹੈ ਕਿ ਤੁਸੀਂ ਇਕੋ ਦਿਨ ਵਿੱਚ ਸੱਤ ਵਾਰ ਅਰਦਾਸ ਕਰ ਲਵੋ ਅਤੇ ਫਿਰ ਸਾਰੇ ਹਫ਼ਤੇ ਇਹ ਸੋਚਦੇ ਰਹੋ ਕਿ ਤੁਸੀਂ ਆਪਣਾ ਕੰਮ ਮੁਕੰਮਲ ਕਰ ਲਿਆ।

ਕੁਝ ਚੀਜ਼ਾਂ ਇਕ ਨਿਸ਼ਚਤ ਰਫ਼ਤਾਰ ਅਤੇ ਲੈਅ ਵਿੱਚ ਹੀ ਹੋਣੀਆਂ ਚਾਹੀਦੀਆਂ ਹਨ।

ਇੱਕ ਬੁਰਾ ਇਨਸਾਨ ਮਰ ਜਾਂਦਾ ਹੈ ਅਤੇ ਨਰਕ ਦੇ ਦਰਵਾਜ਼ੇ 'ਤੇ ਉਸਦੀ ਮੁਲਾਕਾਤ ਇੱਕ ਫਰਿਸ਼ਤੇ ਨਾਲ ਹੁੰਦੀ ਹੈ।

ਫਰਿਸ਼ਤਾ ਉਸਨੂੰ ਕਹਿੰਦਾ ਹੈ:

"ਜੇਕਰ ਤੂੰ ਆਪਣੇ ਜੀਵਨ ਵਿੱਚ ਇੱਕ ਵੀ ਚੰਗਾ ਕੰਮ ਕੀਤਾ ਹੋਵੇ, ਤਾਂ ਉਹ ਤੈਨੂੰ ਬਚਾ ਲਏਗਾ।"

ਉਹ ਆਦਮੀ ਕਹਿੰਦਾ ਹੈ: "ਮੈਂ ਕਦੇ ਵੀ ਕੋਈ ਚੰਗਾ ਕੰਮ ਨਹੀਂ ਕੀਤਾ।"

ਫਰਿਸ਼ਤਾ ਕਹਿੰਦਾ ਹੈ: "ਜ਼ਰਾ ਚੰਗੀ ਤਰ੍ਹਾਂ ਯਾਦ ਕਰ।"

ਤਦ ਉਸਨੂੰ ਯਾਦ ਆਉਂਦਾ ਹੈ ਕਿ ਇੱਕ ਵਾਰੀ ਜਦ ਉਹ ਜੰਗਲ ਵਿਚੋਂ ਲੰਘ ਰਿਹਾ ਸੀ, ਉਸਨੇ ਰਸਤੇ ਵਿੱਚ ਇੱਕ ਮੱਕੜੀ ਦੇਖੀ ਸੀ ਅਤੇ ਉਸਨੂੰ ਮਾਰਨ ਦੀ ਥਾਂ ਉਸ ਨੇ ਜਾਨ-ਬੁੱਝ ਕੇ ਰਸਤਾ ਬਦਲ ਲਿਆ ਸੀ।

ਫਰਿਸ਼ਤਾ ਮੁਸਕਰਾਉਂਦਾ ਹੈ।

ਅਕਾਸ਼ ਤੋਂ ਮਕੜੀ ਦੇ ਜਾਲ ਦਾ ਇੱਕ ਨਾਜ਼ੁਕ ਧਾਗਾ ਥੱਲੇ ਆਉਂਦਾ ਹੈ ਅਤੇ ਉਹ ਆਦਮੀ ਉਸ 'ਤੇ ਚੜ੍ਹ ਕੇ ਸਵਰਗ ਵੱਲ ਚਲ ਪੈਂਦਾ ਹੈ।

ਪਰ ਉਦੋਂ, ਉਸਦੇ ਪਿੱਛੇ ਇੱਕ ਹੋਰ ਸਰਾਪੀ ਆਤਮਾ ਵੀ ਉਸ ਧਾਗੇ ਉੱਤੇ ਚੜ੍ਹਣ ਦੀ ਕੋਸ਼ਿਸ਼ ਕਰਦੀ ਹੈ ਤਾਂ ਪਹਿਲਾ ਆਦਮੀ, ਧਾਗਾ ਟੁੱਟਣ ਦੇ ਡਰ ਤੋਂ ਉਸਨੂੰ ਧੱਕਣਾ ਸ਼ੁਰੂ ਕਰ ਦਿੰਦਾ ਹੈ।

ਉਸੇ ਪਲ, ਧਾਗਾ ਟੁੱਟ ਜਾਂਦਾ ਹੈ ਅਤੇ ਉਹ ਆਦਮੀ ਧੜਾਮ ਕਰਕੇ ਨਰਕ ਵਿੱਚ ਡਿੱਗ ਜਾਂਦਾ ਹੈ।

ਜਿਵੇਂ ਹੀ ਉਹ ਡਿੱਗ ਰਿਹਾ ਹੁੰਦਾ ਹੈ, ਉਸਨੂੰ ਫਰਿਸ਼ਤੇ ਦੀ ਆਵਾਜ਼ ਸੁਣਾਈ ਦਿੰਦੀ ਹੈ:

"ਕਿੰਨੀ ਸ਼ਰਮ ਦੀ ਗੱਲ ਹੈ ਤੇਰੇ ਸਵਾਰਥ ਨੇ ਤੇਰੇ ਇਕੋ ਇਕ ਚੰਗੇ ਕੰਮ ਨੂੰ ਵੀ ਬੁਰੇ ਵਿੱਚ ਬਦਲ ਦਿੱਤਾ।"

ਗੁਰੂ ਕਹਿੰਦੇ ਹਨ:

ਚੌਰਾਹੇ ਪਵਿੱਤਰ ਥਾਵਾਂ ਹੁੰਦੀਆਂ ਹਨ। ਇਹ ਉਹ ਥਾਂ ਹੁੰਦੀ ਹੈ ਜਿੱਥੇ ਤੀਰਥ 'ਤੇ ਚੱਲੇ ਯਾਤਰੀ ਨੂੰ ਫ਼ੈਸਲਾ ਲੈਣਾ ਪੈਂਦਾ ਹੈ।

ਇਸੇ ਕਰਕੇ ਦੇਵਤੇ ਚੌਰਾਹਿਆਂ ਉੱਤੇ ਸੌਣਾ ਤੇ ਭੋਜਨ ਕਰਨਾ ਪਸੰਦ ਕਰਦੇ ਹਨ।

ਜਿੱਥੇ ਵੀ ਰਾਹ ਆਪਸ ਵਿੱਚ ਮਿਲਦੇ ਹਨ, ਉੱਥੇ ਦੋ ਤਾਕਤਵਰ ਊਰਜਾਵਾਂ ਇਕੱਠੀਆਂ ਹੁੰਦੀਆਂ ਹਨ: ਇੱਕ ਉਹ ਰਸਤਾ ਜੋ ਚੁਣਿਆ ਜਾਵੇਗਾ ਅਤੇ ਦੂਜਾ ਉਹ ਜੋ ਛੱਡਿਆ ਜਾਵੇਗਾ। ਇਹ ਦੋਵੇਂ ਰਾਹ ਥੋੜ੍ਹੇ ਸਮੇਂ ਲਈ ਇਕ ਰਾਹ ਬਣ ਜਾਂਦੇ ਹਨ।

ਯਾਤਰੀ ਥੋੜ੍ਹੀ ਦੇਰ ਲਈ ਠਹਿਰ ਸਕਦਾ ਹੈ, ਆਰਾਮ ਕਰ ਸਕਦਾ ਹੈ, ਹੈਰਾਨੀ ਵਿੱਚ ਵੀ ਹੋ ਸਕਦਾ ਹੈ — ਉਹਨਾਂ ਦੇਵਤਿਆਂ ਨਾਲ ਸਲਾਹ-ਮਸ਼ਵਰਾ ਕਰ ਸਕਦਾ ਹੈ ਜੋ ਇਨ੍ਹਾਂ ਚੌਰਾਹਿਆਂ 'ਤੇ ਵੱਸਦੇ ਹਨ ਪਰ ਇਥੇ ਸਦਾ ਲਈ ਰਹਿ ਨਹੀਂ ਸਕਦਾ।

ਜਦ ਯਾਤਰੀ ਇਕ ਵਾਰੀ ਰਸਤਾ ਚੁਣ ਲੈਂਦਾ ਹੈ, ਉਸਨੂੰ ਅੱਗੇ ਵਧਣਾ ਪੈਂਦਾ ਹੈ ਤੇ ਜਿਸ ਰਸਤੇ ਨੂੰ ਛੱਡ ਦਿੱਤਾ ਉਸ ਬਾਰੇ ਕਦੇ ਮੁੜ ਨਹੀਂ ਸੋਚਣਾ ਚਾਹੀਦਾ ਜੇ ਉਹ ਮੁੜ-ਮੁੜ ਸੋਚੀ ਜਾਵੇ ਤਾਂ ਫਿਰ ਚੌਰਾਹਾ ਪਵਿੱਤਰ ਨਹੀਂ ਰਹਿੰਦਾ, ਉਹ ਇਕ ਸਰਾਪ ਬਣ ਜਾਂਦਾ ਹੈ।

ਮਨੁੱਖ ਨੇ "ਸੱਚ" ਦੇ ਨਾਂ 'ਤੇ ਬਹੁਤ ਅਪਰਾਧ ਕੀਤੇ ਹਨ। ਆਦਮੀਆਂ ਅਤੇ ਔਰਤਾਂ ਨੂੰ ਜਿੰਦਾ ਸਾੜ ਦਿੱਤਾ ਗਿਆ।

ਪੂਰੀਆਂ ਸੱਭਿਆਤਾਵਾਂ ਨੂੰ ਨਸ਼ਟ ਕਰ ਦਿੱਤਾ ਗਿਆ।

ਜਿਨ੍ਹਾਂ ਨੇ ਸਰੀਰਕ "ਪਾਪ" ਕੀਤੇ, ਉਹਨਾਂ ਨੂੰ ਸਮਾਜ 'ਚੋਂ ਕੱਢ ਦਿੱਤਾ ਗਿਆ। ਜਿਨ੍ਹਾਂ ਨੇ ਵੱਖ-ਵੱਖ ਰਸਤੇ ਚੁਣੇ, ਉਹਨਾਂ ਨੂੰ ਹਾਸ਼ੀਏ 'ਤੇ ਧੱਕ ਦਿੱਤਾ ਗਿਆ।

ਉਹਨਾਂ 'ਚੋਂ ਇਕ ਨੂੰ 'ਸੱਚ' ਦੇ ਨਾਂ 'ਤੇ ਸੂਲੀ 'ਤੇ ਟੰਗ ਦਿੱਤਾ ਗਿਆ। ਪਰ ਮਰਨ ਤੋਂ ਪਹਿਲਾਂ, ਉਸ ਨੇ ਸਾਨੂੰ "ਸੱਚ" ਦੀ ਇਕ ਸ਼ਾਨਦਾਰ ਪਰਿਭਾਸ਼ਾ ਦੱਸੀ।

ਇਹ ਉਹ ਨਹੀਂ ਹੈ ਜੋ ਸਾਨੂੰ ਸੰਭਾਵਨਾਵਾਂ ਦੇਵੇ।

ਇਹ ਉਹ ਨਹੀਂ ਹੈ ਜੋ ਸਾਨੂੰ ਚੰਗੇ ਵਿਚਾਰ ਦੇਵੇ।

ਇਹ ਉਹ ਨਹੀਂ ਜੋ ਸਾਨੂੰ ਦੂਜਿਆਂ ਨਾਲੋਂ ਚੰਗਾ ਬਣਾਵੇ।

ਇਹ ਉਹ ਨਹੀਂ ਹੈ ਜੋ ਸਾਨੂੰ ਸਾਡੇ ਹੀ ਗੁਣਾਂ ਦੀ ਕੈਦ ਵਿਚ ਬੰਦ ਰੱਖੇ।

ਸੱਚ ਉਹ ਹੈ ਜੋ ਸਾਨੂੰ ਮੁਕਤ ਕਰਦਾ ਹੈ।

"ਸੱਚ ਨੂੰ ਜਾਣੋ," ਉਸ ਨੇ ਕਿਹਾ ਸੀ, "ਅਤੇ ਸੱਚ ਤੈਨੂੰ ਮੁਕਤ ਕਰ ਦੇਵੇਗਾ।"

ਸਕੇਟਿਸ ਮਠ ਦੇ ਇੱਕ ਸੰਨਿਆਸੀ ਤੋਂ ਇੱਕ ਵੱਡੀ ਗ਼ਲਤੀ ਹੋ ਗਈ। ਤਦ ਮਠ ਦੇ ਸਭ ਤੋਂ ਜ਼ਿਆਦਾ ਗਿਆਨਵਾਨ ਤਪੱਸਵੀ ਨੂੰ ਉਸਦੇ ਬਾਰੇ ਫ਼ੈਸਲਾ ਕਰਨ ਲਈ ਸੱਦਿਆ ਗਿਆ। ਤਪੱਸਵੀ ਨੇ ਪਹਿਲਾਂ ਆਉਣ ਤੋਂ ਇਨਕਾਰ ਕਰ ਦਿੱਤਾ, ਪਰ ਹੋਰ ਸੰਨਿਆਸੀਆਂ ਦੇ ਜ਼ੋਰ ਪਾਉਣ 'ਤੇ ਆਖ਼ਿਰਕਾਰ ਉਹ ਤਿਆਰ ਹੋ ਗਿਆ।

ਚੱਲਣ ਤੋਂ ਪਹਿਲਾਂ, ਉਸ ਨੇ ਇੱਕ ਬਾਲਟੀ ਲਈ ਅਤੇ ਉਸ ਵਿੱਚ ਕਈ ਛੇਦ ਕਰ ਦਿੱਤੇ। ਫਿਰ ਉਸ ਨੇ ਬਾਲਟੀ ਵਿੱਚ ਰੇਤ ਭਰੀ ਅਤੇ ਮਠ ਵੱਲ ਤੁਰ ਪਿਆ। ਜਦੋਂ ਮਠ ਦੇ ਮੁੱਖ ਪਾਦਰੀ ਨੇ ਉਸਨੂੰ ਵੇਖਿਆ, ਉਹ ਹੈਰਾਨ ਹੋ ਗਏ ਅਤੇ ਪੁੱਛਿਆ:

"ਇਹ ਬਾਲਟੀ ਕਿਉਂ?"

ਤਦ ਤਪੱਸਵੀ ਨੇ ਕਿਹਾ: "ਮੈਂ ਆਪਣੇ ਇੱਕ ਸੰਨਿਆਸੀ ਭਾਈ ਬਾਰੇ ਫ਼ੈਸਲਾ ਸੁਣਾਉਣ ਆਇਆ ਹਾਂ। ਮੇਰੇ ਆਪਣੇ ਪਾਪ ਇਸ ਬਾਲਟੀ ਵਿਚਲੀ ਰੇਤ ਵਾਂਗ ਮੇਰੇ ਪਿੱਛੇ ਹੀ ਕਿਰਦੇ ਜਾ ਰਹੇ ਹਨ। ਪਰ ਕਿਉਂਕਿ ਮੈਂ ਕਦੇ ਪਿੱਛੇ ਮੁੜ ਕੇ ਨਹੀਂ ਵੇਖਦਾ, ਮੈਂ ਉਹ ਪਾਪ ਨਹੀਂ ਵੇਖ ਸਕਦਾ। ਇਸ ਲਈ, ਹੁਣ ਮੈਂ ਇੱਥੇ ਆਇਆ ਹਾਂ ਦੂਜੇ ਸੰਨਿਆਸੀ ਉੱਤੇ ਨਿਆਂਇਕ ਫ਼ੈਸਲਾ ਸੁਣਾਉਣ!"

ਇਹ ਸੁਣ ਕੇ, ਸਾਰੇ ਸੰਨਿਆਸੀ ਸਮਝ ਗਏ ਅਤੇ ਤੁਰੰਤ ਇਹ ਫ਼ੈਸਲਾ ਲਿਆ ਕਿ ਕੋਈ ਸਜ਼ਾ ਨਹੀਂ ਦਿੱਤੀ ਜਾਵੇਗੀ।

ਪਾਇਰੇਨੀਜ਼ ਦੇ ਇੱਕ ਛੋਟੇ ਜਿਹਾ ਗਿਰਜਾਘਰ ਦੀ ਕੰਧ 'ਤੇ ਲਿਖਿਆ ਹੋਇਆ ਸੀ:

"ਪਰਮਾਤਮਾ, ਇਹ ਮੋਮਬੱਤੀ ਮੇਰੇ ਸਾਰੇ ਫੈਸਲਿਆਂ ਅਤੇ ਮੁਸ਼ਕਲਾਂ ਨੂੰ ਰੌਸ਼ਨ ਕਰਦੀ ਰਹੇ।

ਇਹ ਇਕ ਅੱਗ ਬਣੇ, ਤਾਂ ਜੋ ਤੁਸੀਂ ਮੇਰੇ ਅੰਦਰਲੇ ਅਹੰਕਾਰ, ਘਮੰਡ ਅਤੇ ਮੈਲ ਸੜ ਜਾਣ।

ਇਹ ਇਕ ਲਪਟ ਬਣੇ, ਤਾਂ ਜੋ ਤੁਸੀਂ ਮੇਰੇ ਦਿਲ ਨੂੰ ਨਿੱਘ ਦੇ ਸਕੋ ਅਤੇ ਮੈਨੂੰ ਪਿਆਰ ਕਰਨਾ ਸਿਖਾ ਸਕੋ।

ਮੈਂ ਇੱਥੇ ਤੁਹਾਡੇ ਗਿਰਜਾਘਰ ਵਿੱਚ ਜ਼ਿਆਦਾ ਦੇਰ ਨਹੀਂ ਰਹਿ ਸਕਦਾ, ਪਰ ਇਹ ਮੋਮਬੱਤੀ ਚਲਦੀ ਰਹੇ ਤਾਂ ਮੇਰਾ ਇਕ ਨਿੱਕਾ ਜਿਹਾ ਹਿੱਸਾ ਇੱਥੇ ਮੌਜੂਦ ਰਹੇਗਾ। ਮੈਂ ਜੋ ਵੀ ਕੰਮ ਕਰਾਂ ਇਹ ਮੇਰੀ ਪ੍ਰਾਰਥਨਾ ਨੂੰ ਸਦੀਵ ਬਣਾਵੇ।

ਆਮੀਨ!

ਮੁਸਾਫ਼ਿਰ ਦੇ ਇੱਕ ਦੋਸਤ ਨੇ ਨੇਪਾਲ ਦੇ ਇੱਕ ਮਠ ਵਿੱਚ ਕੁਝ ਹਫ਼ਤੇ ਬਿਤਾਉਣ ਦਾ ਨਿਰਣਾ ਲਿਆ।

ਇੱਕ ਦੁਪਹਿਰ, ਉਹ ਮਠ ਦੇ ਇਕ ਪੂਜਾ-ਥਾਂ ਗਿਆ, ਜਿੱਥੇ ਉਸਨੇ ਵੇਖਿਆ ਕਿ ਇੱਕ ਸੰਨਿਆਸੀ ਵੇਦੀ ਉੱਤੇ ਬੈਠਾ ਮੁਸਕਰਾ ਰਿਹਾ ਸੀ।

"ਤੁਸੀਂ ਮੁਸਕਰਾ ਕਿਉਂ ਰਹੇ ਹੋ?" ਉਸਨੇ ਸੰਨਿਆਸੀ ਨੂੰ ਪੁੱਛਿਆ।

"ਕਿਉਂਕਿ ਮੈਨੂੰ ਹੁਣੇ-ਹੁਣੇ ਕੇਲਿਆਂ ਦਾ ਅਰਥ ਸਮਝ ਆ ਗਿਆ ਹੈ," ਸੰਨਿਆਸੀ ਨੇ ਕਿਹਾ।

ਉਸਨੇ ਆਪਣਾ ਥੈਲਾ ਖੋਲ੍ਹਿਆ ਅਤੇ ਇੱਕ ਸੜਿਆ ਹੋਇਆ ਕੇਲਾ ਬਾਹਰ ਕੱਢਿਆ।

"ਇਹ ਉਹ ਜੀਵਨ ਹੈ ਜੋ ਲੰਘ ਚੁੱਕਾ ਹੈ, ਜਿਸਦਾ ਅਸੀਂ ਉਸ ਸਮੇਂ ਪੂਰਾ ਆਨੰਦ ਨਹੀਂ ਲਿਆ। ਹੁਣ ਬਹੁਤ ਦੇਰ ਹੋ ਚੁੱਕੀ ਹੈ।"

ਫਿਰ ਉਸਨੇ ਇੱਕ ਹੋਰ ਕੇਲਾ ਕੱਢਿਆ, ਇਹ ਕੇਲਾ ਹਾਲੇ ਕੱਚਾ ਸੀ। ਉਸਨੇ ਉਸਨੂੰ ਚੁੱਕਿਆ ਅਤੇ ਵਾਪਸ ਥੈਲੇ ਵਿੱਚ ਰੱਖ ਦਿੱਤਾ, "ਇਹ ਉਹ ਜੀਵਨ ਹੈ ਜੋ ਅਜੇ ਆਇਆ ਨਹੀਂ, ਇਹ ਆਪਣੇ ਸਮੇਂ ਦੀ ਉਡੀਕ ਕਰ ਰਿਹਾ ਹੈ।"

ਅਖੀਰ ਵਿੱਚ, ਸੰਨਿਆਸੀ ਨੇ ਇੱਕ ਪੱਕਿਆ ਹੋਇਆ ਕੇਲਾ ਕੱਢਿਆ, ਉਸਦਾ ਛਿਲਕਾ ਉਤਾਰਿਆ ਅਤੇ ਉਹ ਕੇਲਾ ਮੁਸਾਫ਼ਰ ਦੇ ਦੋਸਤ ਨਾਲ ਵੰਡਿਆ।

ਉਹ ਖਾਂਦੇ ਹੋਏ ਕਹਿਣ ਲੱਗਾ: "ਇਹ ਵਰਤਮਾਨ ਹੈ। ਇਸਨੂੰ ਡਰ ਤੋਂ ਬਿਨਾਂ ਜੀਣਾ ਸਿੱਖੋ।"

ਮਕਤੂਬ

ਬੇਬੀ ਕੋਨਸੁਏਲੋ ਆਪਣੇ ਅਤੇ ਆਪਣੇ ਪੁੱਤਰ ਲਈ ਫ਼ਿਲਮ ਦੀ ਟਿਕਟ ਲਈ ਲੋੜੀਂਦੀ ਰਕਮ ਲੈ ਕੇ ਨਿਕਲੀ ਸੀ। ਲੜਕਾ ਬਹੁਤ ਉਤਸ਼ਾਹਿਤ ਸੀ ਅਤੇ ਲਗਾਤਾਰ ਪੁੱਛ ਰਿਹਾ ਸੀ: "ਕੀ ਅਸੀਂ ਪਹੁੰਚ ਗਏ ਹਾਂ?"

ਜਦੋਂ ਉਹ ਇੱਕ ਲਾਲ ਬੱਤੀ 'ਤੇ ਰੁਕੇ ਤਾਂ ਬੇਬੀ ਨੇ ਫੁੱਟਪਾਥ 'ਤੇ ਬੈਠੇ ਇੱਕ ਭਿਖਾਰੀ ਨੂੰ ਵੇਖਿਆ, ਹਾਲਾਂਕਿ ਉਹ ਮੰਗ ਨਹੀਂ ਰਿਹਾ ਸੀ।

ਉਸ ਨੂੰ ਇੱਕ ਅਵਾਜ਼ ਸੁਣਾਈ ਦਿੱਤੀ: "ਤੇਰੇ ਕੋਲ ਜਿੰਨਾ ਵੀ ਪੈਸਾ ਹੈ, ਉਹ ਸਾਰਾ ਇਸਨੂੰ ਦੇ ਦੇ।"

ਬੇਬੀ ਨੇ ਉਸ ਅਵਾਜ਼ ਨਾਲ ਤਰਕ ਕੀਤਾ —ਆਖ਼ਿਰਕਾਰ ਉਸਨੇ ਆਪਣੇ ਪੁੱਤਰ ਨੂੰ ਫ਼ਿਲਮ ਵੇਖਣ ਲੈ ਜਾਣ ਦਾ ਵਾਅਦਾ ਕੀਤਾ ਸੀ।

"ਉਸਨੂੰ ਦੇ ਦੇ," ਅਵਾਜ਼ ਨੇ ਫਿਰ ਕਿਹਾ।

"ਮੈਂ ਉਸਨੂੰ ਅੱਧਾ ਦੇ ਸਕਦੀ ਹਾਂ," ਉਸਨੇ ਕਿਹਾ,

"ਮੇਰਾ ਪੁੱਤਰ ਤਾਂ ਫ਼ਿਲਮ ਵੇਖ ਸਕੇਗਾ, ਅਤੇ ਮੈਂ ਬਾਹਰ ਉਡੀਕ ਕਰ ਲਵਾਂਗੀ।"

ਪਰ ਉਹ ਅਵਾਜ਼ ਕੋਈ ਸਮਝੌਤਾ ਕਰਨ ਦੇ ਮੂਡ ਵਿੱਚ ਨਹੀਂ ਸੀ:

"ਉਸਨੂੰ ਸਾਰਾ ਦੇ ਦੇ।"

ਬੇਬੀ ਕੋਲ ਆਪਣੇ ਪੁੱਤ ਨੂੰ ਇਹ ਸਮਝਾਉਣ ਦਾ ਸਮਾਂ ਨਹੀਂ ਸੀ ਕਿ ਉਹ ਕੀ ਕਰ ਰਹੀ ਸੀ।

ਉਸਨੇ ਕਾਰ ਰੋਕੀ ਅਤੇ ਆਪਣੇ ਸਾਰੇ ਪੈਸੇ ਉਸ ਭਿਖਾਰੀ ਨੂੰ ਦੇ ਦਿੱਤੇ।

ਭਿਖਾਰੀ ਨੇ ਨਿਮਰਤਾ ਅਤੇ ਅ◌ਾਨੰਦ ਨਾਲ ਕਿਹਾ:

"ਪਰਮਾਤਮਾ ਹੈ — ਅਤੇ ਤੂੰ ਇਸਦਾ ਸਭ ਤੋਂ ਵੱਡਾ ਸਬੂਤ ਹੈ। ਅੱਜ ਮੇਰਾ ਜਨਮਦਿਨ ਹੈ। ਮੈਂ ਉਦਾਸ ਅਤੇ ਸ਼ਰਮਿੰਦਾ ਸੀ ਕਿ ਅਜੇ ਵੀ ਭੀਖ ਮੰਗ ਰਿਹਾ ਹਾਂ। ਇਸ ਲਈ, ਮੈਂ ਸੋਚਿਆ ਕਿ ਅੱਜ ਮੰਗਾਂਗਾ ਨਹੀਂ। ਜੇ ਪਰਮਾਤਮਾ ਹੈ ਤਾਂ ਉਹ ਮੈਨੂੰ ਤੋਹਫ਼ਾ ਜ਼ਰੂਰ ਦੇਵੇਗਾ।

ਇੱਕ ਤੀਰਥ ਯਾਤਰੀ ਤੂਫ਼ਾਨ ਵਿਚ ਇੱਕ ਪਿੰਡ ਵਿਚੋਂ ਲੰਘ ਰਿਹਾ ਸੀ, ਜਦੋਂ ਉਸਨੇ ਦੇਖਿਆ ਕਿ ਇੱਕ ਘਰ ਅੱਗ ਵਿੱਚ ਸੜ ਰਿਹਾ ਹੈ।

ਜਦ ਉਹ ਨੇੜੇ ਗਿਆ, ਤਾਂ ਉਸਨੇ ਦੇਖਿਆ ਕਿ ਇੱਕ ਆਦਮੀ ਅਜੇ ਵੀ ਉਸ ਸੜਦੇ ਹੋਏ ਘਰ ਦੀ ਬੈਠਕ ਵਿੱਚ ਬੈਠਾ ਹੋਇਆ ਹੈ। ਅੱਗ ਦੀਆਂ ਲਪਟਾਂ ਉਸ ਦੀਆਂ ਅੱਖਾਂ ਦੀ ਉਚਾਈ ਤੱਕ ਪਹੁੰਚ ਰਹੀਆਂ ਸਨ।

ਤੀਰਥ ਯਾਤਰੀ ਚੀਕਦਾ ਹੈ: "ਓ ਭਾਈ, ਤੇਰੇ ਘਰ ਨੂੰ ਅੱਗ ਲੱਗੀ ਹੋਈ ਏ!"

"ਮੈਨੂੰ ਪਤਾ ਹੈ," ਉਹ ਆਦਮੀ ਨੇ ਕਿਹਾ।

"ਤਾਂ ਫਿਰ ਤੂੰ ਉਥੋਂ ਨਿਕਲਦਾ ਕਿਉਂ ਨਹੀਂ?"

"ਬਾਹਰ ਮੀਂਹ ਪੈ ਰਿਹਾ ਹੈ," ਆਦਮੀ ਕਹਿੰਦਾ ਹੈ, "ਅਤੇ ਮੇਰੀ ਮਾਂ ਨੇ ਕਿਹਾ ਸੀ ਕਿ ਜੇ ਮੀਂਹ ਵਿੱਚ ਫਸ ਗਿਆ, ਤਾਂ ਨਿਮੂਨੀਆ ਹੋ ਜਾਵੇਗਾ।"

ਜ਼ਾਓ ਚੀ ਟਿੱਪਣੀ ਕਰਦੇ ਹਨ:

"ਅਕਲਮੰਦ ਉਹ ਹੈ, ਜੋ ਇਹ ਜਾਣਦਾ ਹੋਵੇ ਕਿ ਜ਼ਰੂਰਤ ਪੈਣ 'ਤੇ ਆਪਣੀ ਸਥਿਤੀ ਕਿਵੇਂ ਬਦਲਣੀ ਹੈ।"

ਪਾਓਲੋ ਕੋਇਲੋ

ਕੁਝ ਜਾਦੂਈ ਪਰੰਪਰਾਵਾਂ ਵਿੱਚ, ਸ਼ਾਗਿਰਦ ਸਾਲ ਵਿੱਚ ਇੱਕ ਦਿਨ ਜਾਂ ਜੇ ਲੋੜ ਪਵੇ, ਤਾਂ ਇੱਕ ਹਫ਼ਤਾ ਆਪਣੇ ਘਰ ਦੀਆਂ ਸਾਰੀਆਂ ਚੀਜ਼ਾਂ ਨਾਲ ਸੰਪਰਕ ਬਣਾਉਂਦੇ ਹਨ।

ਉਹ ਹਰ ਇੱਕ ਚੀਜ਼ ਨੂੰ ਛੂਹਦੇ ਹਨ ਅਤੇ ਉੱਚੀ ਆਵਾਜ਼ ਵਿੱਚ ਪੁੱਛਦੇ ਹਨ:

"ਕੀ ਮੈਨੂੰ ਇਸ ਦੀ ਸੱਚਮੁੱਚ ਲੋੜ ਹੈ?"

ਉਹ ਸ਼ੈਲਫ਼ ਤੋਂ ਕਿਤਾਬਾਂ ਚੁੱਕਦੇ ਹਨ: "ਕੀ ਮੈਂ ਇਹ ਕਦੇ ਮੁੜ ਪੜ੍ਹਾਂਗਾ?"

ਉਹ ਵੱਖ-ਵੱਖ ਯਾਦਗਾਰੀ ਚੀਜ਼ਾਂ ਚੁੱਕਦੇ ਹਨ:

"ਇਹ ਮੈਨੂੰ ਜਿਸ ਸਮੇਂ ਦੀ ਯਾਦ ਦਿਵਾਉਂਦੀਆਂ ਹਨ, ਕੀ ਉਹ ਸਮਾਂ ਮੇਰੇ ਲਈ ਅਜੇ ਵੀ ਮਹੱਤਵਪੂਰਨ ਹੈ?"

ਉਹ ਆਪਣੀਆਂ ਅਲਮਾਰੀਆਂ ਖੋਲ੍ਹਦੇ ਹਨ:

"ਇਹ ਕੱਪੜਾ ਕਈ ਸਾਲਾਂ ਤੋਂ ਪਿਆ ਹੋਇਆ ਹੈ ਤੇ ਮੈਂ ਇਹ ਕਦੇ ਨਹੀਂ ਪਾਇਆ, ਕੀ ਮੈਨੂੰ ਇਹ ਰੱਖਣ ਦੀ ਲੋੜ ਹੈ?"

ਗੁਰੂ ਕਹਿੰਦੇ ਹਨ:

"ਚੀਜ਼ਾਂ ਦੀ ਆਪਣੀ ਊਰਜਾ ਹੁੰਦੀ ਹੈ। ਜਦ ਉਹ ਵਰਤੀਆਂ ਨਹੀਂ ਜਾਂਦੀਆਂ ਤਾਂ ਉਹ ਰੁਕੇ ਹੋਏ ਪਾਣੀ ਵਾਂਗ ਬਣ ਜਾਂਦੀਆਂ ਹਨ। ਜਿੱਥੇ ਮੱਛਰ ਪੈਦਾ ਹੁੰਦੇ ਹਨ ਅਤੇ ਖ਼ਰਾਬੀ ਵਾਸਤੇ ਮੌਕੇ।"

ਤੈਨੂੰ ਚੌਕਸ ਰਹਿਣਾ ਅਤੇ ਊਰਜਾ ਨੂੰ ਮੁਕਤ ਵਹਿਣ ਦੇਣ ਦੀ ਲੋੜ ਹੈ। ਜੇ ਤੂੰ ਪੁਰਾਣੀਆਂ ਚੀਜ਼ਾਂ ਤੋਂ ਛੁਟਕਾਰਾ ਨਹੀਂ ਪਾਉਂਦਾ, ਤਾਂ ਨਵੀਆਂ ਚੀਜ਼ਾਂ ਨੂੰ ਅਪਨਾਉਣ ਲਈ ਤੇਰੇ ਕੋਲ ਜਗ੍ਹਾ ਨਹੀਂ ਹੋਵੇਗੀ।

ਇੱਕ ਪੁਰਾਣੀ ਪੇਰੂਵੀ ਪੁਰਾਣਕਥਾ ਇੱਕ ਅਜਿਹੇ ਸ਼ਹਿਰ ਬਾਰੇ ਦੱਸਦੀ ਹੈ, ਜਿੱਥੇ ਹਰ ਕੋਈ ਖ਼ੁਸ਼ ਸੀ। ਉਸਦੇ ਵਾਸੀ ਆਪਣੀ ਮਰਜ਼ੀ ਅਨੁਸਾਰ ਸਾਰੇ ਕੰਮ ਕਰਦੇ ਸਨ ਅਤੇ ਇਕ ਦੂਜੇ ਨਾਲ ਮਿਲ-ਜੁਲ ਕੇ ਰਹਿੰਦੇ ਸਨ, ਸਿਵਾਏ ਉਥੋਂ ਦੇ ਗਵਰਨਰ ਦੇ ਜਿਸਦੀ ਹਾਲਤ ਇਸ ਲਈ ਬਦਤਰ ਸੀ, ਕਿਉਂਕਿ ਉਸਨੂੰ ਕੋਈ ਸ਼ਾਸਨ ਕਰਨ ਦੀ ਲੋੜ ਨਹੀਂ ਪੈਂਦੀ ਸੀ।

ਜੇਲ੍ਹ ਖਾਲੀ ਪਈ ਸੀ, ਅਦਾਲਤ ਦੀ ਕੋਈ ਵਰਤੋਂ ਨਹੀਂ ਸੀ ਅਤੇ ਨੋਟਰੀ ਦਫ਼ਤਰ ਕੋਈ ਪੈਸਾ ਨਹੀਂ ਕਮਾ ਸਕਦਾ ਸੀ, ਕਿਉਂਕਿ ਲੋਕਾਂ ਦੀਆਂ ਜ਼ਬਾਨਾਂ ਕਾਗ਼ਜ਼ ਦੇ ਟੁਕੜਿਆਂ ਨਾਲੋਂ ਜ਼ਿਆਦਾ ਕੀਮਤੀ ਸਨ।

ਇੱਕ ਦਿਨ, ਨਿਰੀਖਣਕਾਰ ਨੇ ਸ਼ਹਿਰ ਤੋਂ ਬਾਹਰ ਕੁਝ ਮਜ਼ਦੂਰਾਂ ਨੂੰ ਬੁਲਾਇਆ ਅਤੇ ਉਹਨਾਂ ਨੇ ਆਪਣੇ ਆਪ ਨੂੰ ਮੇਨ ਚੌਰਾਹੇ ਦੇ ਦਰਮਿਆਨ ਇੱਕ ਪਰਦੇ ਦੇ ਪਿੱਛੇ ਬੰਦ ਕਰ ਲਿਆ, ਜਿੱਥੇ ਹਥੌੜੇ ਅਤੇ ਆਰੀ ਦੀਆਂ ਆਵਾਜ਼ਾਂ ਬਸ ਸੁਣਾਈ ਦੇ ਰਹੀਆਂ ਸਨ।

ਇੱਕ ਹਫ਼ਤਾ ਬਾਅਦ, ਗਵਰਨਰ ਨੇ ਸਮੂਹ ਨਾਗਰਿਕਾਂ ਨੂੰ ਉਦਘਾਟਨ ਲਈ ਸੱਦਾ ਦਿੱਤਾ। ਭਰੇ ਉਤਸਵ ਵਿਚ ਪਰਦਾ ਉੱਠਿਆ ਅਤੇ ਉੱਥੇ ਉਹਨਾਂ ਨੂੰ ਫਾਂਸੀ ਦਾ ਫੰਦਾ ਦਿਖਾਈ ਦਿੱਤਾ।

ਲੋਕਾਂ ਨੇ ਉਸ ਫੰਦੇ ਬਾਰੇ ਪੁੱਛਗਿਛ ਕੀਤੀ। ਅਨਿਸ਼ਚਿਤਤਾ ਅਤੇ ਡਰ ਨਾਲ ਭਰੇ ਉਹ ਇਕ ਐਸੀ ਚੀਜ਼ ਲਈ ਅਦਾਲਤ ਦੇ ਚੱਕਰ ਲਗਾਉਣ ਲੱਗੇ, ਜੋ ਪਹਿਲਾਂ ਆਪਸੀ ਸਹਿਮਤੀ ਨਾਲ ਸੁਲਝ ਜਾਂਦੀ ਸੀ। ਉਹ ਕਾਗ਼ਜ਼-ਪੱਤਰਾਂ ਦੀ ਰਜਿਸਟ੍ਰੇਸ਼ਨ ਕਰਨ ਲਈ

ਨੋਟਰੀ ਦੇ ਦਫ਼ਤਰ ਗਏ, ਜਦਕਿ ਪਹਿਲਾਂ ਉਹਨਾਂ ਦੀਆਂ ਜ਼ਬਾਨਾਂ ਕਾਫ਼ੀ ਹੁੰਦੀਆਂ ਸਨ। ਜਦ ਕਾਨੂੰਨ ਨੂੰ ਲੈ ਕੇ ਸੰਦੇਹ ਹੋਇਆ, ਫਿਰ ਉਹਨਾਂ ਨੇ ਗਵਰਨਰ ਦੀ ਗੱਲ ਸੁਣੀ।

ਪੁਰਾਣਕਥਾ ਦੱਸਦੀ ਹੈ ਕਿ ਫਾਂਸੀ ਦੇ ਉਸ ਫੰਦੇ ਦੀ ਵਰਤੋਂ ਕਦੇ ਨਹੀਂ ਹੋਈ, ਪਰ ਉਸਦੀ ਮੌਜੂਦਗੀ ਨੇ ਸਭ ਕੁਝ ਬਦਲ ਦਿੱਤਾ ਸੀ।

ਆਸਟਰੀਅਨ ਮਨੋਚਿਕਿਤਸਕ ਵਿਕਟਰ ਫ੍ਰੈਂਕਲ ਨੇ ਨਾਜ਼ੀ ਕੇਂਦਰ ਵਿਚ ਆਪਣਾ ਤਜਰਬਾ ਸਾਂਝਾ ਕਰਦਿਆਂ ਦੱਸਿਆ ਕਿ ਕਿਵੇਂ ਬਹੁਤ ਸਾਰੀਆਂ ਬੇਇੱਜ਼ਤੀਆਂ ਦੇ ਬਾਵਜੂਦ, ਇੱਕ ਸਾਥੀ ਕੈਦੀ ਨੇ ਉਸਦੇ ਕੰਨ ਵਿੱਚ ਫੁਸਫੁਸਾ ਕੇ ਕਿਹਾ: "ਕਾਸ਼! ਸਾਡੀਆਂ ਪਤਨੀਆਂ ਸਾਨੂੰ ਇਸ ਵੇਲੇ ਦੇਖ ਸਕਦੀਆਂ..." ਉਸ ਗੱਲ ਨੇ ਮੈਨੂੰ ਆਪਣੀ ਪਤਨੀ ਦੀ ਯਾਦ ਦਿਵਾਈ... ਅਤੇ ਜਿਵੇਂ-ਜਿਵੇਂ ਅਸੀਂ ਮੀਲਾਂ ਤੱਕ ਲੜਖੜਾਉਂਦੇ ਹੋਏ ਚੱਲਦੇ ਰਹੇ, ਬਰਫ਼ੀਲੀ ਜ਼ਮੀਨ 'ਤੇ ਫਿਸਲਦੇ ਰਹੇ, ਬਾਰ-ਬਾਰ ਇੱਕ ਦੂਜੇ ਨੂੰ ਸਹਾਰਾ ਦਿੰਦੇ ਰਹੇ, ਇੱਕ-ਦੂਜੇ ਨੂੰ ਅੱਗੇ ਖਿੱਚਦੇ ਰਹੇ, ਤੇ ਕੋਈ ਕੁਝ ਨਹੀਂ ਬੋਲ ਰਿਹਾ ਸੀ, ਪਰ ਅਸੀਂ ਦੋਵੇਂ ਜਾਣਦੇ ਸਾਂ ਕਿ ਅਸੀਂ ਦੋਵੇਂ ਆਪਣੀਆਂ-ਆਪਣੀਆਂ ਪਤਨੀਆਂ ਬਾਰੇ ਸੋਚ ਰਹੇ ਸਾਂ...

"ਤਦ ਮੈਨੂੰ ਮਨੁੱਖ ਵਲੋਂ ਬਣਾਈ ਗਈ ਕਵਿਤਾ ਅਤੇ ਮਨੁੱਖੀ ਵਿਚਾਰਾਂ ਵਿੱਚ ਲੁਕਿਆ ਸਭ ਤੋਂ ਵੱਡਾ ਰਾਜ਼ ਸਮਝ ਆ ਗਿਆ: ਮਨੁੱਖ ਦੀ ਆਜ਼ਾਦੀ ਪਿਆਰ ਰਾਹੀਂ ਅਤੇ ਪਿਆਰ ਵਿੱਚ ਹੈ। ਮੈਨੂੰ ਸਮਝ ਆਇਆ ਕਿ ਕਿਵੇਂ ਇੱਕ ਆਦਮੀ ਜਿਸ ਕੋਲ ਇਸ ਦੁਨੀਆ ਵਿੱਚ ਕੁਝ ਵੀ ਨਹੀਂ ਬਚਿਆ, ਆਪਣੀ ਪ੍ਰੇਮਿਕਾ ਬਾਰੇ ਸੋਚਦਿਆਂ, ਚਾਹੇ ਇੱਕ ਪਲ ਲਈ ਹੀ ਸਹੀ, ਪਰਮ ਆਨੰਦ ਦਾ ਅਨੁਭਵ ਕਰ ਸਕਦਾ ਹੈ। ਬਿਲਕੁਲ ਹਤਾਸ਼ਾ ਦੀ ਸਥਿਤੀ ਵਿੱਚ, ਜਦੋਂ ਆਦਮੀ ਖੁਦ ਨੂੰ ਸਕਾਰਾਤਮਕ ਕੰਮਾਂ ਰਾਹੀਂ ਪ੍ਰਗਟ ਨਹੀਂ ਕਰ ਸਕਦਾ, ਜਦੋਂ ਉਸ ਦੀ ਸਫ਼ਲਤਾ ਆਪਣੇ ਦੁੱਖਾਂ ਨੂੰ ਸਹਿਣ ਵਿੱਚ ਹੁੰਦੀ ਹੈ, ਅਜਿਹੀ ਸਥਿਤੀ ਵਿੱਚ ਵੀ ਆਦਮੀ ਆਪਣੀ ਪ੍ਰੇਮਿਕਾ ਦੀ ਛਵੀ ਦਾ ਪਿਆਰ ਭਰਿਆ ਧਿਆਨ ਕਰਦਿਆਂ, ਆਤਮਿਕ ਤ੍ਰਿਪਤੀ ਹਾਸਲ ਕਰ ਸਕਦਾ ਹੈ...

ਮੈਨੂੰ ਨਹੀਂ ਪਤਾ ਸੀ ਕਿ ਮੇਰੀ ਪਤਨੀ ਜ਼ਿੰਦਾ ਹੈ ਜਾਂ ਨਹੀਂ ਅਤੇ ਮੇਰੇ ਕੋਲ ਇਹ ਪਤਾ ਕਰਨ ਦਾ ਕੋਈ ਢੰਗ ਵੀ ਨਹੀਂ ਸੀ... ਪਰ ਉਸ ਪਲ ਇਹ ਗੱਲ ਬੇਮਾਅਨੀ ਹੋ ਗਈ ਸੀ। ਮੈਨੂੰ ਜਾਣਨ ਦੀ ਲੋੜ ਨਹੀਂ ਸੀ; ਕੋਈ ਵੀ ਚੀਜ਼ ਮੇਰੇ ਪਿਆਰ ਦੀ ਤਾਕਤ ਨੂੰ, ਮੇਰੇ ਵਿਚਾਰਾਂ ਅਤੇ ਮੇਰੀ ਪ੍ਰੇਮਿਕਾ ਦੀ ਛਵੀ ਨੂੰ ਛੂਹ ਵੀ ਨਹੀਂ ਸਕਦੀ ਸੀ। ਜੇ ਮੈਨੂੰ ਉਸ ਵੇਲੇ ਪਤਾ ਵੀ ਹੁੰਦਾ ਕਿ ਮੇਰੀ ਪਤਨੀ ਮਰ ਚੁੱਕੀ ਹੈ, ਤਾਂ ਵੀ, ਮੈਂ ਸਮਝਦਾ ਹਾਂ ਕਿ ਮੈਂ ਆਪਣੇ-ਆਪ ਨੂੰ, ਉਸ ਜਾਣਕਾਰੀ ਤੋਂ ਅਡੋਲ ਰੱਖਦੇ ਹੋਏ, ਉਸਦੀ ਛਵੀ ਦੇ ਧਿਆਨ ਵਿੱਚ ਲਗਾ ਦਿੱਤਾ ਹੁੰਦਾ ਅਤੇ ਉਸ ਨਾਲ ਮੇਰੀ ਮਾਨਸਿਕ ਗੱਲਬਾਤ ਉਤਨੀ ਹੀ ਜੀਵੰਤ ਅਤੇ ਸੰਤੁਸ਼ਟੀ ਭਰੀ ਹੁੰਦੀ।

"ਮੈਨੂੰ ਆਪਣੇ ਦਿਲ 'ਤੇ ਮੋਹਰ ਵਾਂਗ ਅੰਕਿਤ ਕਰ ਲੈ,

ਪਿਆਰ ਮੌਤ ਜਿੰਨਾ ਹੀ ਮਜ਼ਬੂਤ ਹੈ।"

ਪਾਓਲੋ ਕੋਇਲੋ

ਗੁਰੂ ਕਹਿੰਦੇ ਹਨ:

ਅੱਜ ਤੋਂ – ਅਤੇ ਅਗਲੇ ਕਈ ਸੌ ਸਾਲਾਂ ਤੱਕ – ਦੁਨੀਆ ਉਹਨਾਂ ਸਭ ਲੋਕਾਂ ਦਾ ਬਾਈਕਾਟ ਕਰਨ ਵਾਲੀ ਹੈ, ਜਿਨ੍ਹਾਂ ਦੇ ਮਨ ਵਿੱਚ ਪੁਰਾਣੀਆਂ ਧਾਰਨਾਵਾਂ ਹਨ।

ਧਰਤੀ ਦੀ ਊਰਜਾ ਹੁਣ ਨਵੀਂ ਹੋਣੀ ਲਾਜ਼ਮੀ ਹੈ। ਨਵੇਂ ਵਿਚਾਰਾਂ ਲਈ ਥਾਂ ਚਾਹੀਦੀ ਹੈ। ਸਰੀਰ ਅਤੇ ਆਤਮਾ ਲਈ ਨਵੀਆਂ ਚੁਣੌਤੀਆਂ ਲਾਜ਼ਮੀ ਹਨ। ਭਵਿੱਖ ਸਾਡੇ ਦਰਵਾਜ਼ਿਆਂ 'ਤੇ ਦਸਤਕ ਦੇ ਰਿਹਾ ਹੈ ਅਤੇ ਉਹ ਸਾਰੇ ਵਿਚਾਰ, ਜੋ ਸਿਰਫ਼ ਪੁਰਾਣੇ ਪੱਖਪਾਤਾਂ 'ਤੇ ਆਧਾਰਿਤ ਨਹੀਂ ਹਨ, ਸਿਰਫ਼ ਉਹੀ ਅੰਦਰ ਆ ਸਕਣਗੇ।

ਜੋ ਕੁਝ ਵੀ ਮਹੱਤਵਪੂਰਨ ਹੈ, ਉਹ ਬਣਿਆ ਰਹੇਗਾ ਅਤੇ ਜੋ ਕੁਝ ਵੀ ਅਣਉਪਯੋਗੀ ਹੈ, ਉਹ ਮਿਟ ਜਾਵੇਗਾ। ਪਰ ਅਸੀਂ ਹਰੇਕ ਨੂੰ, ਆਪਣੇ ਸਾਥੀ ਮਨੁੱਖਾਂ ਦੇ ਸੁਪਨਿਆਂ ਦੀ ਨਹੀਂ, ਸਿਰਫ਼ ਆਪਣੀਆਂ ਸਫਲਤਾਵਾਂ ਦੀ ਪਰਖ ਕਰਨੀ ਚਾਹੀਦੀ ਹੈ।

ਆਪਣੇ ਚੁਣੇ ਹੋਏ ਰਾਹ 'ਚ ਵਿਸ਼ਵਾਸ ਬਣਾਈ ਰੱਖਣ ਲਈ, ਸਾਨੂੰ ਕਿਸੇ ਹੋਰ ਦੇ ਰਾਹ ਨੂੰ ਗਲਤ ਸਾਬਤ ਕਰਨ ਦੀ ਲੋੜ ਨਹੀਂ। ਜੋ ਕੋਈ ਵੀ ਇਹ ਕਰਦਾ ਹੈ, ਉਸਨੂੰ ਆਪਣੇ ਕਦਮਾਂ 'ਤੇ ਕੋਈ ਭਰੋਸਾ ਨਹੀਂ।

ਜ਼ਿੰਦਗੀ ਇੱਕ ਲੰਬੀ ਸਾਈਕਲ ਰੇਸ ਵਾਂਗ ਹੈ, ਜਿਸਦਾ ਮਕਸਦ ਆਪਣੇ ਸੁਪਨੇ ਪੂਰਾ ਕਰਨਾ ਹੁੰਦਾ ਹੈ।

ਸ਼ੁਰੂ ਵਿੱਚ ਅਸੀਂ ਸਾਰੇ ਇਕੱਠੇ ਹੁੰਦੇ ਹਾਂ, ਭਾਈਚਾਰਾ ਅਤੇ ਉਤਸ਼ਾਹ ਸਾਂਝਾ ਹੁੰਦਾ ਹੈ। ਪਰ ਜਿਵੇਂ-ਜਿਵੇਂ ਰੇਸ ਅੱਗੇ ਵਧਦੀ ਹੈ, ਅਸਲ ਚੁਣੌਤੀਆਂ ਜਿਵੇਂ ਥਕਾਵਟ, ਉਕਤਾਹਟ ਅਤੇ ਆਪਣੇ ਉੱਤੇ ਸੰਦੇਹ — ਉਸ ਸ਼ੁਰੂਆਤੀ ਜੋਸ਼ ਦੀ ਥਾਂ ਲੈ ਲੈਂਦੀਆਂ ਹਨ।

ਅਸੀਂ ਵੇਖਦੇ ਹਾਂ ਕਿ ਸਾਡੇ ਕੁਝ ਦੋਸਤਾਂ ਨੇ ਹਾਰ ਮੰਨ ਲਈ ਹੈ; ਉਹ ਅਜੇ ਵੀ ਸਾਈਕਲ ਚਲਾ ਰਹੇ ਹੁੰਦੇ ਹਨ, ਪਰ ਸਿਰਫ਼ ਇਸ ਲਈ, ਕਿਉਂਕਿ ਉਹ ਰਸਤੇ 'ਚ ਨਹੀਂ ਰੁਕ ਸਕਦੇ। ਉਹਨਾਂ ਵਿਚੋਂ ਕਈ, ਸਹਾਇਕ ਵੈਨ ਕੋਲ ਪੈਡਲ ਮਾਰ ਰਹੇ ਹੁੰਦੇ ਹਨ ਤੇ ਇਕ-ਦੂਜੇ ਨਾਲ ਗੱਲਾਂ ਕਰਦੇ ਹੋਏ ਕੇਵਲ ਹਿਲਦੇ-ਜੁਲਦੇ ਜਾਪ ਰਹੇ ਹੁੰਦੇ ਹਨ।

ਆਖ਼ਰ ਵਿਚ, ਉਹ ਸਾਨੂੰ ਨਜ਼ਰ ਆਉਣੇ ਬੰਦ ਹੋ ਜਾਂਦੇ ਹਨ ਅਤੇ ਅਸੀਂ ਇਕੱਲੇਪਨ ਅਤੇ ਉਹਨਾਂ ਅਚਾਨਕ ਦਰਪੇਸ਼ ਘਟਨਾਵਾਂ ਦਾ ਸਾਹਮਣਾ ਕਰਨ ਲਈ ਮਜ਼ਬੂਰ ਹੋ ਜਾਂਦੇ ਹਾਂ ਜੋ ਹਰ ਅਣਜਾਣ ਮੋੜ ਉੱਤੇ ਸਾਡਾ ਇੰਤਜ਼ਾਰ ਕਰ ਰਹੀਆਂ ਹੁੰਦੀਆਂ ਹਨ। ਉਹਨਾਂ ਮੁਸ਼ਕਲਾਂ ਦੀ ਤਾਂ ਗੱਲ ਹੀ ਛੱਡੋ ਜੋ ਸਾਡੀ ਸਾਈਕਲ ਨਾਲ ਜੁੜੀਆਂ ਹੋਈਆਂ ਹਨ।

ਅਸੀਂ ਆਖ਼ਿਰ ਵਿੱਚ ਇਹੀ ਪੁੱਛਦੇ ਰਹਿ ਜਾਂਦੇ ਹਾਂ: "ਕੀ ਇਹ ਸਭ ਕੁਝ ਕਰਨਾ ਵਾਕਈ ਕਿਸੇ ਕੰਮ ਆਵੇਗਾ?"

ਹਾਂ, ਬਿਲਕੁਲ। ਹਾਰ ਨਾ ਮੰਨੋ।

ਪਾਓਲੋ ਕੋਇਲੋ

ਗੁਰੂ ਅਤੇ ਸ਼ਾਗਿਰਦ ਅਰਬ ਦੇ ਰੇਗਿਸਤਾਨਾਂ ਵਿਚੋਂ ਲੰਘ ਰਹੇ ਸਨ। ਯਾਤਰਾ ਦੌਰਾਨ ਜ਼ਿਆਦਾਤਰ ਸਮੇਂ ਗੁਰੂ ਆਪਣੇ ਸ਼ਾਗਿਰਦ ਨੂੰ ਆਸਥਾ ਬਾਰੇ ਉਪਦੇਸ਼ ਦਿੰਦੇ ਰਹਿੰਦੇ।

"ਸਭ ਕੁਝ ਪਰਮੇਸ਼ਰ ਉੱਤੇ ਛੱਡ ਦਿਓ," ਉਹ ਕਹਿੰਦੇ, "ਪਰਮੇਸ਼ਰ ਆਪਣੇ ਬੱਚਿਆਂ ਨੂੰ ਕਦੇ ਨਹੀਂ ਛੱਡਦਾ।"

ਰਾਤ ਨੂੰ ਜਦੋਂ ਉਹ ਆਪਣਾ ਕੈਂਪ ਲਗਾਉਂਦੇ ਹਨ, ਤਾਂ ਗੁਰੂ ਸ਼ਾਗਿਰਦ ਨੂੰ ਆਖਦੇ ਹਨ ਕਿ ਉਹ ਘੋੜਿਆਂ ਨੂੰ ਨੇੜੇ ਵਾਲੀ ਚੱਟਾਨ ਨਾਲ ਬੰਨ੍ਹ ਦੇਵੇ।

ਸ਼ਾਗਿਰਦ ਚੱਟਾਨ ਵੱਲ ਜਾਂਦਾ ਹੈ ਤੇ ਉਸਨੂੰ ਗੁਰੂ ਦਾ ਉਪਦੇਸ਼ ਯਾਦ ਆਉਂਦਾ ਹੈ।

"ਉਹ ਮੇਰੀ ਪਰਖ ਕਰ ਰਹੇ ਹਨ," ਉਹ ਸੋਚਦਾ ਹੈ, "ਮੈਨੂੰ ਘੋੜਿਆਂ ਨੂੰ ਪਰਮੇਸ਼ਰ ਦੇ ਭਰੋਸੇ ਛੱਡ ਦੇਣਾ ਚਾਹੀਦਾ ਹੈ।"

ਅਤੇ ਉਹ ਘੋੜਿਆਂ ਨੂੰ ਚੱਟਾਨ ਨਾਲ ਬਿਨਾਂ ਬੰਨ੍ਹੇ ਵਾਪਸ ਆ ਜਾਂਦਾ ਹੈ।

ਸਵੇਰੇ, ਉਹ ਵੇਖਦਾ ਹੈ ਕਿ ਘੋੜੇ ਭੱਜ ਚੁੱਕੇ ਹਨ। ਉਹ ਗੁੱਸੇ ਨਾਲ ਭਰਿਆ ਗੁਰੂ ਕੋਲ ਜਾਂਦਾ ਹੈ। "ਤੁਸੀਂ ਪਰਮੇਸ਼ਰ ਬਾਰੇ ਕੁਝ ਨਹੀਂ ਜਾਣਦੇ!" ਉਹ ਕਹਿੰਦਾ ਹੈ, "ਮੈਂ ਘੋੜਿਆਂ ਨੂੰ ਉਸ ਦੀ ਦੇਖਭਾਲ ਵਿੱਚ ਛੱਡ ਦਿੱਤਾ ਸੀ, ਤੇ ਉਹ ਭੱਜ ਗਏ!"

"ਪਰਮੇਸ਼ਰ ਤਾਂ ਘੋੜਿਆਂ ਦੀ ਸੰਭਾਲ ਕਰਨਾ ਚਾਹੁੰਦਾ ਸੀ," ਗੁਰੂ ਕਹਿੰਦੇ ਹਨ, "ਪਰ ਇਹ ਕਰਨ ਲਈ, ਲੋੜ ਸੀ ਕਿ ਤੇਰੇ ਹੱਥ ਉਨ੍ਹਾਂ ਨੂੰ ਚੱਟਾਨ ਨਾਲ ਢੰਗ ਨਾਲ ਬੰਨ੍ਹਦੇ।"

"ਸ਼ਾਇਦ ਪਰਮੇਸ਼ਰ ਨੇ ਰੂਹਾਂ ਨੂੰ ਬਚਾਉਣ ਲਈ ਆਪਣੇ ਕੁਝ ਉਪਾਸਕਾਂ ਨੂੰ ਨਰਕ ਦੀ ਅੱਗ ਵਿੱਚ ਭੇਜਿਆ ਹੈ," ਜੌਨ ਕਹਿੰਦਾ ਹੈ, "ਸਭ ਕੁਝ ਖ਼ਤਮ ਨਹੀਂ ਹੋਇਆ, ਉੱਥੇ ਵੀ ਨਹੀਂ।"

ਇਹ ਵਿਚਾਰ ਮੁਸਾਫ਼ਿਰ ਨੂੰ ਹੈਰਾਨ ਕਰ ਦਿੰਦਾ ਹੈ। ਜੌਨ ਲੌਸ ਐਂਜਲਸ ਵਿੱਚ ਇੱਕ ਅੱਗ ਬੁਝਾਉਣ ਵਾਲਾ (ਫਾਇਰਮੈਨ) ਹੈ ਅਤੇ ਅੱਜ ਉਸਦੀ ਛੁੱਟੀ ਹੈ।

"ਤੂੰ ਇਹ ਕਿਉਂ ਕਹਿੰਦਾ ਹੈਂ?" ਮੁਸਾਫ਼ਿਰ ਪੁੱਛਦਾ ਹੈ।

"ਕਿਉਂਕਿ ਮੈਂ ਜਾਣਦਾ ਹਾਂ ਕਿ ਨਰਕ ਦੀ ਅੱਗ ਕਿਹੋ ਜਿਹੀ ਹੁੰਦੀ ਹੈ। ਮੈਂ ਇਸਨੂੰ ਇੱਥੇ ਧਰਤੀ 'ਤੇ ਅਨੁਭਵ ਕੀਤਾ ਹੈ। ਮੈਂ ਸੜਦੀਆਂ ਇਮਾਰਤਾਂ ਵਿੱਚ ਜਾਂਦਾ ਹਾਂ, ਮੈਂ ਨਿਰਾਸ਼ ਲੋਕਾਂ ਨੂੰ ਭੱਜਣ ਦੀ ਕੋਸ਼ਿਸ਼ ਕਰਦੇ ਵੇਖਦਾ ਹਾਂ ਅਤੇ ਉਹਨਾਂ ਨੂੰ ਬਚਾਉਣ ਲਈ ਮੈਨੂੰ ਅਕਸਰ ਆਪਣੀ ਜਾਨ ਨੂੰ ਖ਼ਤਰੇ ਵਿੱਚ ਪਾਉਣਾ ਪੈਂਦਾ ਹੈ। ਮੈਂ ਇਸ ਵਿਸ਼ਾਲ ਸੰਸਾਰ ਵਿੱਚ ਇੱਕ ਛੋਟਾ-ਜਿਹਾ ਕਣ ਹਾਂ, ਜੋ ਅਨੇਕਾਂ ਅੱਗ ਲੱਗਣ ਵਾਲੀਆਂ ਘਟਨਾਵਾਂ ਵਿੱਚ ਇੱਕ ਹੀਰੋ ਵਾਂਗ ਵਿਵਹਾਰ ਕਰਨ ਲਈ ਮਜਬੂਰ ਹੁੰਦਾ ਹੈ। ਜੇ ਮੇਰੇ ਜਿਹਾ ਨਾਚੀਜ਼ ਇਹ ਕਰ ਸਕਦਾ ਹਾਂ, ਤਾਂ ਕਲਪਨਾ ਕਰੋ ਕਿ ਈਸਾ ਕੀ ਨਹੀਂ ਕਰ ਸਕਦੇ ਹੋਣਗੇ! ਮੈਨੂੰ ਪੱਕਾ ਯਕੀਨ ਹੈ ਕਿ ਉਨ੍ਹਾਂ ਦੇ ਕੁਝ ਉਪਾਸਕ ਰੂਹਾਂ ਨੂੰ ਬਚਾਉਣ ਲਈ ਉੱਥੇ ਨਰਕ ਵਿੱਚ ਹੋਣਗੇ।"

ਗੁਰੂ ਕਹਿੰਦੇ ਹਨ:

ਕਈ ਪੁਰਾਣੀਆਂ ਸਭਿਅਤਾਵਾਂ ਵਿੱਚ ਮਰਨ ਵਾਲੇ ਦੇ ਸਰੀਰ ਨੂੰ ਗੋਲੇ ਵਰਗੀ ਅਵਸਥਾ ਵਿੱਚ ਸਮਾਧੀ ਦਿੱਤੀ ਜਾਂਦੀ ਸੀ। ਉਹ ਕਹਿੰਦੇ ਸਨ ਕਿ “ਉਸਨੇ ਦੂਜਾ ਜਨਮ ਲੈਣਾ ਹੈ ਅਤੇ ਇਸ ਲਈ ਅਸੀਂ ਉਸਨੂੰ ਉਸ ਅਵਸਥਾ ਵਿੱਚ ਕਬਰ ਵਿੱਚ ਰੱਖਦੇ ਹਾਂ, ਜਿਸ ਅਵਸਥਾ ਵਿੱਚ ਉਹ ਇਸ ਦੁਨੀਆ ਵਿੱਚ ਆਇਆ ਸੀ।”

ਉਹ ਸਭਿਆਚਾਰ, ਜੋ ਬਦਲਾਅ ਅਤੇ ਚਮਤਕਾਰ ਦੇ ਲਗਾਤਾਰ ਸੰਪਰਕ ਵਿੱਚ ਰਹਿੰਦੇ ਸਨ, ਉਨ੍ਹਾਂ ਲਈ ਮੌਤ ਦੁਨੀਆ ਦੇ ਲੰਬੇ ਰਸਤੇ ਉੱਤੇ ਰੱਖਿਆ ਹੋਇਆ ਸਿਰਫ਼ ਇੱਕ ਹੋਰ ਕਦਮ ਸੀ।

ਦੁਨੀਆਂ ਨੇ ਹੌਲੀ-ਹੌਲੀ ਮੌਤ ਪ੍ਰਤੀ ਆਪਣਾ ਸਾਦਾ ਜਿਹਾ ਨਜ਼ਰੀਆ ਖੋਹ ਦਿੱਤਾ ਹੈ, ਪਰ ਇਸ ਨਾਲ ਕੋਈ ਫਰਕ ਨਹੀਂ ਪੈਂਦਾ ਕਿ ਅਸੀਂ ਕੀ ਸੋਚਦੇ ਹਾਂ ਜਾਂ ਕੀ ਕਰਦੇ ਹਾਂ ਜਾਂ ਸਾਡਾ ਵਿਸ਼ਵਾਸ ਕੀ ਹੈ: ਇੱਕ ਦਿਨ ਅਸੀਂ ਸਾਰੇ ਮਰ ਜਾਵਾਂਗੇ।

ਸਭ ਤੋਂ ਵਧੀਆ ਇਹ ਹੈ ਕਿ ਪ੍ਰਾਚੀਨ ਯਾਕੂਈ ਭਾਰਤੀ ਲੋਕਾਂ ਦਾ ਰਵੱਈਆ ਅਪਣਾਇਆ ਜਾਵੇ: ਮੌਤ ਨੂੰ ਇੱਕ ਸਲਾਹਕਾਰ ਵਾਂਗ ਵਰਤੋਂ ਅਤੇ ਲਗਾਤਾਰ ਉਸ ਤੋਂ ਪੁੱਛਦੇ ਰਹੋ, “ਕਿ ਮੇਰਾ ਮਰਨਾ ਤੈਅ ਹੈ, ਮੈਨੂੰ ਹੁਣ ਕੀ ਕਰਨਾ ਚਾਹੀਦਾ ਹੈ?”

ਜ਼ਿੰਦਗੀ ਕੋਈ ਸਲਾਹ ਮੰਗਣ ਜਾਂ ਦੇਣ ਦੀ ਗੱਲ ਨਹੀਂ ਹੈ। ਜੇ ਸਾਨੂੰ ਮਦਦ ਦੀ ਲੋੜ ਹੋਵੇ, ਤਾਂ ਸਭ ਤੋਂ ਵਧੀਆ ਇਹ ਦੇਖਣਾ ਹੁੰਦਾ ਹੈ ਕਿ ਹੋਰ ਲੋਕ ਆਪਣੀਆਂ ਸਮੱਸਿਆਵਾਂ ਨੂੰ ਕਿਵੇਂ ਹੱਲ ਕਰਦੇ ਹਨ — ਜਾਂ ਉਹਨਾਂ ਨੂੰ ਹੱਲ ਕਰਨ ਵਿੱਚ ਅਸਫ਼ਲ ਕਿਉਂ ਰਹਿੰਦੇ ਹਨ।

ਫਰਿਸ਼ਤੇ ਸਾਡੇ ਲਈ ਸਦਾ ਹਾਜ਼ਰ ਰਹਿੰਦੇ ਹਨ ਅਤੇ ਅਕਸਰ ਉਹ ਦੂਜਿਆਂ ਦੇ ਮੂੰਹੋਂ ਨਿਕਲਣ ਵਾਲੇ ਸ਼ਬਦਾਂ ਰਾਹੀਂ ਜਵਾਬ ਦਿੰਦੇ ਹਨ ਅਤੇ ਉਹ ਜਵਾਬ ਆਮ ਤੌਰ 'ਤੇ ਇਕ ਸੰਯੋਗ ਵਾਂਗ ਹੁੰਦਾ ਹੈ, ਅਸੀਂ ਭਾਵੇਂ ਕਿੰਨੇ ਵੀ ਰੁੱਝੇ ਹੋਈਏ, ਪਰ ਫਿਰ ਵੀ ਆਪਣੀਆਂ ਚਿੰਤਾਵਾਂ ਨੂੰ ਇਹ ਆਗਿਆ ਨਹੀਂ ਦਿੰਦੇ ਕਿ ਉਹ ਜੀਵਨ ਦੇ ਚਮਤਕਾਰ ਨੂੰ ਧੁੰਦਲਾ ਕਰ ਸਕਣ।

ਇਹੋ ਵਧੀਆ ਰਹੇਗਾ ਕਿ ਅਸੀਂ ਆਪਣੇ ਫਰਿਸ਼ਤੇ ਨੂੰ, ਜਦ ਉਸਨੂੰ ਲੋੜ ਮਹਿਸੂਸ ਹੋਵੇ, ਉਨ੍ਹਾਂ ਹੀ ਢੰਗਾਂ ਨਾਲ ਬੋਲਣ ਦੇਈਏ, ਜਿਨ੍ਹਾਂ ਨਾਲ ਉਸਨੂੰ ਆਦਤ ਹੈ।

ਗੁਰੂ ਕਹਿੰਦੇ ਹਨ:

ਪਰਾਮਰਸ਼ ਜੀਵਨ ਦਾ ਸਿਧਾਂਤ ਹੋ ਸਕਦਾ ਹੈ, ਪਰ ਇਸ 'ਤੇ ਅਮਲ ਕਰਨਾ ਕਾਫ਼ੀ ਅਲੱਗ ਗੱਲ ਹੈ।

ਇੱਕ ਦਿਨ, ਰਿਓ ਦ ਜਨੇਰਿਓ ਦੀ ਕੈਰਿਸਮੈਟਿਕ ਰਿਨਿਊਅਲ ਚਰਚ ਨਾਲ ਸਬੰਧਤ ਇੱਕ ਪਾਦਰੀ ਬੱਸ ਵਿੱਚ ਬੈਠਾ ਹੋਇਆ ਸੀ, ਜਦੋਂ ਉਸਨੂੰ ਇੱਕ ਅਵਾਜ਼ ਸੁਣਾਈ ਦਿੱਤੀ, ਜੋ ਉਸਨੂੰ ਕਹਿ ਰਹੀ ਸੀ ਕਿ ਉਹ ਓਸੇ ਵੇਲੇ, ਓਸੇ ਥਾਂ ਖੜ੍ਹਾ ਹੋ ਕੇ ਈਸਾ ਦੀ ਬਾਣੀ ਦਾ ਉਪਦੇਸ਼ ਦੇਵੇ।

ਉਸਨੇ ਉਸ ਅਵਾਜ਼ ਨੂੰ ਕਿਹਾ: "ਲੋਕ ਮੇਰਾ ਮਜ਼ਾਕ ਬਣਾਉਣਗੇ। ਇਹ ਉਪਦੇਸ਼ ਦੇਣ ਦੀ ਥਾਂ ਨਹੀਂ ਹੈ।"

ਪਰ ਉਸ ਦੇ ਅੰਦਰੋਂ ਕੋਈ ਸ਼ਕਤੀ ਲਗਾਤਾਰ ਜ਼ੋਰ ਦੇ ਰਹੀ ਸੀ ਕਿ ਉਹ ਬੋਲੇ, "ਦੇਖੋ, ਮੈਂ ਵਾਕਈ ਸ਼ਰਮੀਲਾ ਹਾਂ, ਕਿਰਪਾ ਕਰਕੇ ਮੈਨੂੰ ਇਹ ਕਰਨ ਨੂੰ ਨਾ ਕਹੋ," ਉਸਨੇ ਬੇਨਤੀ ਕੀਤੀ।

ਅੰਦਰਲੀ ਅਵਾਜ਼ ਆਪਣੀ ਜ਼ਿੱਦ 'ਤੇ ਅੜੀ ਰਹੀ।

ਉਸਨੂੰ ਉਸ ਵਾਅਦੇ ਦੀ ਯਾਦ ਆ ਗਈ ਜੋ ਉਸਨੇ ਕੀਤਾ ਸੀ: "ਈਸਾ ਜੋ ਕੁਝ ਵੀ ਆਖਣ, ਮੈਨੂੰ ਮਨਜ਼ੂਰ ਹੋਵੇਗਾ।"

ਬਹੁਤ ਸ਼ਰਮ ਮਹਿਸੂਸ ਕਰਦਿਆਂ, ਉਹ ਖੜ੍ਹਾ ਹੋਇਆ ਅਤੇ ਬਾਈਬਲ ਵਿਚਲੇ ਸੰਦੇਸ਼ ਬਾਰੇ ਬੋਲਣਾ ਸ਼ੁਰੂ ਕੀਤਾ। ਹੋਰ ਸਫ਼ਰ ਕਰ ਰਹੇ ਯਾਤਰੀ ਚੁੱਪ ਕਰਕੇ ਉਸਨੂੰ ਸੁਣਨ ਲੱਗ ਪਏ।

ਉਸਨੇ ਹਰ ਵਿਅਕਤੀ ਵੱਲ ਵੇਖਿਆ ਅਤੇ ਉਨ੍ਹਾਂ ਵਿੱਚੋਂ ਕਿਸੇ ਨੇ ਵੀ ਆਪਣੀ ਨਜ਼ਰ ਨਹੀਂ ਹਟਾਈ। ਉਸਨੇ ਉਹ ਸਾਰਾ ਕੁਝ ਕਿਹਾ ਜੋ ਉਸ ਦੇ ਦਿਲ ਵਿੱਚ ਸੀ ਅਤੇ ਜਦੋਂ ਉਸਦਾ ਉਪਦੇਸ਼ ਸਮਾਪਤ ਹੋ ਗਿਆ, ਉਹ ਵਾਪਸ ਬੈਠ ਗਿਆ।

ਉਹ ਅੱਜ ਤੱਕ ਨਹੀਂ ਜਾਣਦਾ ਕਿ ਉਸ ਪਲ ਉਸਨੇ ਕਿਹੜਾ ਫ਼ਰਜ਼ ਪੂਰਾ ਕੀਤਾ ਸੀ, ਪਰ ਉਸਨੂੰ ਇਸ ਗੱਲ 'ਤੇ ਪੂਰੀ ਤਰ੍ਹਾਂ ਯਕੀਨ ਹੈ ਕਿ ਉਸਨੇ ਕੋਈ ਫ਼ਰਜ਼ ਪੂਰਾ ਕੀਤਾ ਸੀ।

ਇੱਕ ਅਫ਼ਰੀਕੀ ਓਝਾ ਆਪਣੇ ਚੇਲੇ ਨਾਲ ਜੰਗਲ ਵਿਚ ਜਾ ਰਿਹਾ ਸੀ।

ਭਾਵੇਂ ਕਿ ਉਸ ਦੀ ਉਮਰ ਚੇਲੇ ਨਾਲੋਂ ਵੱਧ ਸੀ, ਪਰ ਉਹ ਬਹੁਤ ਫੁਰਤੀ ਨਾਲ ਚਲ ਰਿਹਾ ਸੀ, ਜਦਕਿ ਚੇਲਾ ਵਾਰੀ-ਵਾਰੀ ਫਿਸਲਦਾ ਅਤੇ ਡਿੱਗ ਪੈਂਦਾ।

ਚੇਲਾ ਕੋਸਦਾ, ਉੱਠ ਕੇ ਖੜ੍ਹਾ ਹੋ ਜਾਂਦਾ, ਉਸ ਥਾਂ ਉੱਤੇ ਥੁੱਕਦਾ ਅਤੇ ਆਪਣੇ ਓਝਾ ਦੇ ਪਿੱਛੇ-ਪਿੱਛੇ ਚਲ ਪੈਂਦਾ।

ਇੱਕ ਲੰਬਾ ਰਸਤਾ ਤੈਅ ਕਰਨ ਤੋਂ ਬਾਅਦ, ਉਹ ਇੱਕ ਪਵਿੱਤਰ ਥਾਂ ’ਤੇ ਪਹੁੰਚਦੇ ਹਨ। ਓਝਾ ਇੱਕ ਪਲ ਲਈ ਵੀ ਨਹੀਂ ਰੁਕਦਾ, ਤੁਰੰਤ ਮੁੜ ਜਾਂਦਾ ਹੈ ਅਤੇ ਵਾਪਸ ਚੱਲ ਪੈਂਦਾ ਹੈ।

“ਅੱਜ ਤਸੀਂ ਮੈਨੂੰ ਕੁਝ ਵੀ ਨਹੀਂ ਸਿਖਾਇਆ,” ਚੇਲਾ ਫਿਰ ਇੱਕ ਵਾਰੀ ਡਿੱਗ ਕੇ ਕਹਿੰਦਾ ਹੈ।

“ਮੈਂ ਸਿਖਾਇਆ ਸੀ,” ਓਝਾ ਕਹਿੰਦਾ ਹੈ, “ਪਰ ਲੱਗਦਾ ਹੈ ਕਿ ਤੂੰ ਸਿੱਖਣ ਵਿੱਚ ਅਸਫ਼ਲ ਰਿਹਾ। ਮੈਂ ਤੈਨੂੰ ਇਹ ਸਿਖਾਉਣ ਦੀ ਕੋਸ਼ਿਸ਼ ਕਰ ਰਿਹਾ ਸੀ ਕਿ ਜ਼ਿੰਦਗੀ ਵਿੱਚ ਜਦੋਂ ਤੂੰ ਗਲਤੀਆਂ ਕਰਦਾ ਹੈਂ, ਤਾਂ ਉਨ੍ਹਾਂ ਨਾਲ ਕਿਵੇਂ ਨਿਭਣਾ ਹੈ।”

“ਮੈਨੂੰ ਉਹਨਾਂ ਨਾਲ ਕਿਵੇਂ ਨਿਭਣਾ ਚਾਹੀਦਾ ਹੈ?”

“ਉਸੇ ਤਰੀਕੇ ਨਾਲ, ਜਿਵੇਂ ਹਰ ਵਾਰੀ ਜਦੋਂ ਤੂੰ ਡਿੱਗਦਾ ਹੈਂ,” ਓਝਾ ਕਹਿੰਦਾ ਹੈ, “ਜਿਸ ਥਾਂ ਤੂੰ ਡਿੱਗਦਾ ਹੈਂ, ਉਸਨੂੰ ਗਾਲ੍ਹਾਂ ਕੱਢਣ ਦੀ ਥਾਂ, ਤੈਨੂੰ ਇਹ ਦੇਖਣਾ ਚਾਹੀਦਾ ਹੈ ਕਿ ਉਹ ਕੀ ਚੀਜ਼ ਸੀ ਜਿਸ ਕਰਕੇ ਤੂੰ ਡਿੱਗਿਆ।”

ਇੱਕ ਸ਼ਾਮ, ਮਠਾਧੀਸ਼ ਪਾਦਰੀ ਐਬੋਟ ਸਕੇਟਿਸ ਮਠ ਦਾ ਦੌਰਾ ਕਰ ਰਹੇ ਸਨ, ਕਿ ਉਥੇ ਇੱਕ ਸੰਨਿਆਸੀ ਉਨ੍ਹਾਂ ਨੂੰ ਮਿਲਣ ਆਇਆ।

"ਮੇਰਾ ਅਧਿਆਤਮਿਕ ਸਲਾਹਕਾਰ ਨਹੀਂ ਜਾਣਦਾ ਕਿ ਉਹ ਮੇਰੀ ਰਹਿਨੁਮਾਈ ਕਿਵੇਂ ਕਰੇ," ਸੰਨਿਆਸੀ ਨੇ ਕਿਹਾ, "ਕੀ ਮੈਨੂੰ ਉਸਨੂੰ ਛੱਡ ਦੇਣਾ ਚਾਹੀਦਾ ਹੈ?"

ਮਠਾਧੀਸ਼ ਪਾਦਰੀ ਨੇ ਕੁਝ ਨਹੀਂ ਕਿਹਾ ਅਤੇ ਉਹ ਸੰਨਿਆਸੀ ਰੇਗਿਸਤਾਨ ਵੱਲ ਚਲਾ ਗਿਆ।

ਇੱਕ ਹਫ਼ਤਾ ਬਾਅਦ ਉਹ ਮੁੜ ਮਠਾਧੀਸ਼ ਪਾਦਰੀ ਕੋਲ ਆਇਆ।

"ਮੇਰਾ ਅਧਿਆਤਮਿਕ ਸਲਾਹਕਾਰ ਨਹੀਂ ਜਾਣਦਾ ਕਿ ਉਹ ਮੈਨੂੰ ਦਿਸ਼ਾ ਕਿਵੇਂ ਦੇਵੇ," ਉਸਨੇ ਫਿਰ ਕਿਹਾ, "ਮੈਂ ਉਸਨੂੰ ਛੱਡ ਦੇਣ ਦਾ ਫ਼ੈਸਲਾ ਕਰ ਲਿਆ ਹੈ।"

"ਇਹ ਸਮਝਦਾਰੀ ਵਾਲੇ ਸ਼ਬਦ ਹਨ," ਮਠਾਧੀਸ਼ ਪਾਦਰੀ ਨੇ ਕਿਹਾ, "ਜਦੋਂ ਕੋਈ ਮਨੁੱਖ ਵੇਖਦਾ ਹੈ ਕਿ ਉਸ ਦੀ ਆਤਮਾ ਸੰਤੁਸ਼ਟ ਨਹੀਂ ਹੈ, ਤਾਂ ਉਹ ਸਿਰਫ਼ ਸਲਾਹ ਨਹੀਂ ਲੈਂਦਾ — ਉਹ ਆਪਣੀ ਜੀਵਨ-ਯਾਤਰਾ ਨੂੰ ਸੁਰੱਖਿਅਤ ਰੱਖਣ ਲਈ ਲੋੜੀਂਦੇ ਫ਼ੈਸਲੇ ਲੈਂਦਾ ਹੈ।"

ਇੱਕ ਨੌਜਵਾਨ ਔਰਤ ਮੁਸਾਫ਼ਿਰ ਕੋਲ ਆਉਂਦੀ ਹੈ ਅਤੇ ਉਸਨੂੰ ਕਹਿੰਦੀ ਹੈ:

"ਮੈਂ ਹਮੇਸ਼ਾ ਇਹ ਮੰਨਦੀ ਰਹੀ ਹਾਂ ਕਿ ਮੇਰੇ ਕੋਲ ਲੋਕਾਂ ਨੂੰ ਠੀਕ ਕਰਨ ਦੀ ਤਾਕਤ ਹੈ, ਪਰ ਮੈਂ ਕਦੇ ਵੀ ਇਸ ਦੀ ਕੋਸ਼ਿਸ਼ ਕਰਨ ਦੀ ਹਿੰਮਤ ਨਹੀਂ ਕੀਤੀ। ਫਿਰ ਇਕ ਦਿਨ, ਮੇਰੇ ਪਤੀ ਦੀ ਖੱਬੀ ਲੱਤ ਵਿੱਚ ਬਹੁਤ ਤੇਜ਼ ਦਰਦ ਹੋਇਆ ਅਤੇ ਉੱਥੇ ਕੋਈ ਮਦਦ ਕਰਨ ਵਾਲਾ ਨਹੀਂ ਸੀ। ਬਹੁਤ ਜ਼ਿਆਦਾ ਸ਼ੱਕ-ਸੰਕੋਚ ਮਹਿਸੂਸ ਕਰਦਿਆਂ ਮੈਂ ਫਿਰ ਵੀ ਆਪਣੇ ਹੱਥ ਉਸਦੀ ਲੱਤ 'ਤੇ ਰੱਖ ਕੇ ਪ੍ਰਾਰਥਨਾ ਕਰਨ ਦਾ ਫ਼ੈਸਲਾ ਕੀਤਾ ਕਿ ਦਰਦ ਚਲਾ ਜਾਵੇ।

ਮੈਨੂੰ ਵਿਸ਼ਵਾਸ ਨਹੀਂ ਸੀ ਕਿ ਮੈਂ ਉਸਦੀ ਮਦਦ ਕਰ ਪਾਵਾਂਗੀ, ਪਰ ਤਦ ਮੈਂ ਵੇਖਿਆ ਕਿ ਮੇਰਾ ਪਤੀ ਪ੍ਰਾਰਥਨਾ ਕਰ ਰਿਹਾ ਸੀ: "ਹੇ ਰੱਬ, ਮੇਰੀ ਬੀਵੀ ਨੂੰ ਤੁਹਾਡੀ ਰੌਸ਼ਨੀ ਅਤੇ ਤਾਕਤ ਅੱਗੇ ਪਹੁੰਚਾਉਣ ਲਈ ਜ਼ਰੀਆ ਬਣਾਓ।" ਮੇਰੇ ਹੱਥ ਗਰਮ ਹੋ ਗਏ ਅਤੇ ਮੇਰੇ ਪਤੀ ਦਾ ਦਰਦ ਜਲਦੀ ਠੀਕ ਹੋ ਗਿਆ।

ਫਿਰ ਮੈਂ ਆਪਣੇ ਪਤੀ ਨੂੰ ਪੁੱਛਿਆ ਕਿ ਉਸਨੇ ਉਹ ਪ੍ਰਾਰਥਨਾ ਕਿਉਂ ਕੀਤੀ ਸੀ। ਉਸਨੇ ਕਿਹਾ, "ਤੈਨੂੰ ਹੌਂਸਲਾ ਦੇਣ ਲਈ।" ਹੁਣ ਉਹਨਾਂ ਲਫ਼ਜ਼ਾਂ ਕਰਕੇ ਮੈਂ ਲੋਕਾਂ ਨੂੰ ਠੀਕ ਕਰ ਸਕਦੀ ਹਾਂ।"

ਦਾਰਸ਼ਨਿਕ ਐਰਿਸਟੀਪਸ ਸਿਰਾਕਿਊਜ਼ ਦੇ ਤਾਨਾਸ਼ਾਹ ਡਾਇਨੀਸਿਅਸ ਪਹਿਲੇ ਕੋਲ ਕਿਰਪਾ ਦੀ ਭੀਖ ਮੰਗ ਰਿਹਾ ਸੀ।

ਇੱਕ ਸ਼ਾਮ, ਉਸਨੇ ਵੇਖਿਆ ਕਿ ਡਾਇਓਜਨੀਸ ਆਪਣੇ ਲਈ ਮਸਰ ਦੀ ਦਾਲ ਬਣਾ ਰਿਹਾ ਸੀ।

"ਜੇ ਤੂੰ ਡਾਇਨੀਸਿਅਸ ਦੇ ਸਾਹਮਣੇ ਸਿਰ ਨਿਵਾ ਲਏਂ, ਤਾਂ ਤੈਨੂੰ ਮਸਰ ਦੀ ਦਾਲ ਖਾਣੀ ਨਹੀਂ ਪਵੇਗੀ," ਐਰਿਸਟੀਪਸ ਨੇ ਕਿਹਾ।

"ਜੇ ਤੂੰ ਮਸਰ ਦੀ ਦਾਲ ਖਾਣ ਲਈ ਤਿਆਰ ਹੋ ਜਾਏਂ, ਤਾਂ ਤੈਨੂੰ ਡਾਇਨੀਸਿਅਸ ਦੇ ਸਾਹਮਣੇ ਸਿਰ ਨਿਵਾਉਣ ਦੀ ਲੋੜ ਨਹੀਂ ਪਏਗੀ," ਡਾਇਓਜਨੀਸ ਨੇ ਤੁਰੰਤ ਜਵਾਬ ਦਿੱਤਾ।

ਗੁਰੂ ਕਹਿੰਦੇ ਹਨ:

ਜਿੱਥੇ ਇਹ ਗੱਲ ਸੱਚ ਹੈ ਕਿ ਹਰ ਚੀਜ਼ ਦੀ ਇੱਕ ਕੀਮਤ ਹੁੰਦੀ ਹੈ, ਓਥੇ ਇਹ ਵੀ ਸੱਚ ਹੈ ਕਿ ਉਹ ਕੀਮਤ ਸਾਪੇਖ ਹੁੰਦੀ ਹੈ। ਜਦੋਂ ਅਸੀਂ ਆਪਣੇ ਸੁਪਨਿਆਂ ਦੇ ਪਿੱਛੇ ਜਾਂਦੇ ਹਾਂ, ਤਾਂ ਕਈ ਵਾਰੀ ਹੋਰ ਲੋਕਾਂ ਨੂੰ ਲੱਗ ਸਕਦਾ ਹੈ ਕਿ ਅਸੀਂ ਦੁਖੀ ਜਾਂ ਅਭਾਗੇ ਹਾਂ। ਪਰ ਲੋਕ ਕੀ ਸੋਚਦੇ ਹਨ ਇਹ ਗੱਲ ਮਾਇਨੇ ਨਹੀਂ ਰੱਖਦੀ। ਸਾਡਾ ਦਿਲ ਖੁਸ਼ ਹੈ ਜਾਂ ਨਹੀਂ ਇਹੀ ਸਭ ਤੋਂ ਵੱਡੀ ਗੱਲ ਹੈ।

ਤੁਰਕੀ ਵਿੱਚ ਰਹਿਣ ਵਾਲੇ ਇੱਕ ਆਦਮੀ ਨੇ ਫ਼ਾਰਸ ਦੇ ਇੱਕ ਮਹਾਨ ਉਸਤਾਦ ਦੀ ਕਹਾਣੀ ਸੁਣੀ।

ਉਹ ਹਿਚਕਿਚਾਇਆ ਨਹੀਂ।

ਉਸਨੇ ਆਪਣਾ ਸਮਾਨ ਵੇਚ ਦਿੱਤਾ, ਆਪਣੇ ਪਰਿਵਾਰ ਨੂੰ ਅਲਵਿਦਾ ਆਖਿਆ ਅਤੇ ਗਿਆਨ ਦੀ ਖੋਜ ਲਈ ਰਵਾਨਾ ਹੋ ਗਿਆ।

ਕਈ ਸਾਲਾਂ ਦੇ ਲੰਬੇ ਸਫ਼ਰ ਬਾਅਦ, ਆਖ਼ਿਰਕਾਰ ਉਹ ਉਸ ਕੋਠੜੀ ਤੱਕ ਪਹੁੰਚਿਆ ਜਿੱਥੇ ਉਹ ਉਸਤਾਦ ਰਹਿੰਦੇ ਸਨ।

ਡਰ ਅਤੇ ਸਤਿਕਾਰ ਨਾਲ ਭਰਿਆ ਹੋਇਆ ਉਹ ਉਥੇ ਗਿਆ, ਉਸਨੇ ਦਰਵਾਜ਼ੇ ਉੱਤੇ ਦਸਤਕ ਦਿੱਤੀ।

ਉਸਤਾਦ ਨੇ ਦਰਵਾਜ਼ਾ ਖੋਲ੍ਹਿਆ।

“ਮੈਂ ਤੁਰਕੀ ਤੋਂ ਆਇਆ ਹਾਂ,” ਉਸ ਆਦਮੀ ਨੇ ਕਿਹਾ, “ਮੈਂ ਸਿਰਫ਼ ਇਕ ਸਵਾਲ ਪੁੱਛਣ ਲਈ ਇਹ ਸਾਰਾ ਸਫ਼ਰ ਕੀਤਾ ਹੈ।”

ਬਜ਼ੁਰਗ ਨੇ ਉਸਨੂੰ ਹੈਰਾਨੀ ਨਾਲ ਵੇਖਿਆ।

“ਠੀਕ ਹੈ। ਤੂੰ ਸਿਰਫ਼ ਇਕ ਹੀ ਸਵਾਲ ਪੁੱਛ ਸਕਦਾ ਹੈਂ।”

“ਪਰ ਜਿਸ ਗੱਲ ਬਾਰੇ ਮੈਂ ਪੁੱਛਣਾ ਚਾਹੁੰਦਾ ਹਾਂ, ਉਸਨੂੰ ਲੈ ਕੇ ਮੈਨੂੰ ਪੂਰੀ ਤਰ੍ਹਾਂ ਸਪਸ਼ਟਤਾ ਚਾਹੀਦੀ ਹੈ... ਕੀ ਮੈਂ ਇਹ ਸਵਾਲ ਟਰਕਿਸ਼ ਭਾਸ਼ਾ ਵਿੱਚ ਪੁੱਛ ਸਕਦਾ ਹਾਂ?”

"ਹਾਂ," ਉਸਤਾਦ ਨੇ ਕਿਹਾ, "ਮੈਂ ਹੁਣ ਤੇਰੇ ਸਵਾਲ ਦਾ ਜਵਾਬ ਦੇ ਦਿੱਤਾ ਹੈ। ਜੇ ਤੂੰ ਕੁਝ ਹੋਰ ਜਾਣਨਾ ਚਾਹੁੰਦਾ ਹੈਂ, ਤਾਂ ਆਪਣੇ ਦਿਲ ਨੂੰ ਪੁੱਛ। ਉਹ ਤੈਨੂੰ ਜਵਾਬ ਦੇਵੇਗਾ।"

ਇਹ ਕਹਿ ਕੇ, ਉਸਨੇ ਦਰਵਾਜ਼ਾ ਬੰਦ ਕਰ ਦਿੱਤਾ।

ਗੁਰੂ ਕਹਿੰਦੇ ਹਨ:

ਸ਼ਬਦ ਇੱਕ ਤਾਕਤ ਹਨ। ਸ਼ਬਦ ਦੁਨੀਆਂ ਅਤੇ ਮਨੁੱਖਤਾ ਨੂੰ ਬਦਲ ਦਿੰਦੇ ਹਨ।

ਸਾਨੂੰ ਅਕਸਰ ਇਹ ਕਿਹਾ ਜਾਂਦਾ ਹੈ:

"ਆਪਣੀ ਜ਼ਿੰਦਗੀ ਦੀਆਂ ਚੰਗੀਆਂ ਚੀਜ਼ਾਂ ਬਾਰੇ ਗੱਲ ਨਾ ਕਰੋ, ਕਿਉਂਕਿ ਹੋਰ ਲੋਕਾਂ ਦੀ ਈਰਖਾ ਤੁਹਾਡੀ ਖ਼ੁਸ਼ੀ ਨੂੰ ਨਸ਼ਟ ਕਰ ਦੇਵੇਗੀ।"

ਬਿਲਕੁਲ ਨਹੀਂ। ਜੋ ਲੋਕ ਜ਼ਿੰਦਗੀ ਦੇ ਸੱਚੇ ਜੇਤੂ ਹਨ, ਉਹ ਆਪਣੀ ਜ਼ਿੰਦਗੀ ਦੇ ਚਮਤਕਾਰਾਂ ਬਾਰੇ ਮਾਣ ਨਾਲ ਗੱਲ ਕਰਦੇ ਹਨ। ਜੇ ਤੁਸੀਂ ਹਵਾਵਾਂ ਵਿੱਚ ਚੰਗੀ ਊਰਜਾ ਭੇਜਦੇ ਹੋ, ਤਾਂ ਉਹ ਹੋਰ ਵੀ ਵਧੇਰੇ ਸਕਾਰਾਤਮਕ ਊਰਜਾ ਨੂੰ ਖਿੱਚਦੀ ਹੈ ਅਤੇ ਉਹਨਾਂ ਲੋਕਾਂ ਨੂੰ ਖ਼ੁਸ਼ੀ ਦਿੰਦੀ ਹੈ ਜੋ ਤੁਹਾਨੂੰ ਸੱਚਾ ਪਿਆਰ ਕਰਦੇ ਹਨ। ਜਿੱਥੇ ਤੱਕ ਈਰਖਾਲੂਆਂ ਅਤੇ ਹਾਰ ਮੰਨ ਚੁੱਕੇ ਲੋਕਾਂ ਦੀ ਗੱਲ ਹੈ

ਉਹ ਤੁਹਾਨੂੰ ਤਦ ਤੱਕ ਹੀ ਨੁਕਸਾਨ ਪਹੁੰਚਾ ਸਕਦੇ ਹਨ ਜਦ ਤੱਕ ਤੁਸੀਂ ਉਹਨਾਂ ਨੂੰ ਇਜਾਜ਼ਤ ਦਿੰਦੇ ਹੋ।

ਡਰੋ ਨਾ। ਆਪਣੀ ਜ਼ਿੰਦਗੀ ਦੀਆਂ ਚੰਗੀਆਂ ਚੀਜ਼ਾਂ ਬਾਰੇ ਉਹਨਾਂ ਲੋਕਾਂ ਨਾਲ ਗੱਲ ਕਰੋ ਜੋ ਉਨ੍ਹਾਂ ਨੂੰ ਸੁਣਨਾ ਚਾਹੁੰਦੇ ਹਨ।

ਸੰਸਾਰ ਦੀ ਆਤਮਾ ਨੂੰ ਤੁਹਾਡੀ ਖ਼ੁਸ਼ੀ ਦੀ ਬਹੁਤ ਲੋੜ ਹੈ।

ਇੱਕ ਵਾਰੀ ਸਪੇਨ ਵਿੱਚ ਇੱਕ ਰਾਜਾ ਸੀ, ਜਿਸਨੂੰ ਆਪਣੇ ਖ਼ਾਨਦਾਨ ਉੱਤੇ ਬਹੁਤ ਮਾਣ ਸੀ ਅਤੇ ਉਹ ਕਮਜ਼ੋਰਾਂ ਨਾਲ ਬੇਰਹਮੀ ਨਾਲ ਪੇਸ਼ ਆਉਣ ਲਈ ਮਸ਼ਹੂਰ ਸੀ।

ਇੱਕ ਦਿਨ, ਉਹ ਆਪਣੇ ਪਰਿਵਾਰ ਨਾਲ ਯਾਤਰਾ 'ਤੇ ਜਾ ਰਿਹਾ ਸੀ ਅਤੇ ਉਹ ਅਰਾਗੋਂ ਦੇ ਮੈਦਾਨਾਂ ਵਿੱਚੋਂ ਲੰਘ ਰਿਹਾ ਸੀ, ਜਿੱਥੇ ਸਾਲਾਂ ਪਹਿਲਾਂ ਉਸਦੇ ਪਿਤਾ ਇੱਕ ਜੰਗ ਹਾਰ ਗਏ ਸਨ।

ਉੱਥੇ ਉਸਦੀ ਮੁਲਾਕਾਤ ਇੱਕ ਪਾਦਰੀ ਨਾਲ ਹੋਈ, ਜੋ ਹੱਡੀਆਂ ਦੇ ਇਕ ਵੱਡੇ ਢੇਰ ਵਿਚੋਂ ਕੁਝ ਲੱਭ ਰਿਹਾ ਸੀ।

"ਤੂੰ ਇਹ ਕੀ ਕਰ ਰਿਹਾ ਹੈਂ?" ਰਾਜਾ ਨੇ ਪੁੱਛਿਆ।

"ਮਹਾਰਾਜ," ਪਾਦਰੀ ਨੇ ਕਿਹਾ, "ਜਦੋਂ ਮੈਨੂੰ ਪਤਾ ਲੱਗਿਆ ਕਿ ਸਪੇਨ ਦੇ ਰਾਜਾ ਇੱਥੇ ਆ ਰਹੇ ਹਨ, ਮੈਂ ਸੋਚਿਆ ਕਿ ਤੁਹਾਡੇ ਪਿਤਾ ਦੀਆਂ ਅਸਥੀਆਂ ਲੱਭ ਕੇ ਤੁਹਾਨੂੰ ਭੇਟ ਕਰਾਂ ਪਰ ਕਿੰਨੀ ਕੋਸ਼ਿਸ਼ ਕੀਤੀ, ਮੈਂ ਉਹਨਾਂ ਦੀਆਂ ਹੱਡੀਆਂ ਪਛਾਣ ਨਹੀਂ ਸਕਿਆ। ਉਹ ਬਿਲਕੁਲ ਉਹੋ ਜਿਹੀਆਂ ਹਨ, ਜਿਹੋ-ਜੀਆਂ ਕਿਸਾਨਾਂ, ਗਰੀਬਾਂ, ਭਿਖਾਰੀਆਂ ਤੇ ਗ਼ੁਲਾਮਾਂ ਦੀਆਂ ਹੁੰਦੀਆਂ ਹਨ।"

ਟੈਡ ਹਿਊਜ਼ ਦੀ ਕਵਿਤਾ "'ਦ ਨੀਗਰੋ ਸਪੀਕਸ ਆਫ ਰਿਵਰਸ"

ਮੈਂ ਦਰਿਆਵਾਂ ਨੂੰ ਜਾਣਦਾ ਹਾਂ —
ਉਹ ਪ੍ਰਾਚੀਨ ਹਨ, ਜਗਤ ਦੇ ਜੰਮਣ ਤੋਂ ਪਹਿਲਾਂ ਦੇ,
ਅਤੇ ਮਨੁੱਖ ਦੀਆਂ ਰਗਾਂ ਵਿੱਚ ਵਗਦੇ ਲਹੂ ਤੋਂ ਵੀ ਪੁਰਾਤਨ।
ਮੇਰੀ ਰੂਹ ਉਨ੍ਹਾਂ ਦੀ ਤਰ੍ਹਾਂ ਗਹਿਰੀ ਹੋ ਗਈ ਹੈ — ਦਰਿਆਵਾਂ ਵਾਂਗ।

ਮੈਂ ਯੂਫਰੇਟਿਸ ਵਿਚ ਇਸ਼ਨਾਨ ਕੀਤਾ
ਜਦੋਂ ਸਵੇਰਾਂ ਜਵਾਨ ਸਨ
ਕਾਂਗੋ ਦੇ ਕੰਢੇ ਆਪਣੀ ਝੌਂਪੜੀ ਬਣਾਈ,
ਤੇ ਉਸ ਦੀ ਠੰਢੀ ਲਹਿਰ ਨੇ ਮੈਨੂੰ ਝੂਲੇ ਵਾਂਗ ਸੁਲਾ ਦਿੱਤਾ
ਮੈਂ ਨੀਲ ਨਦੀ ਦੇ ਪਾਣੀਆਂ ਨੂੰ ਤੱਕਿਆ,
ਅਤੇ ਉਸ ਦੇ ਸਿਰ ਉੱਤੇ ਅਸਮਾਨ ਛੂਹਣ ਵਾਲੇ ਪਿਰਾਮਿਡ ਖੜੇ ਕੀਤੇ।
ਮੈਂ ਮਿਸਿਸਿਪੀ ਦੀ ਧੀਮੀ ਰਾਗਣੀ ਸੁਣੀ,
ਜਦੋਂ ਏਬ ਲਿੰਕਨ ਨਿਊ ਔਰਲੀਨ ਜਾ ਰਿਹਾ ਸੀ,
ਤੇ ਉਸ ਦੀ ਮਿੱਟੀ ਭਰੀ ਛਾਤੀ
ਨੂੰ ਸੋਨੇ ਵਾਂਗ ਚਮਕਦਾ ਵੇਖਿਆ,
ਢਲਦੇ ਸੂਰਜ ਦੀ ਰੋਸ਼ਨੀ ਵਿੱਚ।

ਮੈਂ ਦਰਿਆਵਾਂ ਨੂੰ ਜਾਣਦਾ ਹਾਂ —
ਪੁਰਾਤਨ, ਗੂੜ੍ਹੇ ਰੰਗਾਂ ਵਾਲੇ ਦਰਿਆ।

ਮੇਰੀ ਰੂਹ ਵੀ ਉਨ੍ਹਾਂ ਦੀ ਤਰ੍ਹਾਂ ਗਹਿਰੀ ਹੋ ਗਈ ਹੈ — ਦਰਿਆਵਾਂ ਵਾਂਗ।

"ਇੱਕ ਤਲਵਾਰ ਦੇ ਧਨੀ ਵਿਚ ਕਿਹੜੇ ਗੁਣ ਹੁੰਦੇ ਹਨ?" ਯੋਧੇ ਨੇ ਪੁੱਛਿਆ।

"ਮਠ ਦੇ ਨੇੜੇ ਮੈਦਾਨ ਵਿੱਚ ਜਾ," ਗੁਰੂ ਨੇ ਕਿਹਾ, "ਉਥੇ ਤੈਨੂੰ ਇੱਕ ਚੱਟਾਨ ਮਿਲੇਗੀ। ਉਸਦਾ ਅਪਮਾਨ ਕਰ।"

"ਮੈਂ ਇਹ ਕਿਉਂ ਕਰਾਂ?" ਸ਼ਿਸ਼ਯ ਨੇ ਪੁੱਛਿਆ, "ਚੱਟਾਨ ਮੈਨੂੰ ਵਾਪਸ ਕੋਈ ਜਵਾਬ ਤਾਂ ਨਹੀਂ ਦੇਵੇਗੀ।"

"ਫਿਰ ਤੂੰ ਉਸ 'ਤੇ ਆਪਣੀ ਤਲਵਾਰ ਨਾਲ ਹਮਲਾ ਕਰ," ਗੁਰੂ ਨੇ ਕਿਹਾ।

"ਮੈਂ ਇਹ ਵੀ ਨਹੀਂ ਕਰਾਂਗਾ," ਸ਼ਿਸ਼ਯ ਨੇ ਕਹਿ ਦਿੱਤਾ, "ਮੇਰੀ ਤਲਵਾਰ ਟੁੱਟ ਜਾਏਗੀ ਅਤੇ ਜੇ ਮੈਂ ਖਾਲੀ ਹੱਥਾਂ ਨਾਲ ਉਸ 'ਤੇ ਹਮਲਾ ਕੀਤਾ, ਤਾਂ ਮੇਰੀਆਂ ਉਂਗਲਾਂ 'ਤੇ ਸੱਟ ਵੱਜੇਗੀ ਅਤੇ ਇਸਦਾ ਕੋਈ ਫ਼ਾਇਦਾ ਨਹੀਂ ਹੋਵੇਗਾ।

ਮੇਰਾ ਸਵਾਲ ਇਹ ਸੀ: ਇੱਕ ਚੰਗੇ ਤਲਵਾਰਬਾਜ਼ ਵਿਚ ਕੀ ਗੁਣ ਹੁੰਦੇ ਹਨ?"

ਗੁਰੂ ਨੇ ਕਿਹਾ: "ਚੰਗਾ ਤਲਵਾਰਬਾਜ਼ ਉਸ ਚੱਟਾਨ ਵਾਂਗ ਹੁੰਦਾ ਹੈ। ਤਲਵਾਰ ਮਿਆਨ ਵਿੱਚ ਹੀ ਰਹੇ, ਪਰ ਉਹ ਦਿਖਾ ਦਿੰਦਾ ਹੈ ਕਿ ਉਸਨੂੰ ਕੋਈ ਹਰਾ ਨਹੀਂ ਸਕਦਾ।"

ਮੁਸਾਫ਼ਿਰ ਨਵਾਰਾ, ਸਪੇਨ ਦੇ ਸੈਨ ਮਾਰਤਿਨ ਦੇ ਅਨਕਸ ਦੇ ਛੋਟੇ-ਜਿਹੇ ਪਿੰਡ ਵਿੱਚ ਪਹੁੰਚਦਾ ਹੈ ਅਤੇ ਉਸ ਔਰਤ ਨੂੰ ਲੱਭਣ ਵਿੱਚ ਸਫ਼ਲ ਹੁੰਦਾ ਹੈ, ਜਿਸਦੇ ਕੋਲ ਇਕ ਪਿੰਡ ਦੇ, ਲਗਭਗ ਖੰਡਰ ਹੋ ਚੁੱਕੇ ਸੁੰਦਰ ਰੋਮਨ ਗਿਰਜਾਘਰ ਦੀਆਂ ਚਾਬੀਆਂ ਹਨ। ਉਹ ਬਹੁਤ ਹੀ ਪਿਆਰ ਨਾਲ ਉਸਨੂੰ ਤੰਗ ਗਲੀਆਂ ਵਿਚੋਂ ਹੁੰਦੀ ਹੋਈ ਉੱਥੇ ਲੈ ਜਾਂਦੀ ਹੈ ਅਤੇ ਗਿਰਜਾਘਰ ਦਾ ਦਰਵਾਜ਼ਾ ਖੋਲ੍ਹ ਦਿੰਦੀ ਹੈ।

ਮੁਸਾਫ਼ਿਰ ਨੂੰ ਉਸ ਮੱਧਕਾਲੀ ਪੂਜਾ ਸਥਾਨ ਦਾ ਹਨ੍ਹੇਰਾ ਅਤੇ ਉਸਦੀ ਖ਼ਾਮੋਸ਼ੀ ਬਹੁਤ ਪ੍ਰਭਾਵਿਤ ਕਰਦੀ ਹੈ। ਉਹ ਔਰਤ ਨਾਲ ਥੋੜ੍ਹੀ-ਬਹੁਤ ਗੱਲਬਾਤ ਕਰਦਾ ਹੈ ਅਤੇ ਉਸੀ ਗੱਲਬਾਤ ਦੌਰਾਨ ਇਕ ਟਿੱਪਣੀ ਕਰਦਾ ਹੈ ਕਿ ਹਾਲਾਂਕਿ ਅਜੇ ਦੁਪਹਿਰ ਹੈ, ਪਰ ਅਸੀਂ ਅੰਦਰ ਦੀਆਂ ਸੁੰਦਰ ਕਲਾ ਕ੍ਰਿਤੀਆਂ ਨੂੰ ਔਖਾ ਹੀ ਦੇਖ ਸਕਦੇ ਹਾਂ।

"ਅਸੀਂ ਸਿਰਫ ਸਵੇਰ ਦੀ ਰੋਸ਼ਨੀ ਵਿੱਚ ਹੀ ਉਹਨਾਂ ਦੀਆਂ ਬਾਰੀਕੀਆਂ ਦੇਖ ਸਕਦੇ ਹਾਂ," ਔਰਤ ਕਹਿੰਦੀ ਹੈ, "ਕਿਹਾ ਜਾਂਦਾ ਹੈ ਕਿ ਇਸ ਗਿਰਜਾਘਰ ਦੇ ਨਿਰਮਾਤਾ ਸਾਨੂੰ ਇਹੀ ਸਿਖਾਉਣਾ ਚਾਹੁੰਦੇ ਸੀ ਕਿ ਪਰਮੇਸ਼ਰ ਇਕ ਨਿਰਧਾਰਤ ਸਮੇਂ 'ਤੇ ਹੀ ਆਪਣੀ ਮਹਿਮਾ ਦੇ ਦਰਸ਼ਨ ਕਰਵਾਉਂਦੇ ਹਨ।"

ਗੁਰੂ ਕਹਿੰਦੇ ਹਨ:

ਦੋ ਦੇਵਤਾ ਹਨ। ਇੱਕ ਉਹ ਦੇਵਤਾ, ਜਿਸਦੇ ਬਾਰੇ ਸਾਡੇ ਅਧਿਆਪਕਾਂ ਨੇ ਸਾਨੂੰ ਪੜ੍ਹਾਇਆ ਹੈ ਅਤੇ ਦੂਜਾ ਉਹ ਦੇਵਤਾ, ਜੋ ਸਾਨੂੰ ਸਿੱਖਿਆ ਦਿੰਦਾ ਹੈ। ਇੱਕ ਉਹ ਦੇਵਤਾ, ਜਿਸਦੇ ਬਾਰੇ ਲੋਕ ਆਮ ਤੌਰ 'ਤੇ ਗੱਲ ਕਰਦੇ ਹਨ ਅਤੇ ਦੂਜਾ ਉਹ, ਜੋ ਸਾਡੇ ਨਾਲ ਗੱਲ ਕਰਦਾ ਹੈ। ਇੱਕ ਉਹ ਦੇਵਤਾ, ਜਿਸ ਤੋਂ ਅਸੀਂ ਡਰਨਾ ਸਿੱਖਦੇ ਹਾਂ ਅਤੇ ਦੂਜਾ ਉਹ ਦੇਵਤਾ, ਜੋ ਸਾਡੇ ਨਾਲ ਦਿਆਲਤਾ ਦੀ ਗੱਲ ਕਰਦਾ ਹੈ।

ਦੋ ਦੇਵਤਾ ਹਨ। ਇੱਕ ਉਹ ਦੇਵਤਾ, ਜੋ ਬਹੁਤ ਉੱਚਾਈ 'ਤੇ ਰਹਿੰਦਾ ਹੈ ਅਤੇ ਦੂਜਾ ਉਹ ਦੇਵਤਾ, ਜੋ ਸਾਡੇ ਰੋਜ਼ਾਨਾ ਜੀਵਨ ਵਿੱਚ ਹਿੱਸਾ ਲੈਂਦਾ ਹੈ। ਇੱਕ ਉਹ ਦੇਵਤਾ, ਜੋ ਸਾਡੇ ਕੋਲੋਂ ਭੁਗਤਾਨ ਦੀ ਮੰਗ ਕਰਦਾ ਹੈ ਅਤੇ ਦੂਜਾ ਉਹ ਦੇਵਤਾ ਜੋ ਸਾਡੇ ਕਰਜ਼ਿਆਂ ਨੂੰ ਮੁਆਫ਼ ਕਰਦਾ ਹੈ। ਇੱਕ ਉਹ ਦੇਵਤਾ, ਜੋ ਸਾਨੂੰ ਨਰਕ ਦੀ ਅੱਗ ਤੋਂ ਡਰਾਉਂਦਾ ਹੈ ਅਤੇ ਦੂਜਾ ਉਹ ਦੇਵਤਾ, ਜੋ ਸਾਨੂੰ ਸਭ ਤੋਂ ਵਧੀਆ ਰਾਹ ਦਿਖਾਉਂਦਾ ਹੈ।

ਦੋ ਦੇਵਤਾ ਹਨ। ਇੱਕ ਉਹ ਦੇਵਤਾ, ਜੋ ਸਾਨੂੰ ਸਾਡੇ ਬਹੁਤ ਸਾਰੇ ਗੁਨਾਹਾਂ ਨਾਲ ਮਾਰਦਾ ਹੈ, ਅਤੇ ਦੂਜਾ ਉਹ ਦੇਵਤਾ, ਜੋ ਆਪਣੇ ਪਿਆਰ ਨਾਲ ਸਾਨੂੰ ਆਜ਼ਾਦ ਕਰਦਾ ਹੈ।

ਕਿਸੇ ਨੇ ਮਾਈਕਲ ਐਂਜਲੋ ਤੋਂ ਪੁੱਛਿਆ ਕਿ ਤੁਸੀਂ ਐਨੀਆਂ ਸ਼ਾਨਦਾਰ ਕਲਾ ਕ੍ਰਿਤੀਆਂ ਕਿਵੇਂ ਬਣਾਉਂਦੇ ਹੋ?

"ਇਹ ਬਹੁਤ ਆਸਾਨ ਹੈ," ਮਾਈਕਲ ਐਂਜਲੋ ਨੇ ਕਿਹਾ, "ਜਦੋਂ ਮੈਂ ਕੰਮ ਸ਼ੁਰੂ ਕਰਦਾ ਹਾਂ, ਤਦ ਤਕ ਸੰਗਮਰਮਰ ਦੀ ਚੱਟਾਨ ਦੇ ਅੰਦਰ ਮੂਰਤੀ ਪੂਰੀ ਤਰ੍ਹਾਂ ਬਣ ਚੁੱਕੀ ਹੁੰਦੀ ਹੈ। ਉਹ ਉੱਥੇ ਪਹਿਲਾਂ ਹੀ ਮੌਜੂਦ ਹੁੰਦੀ ਹੈ, ਮੈਂ ਸਿਰਫ਼ ਸ਼ੈਣੀ ਨਾਲ ਵਾਧੂ ਪੱਥਰ ਹਟਾਉਣਾ ਹੁੰਦਾ ਹੈ।"

ਗੁਰੂ ਕਹਿੰਦੇ ਹਨ:

ਇੱਕ ਐਸੀ ਕਲਾ ਕ੍ਰਿਤੀ ਹੈ, ਜਿਸਨੂੰ ਬਣਾਉਣਾ ਸਾਡੇ ਨਸੀਬ ਵਿੱਚ ਸੀ। ਉਹ ਸਾਡੀ ਜ਼ਿੰਦਗੀ ਦਾ ਕੇਂਦਰੀ ਬਿੰਦੂ ਹੈ ਅਤੇ ਅਸੀਂ ਜਿੰਨਾ ਵੀ ਇਨਕਾਰ ਕਰਨ ਦੀ ਕੋਸ਼ਿਸ਼ ਕਰੀਏ, ਅਸੀਂ ਜਾਣਦੇ ਹਾਂ ਕਿ ਸਾਡੀ ਖੁਸ਼ੀ ਦੇ ਸੰਦਰਭ ਵਿੱਚ ਉਹ ਕਿੰਨਾ ਮਹੱਤਵਪੂਰਨ ਹੈ। ਆਮ ਤੌਰ 'ਤੇ ਇਹ ਕਲਾ ਕ੍ਰਿਤੀ ਸਾਲਾਂ ਦੇ ਡਰ, ਦੋਸ਼-ਭਾਵਨਾ ਅਤੇ ਅਣਨਿਸ਼ਚਿਤਤਾ ਨਾਲ ਢਕੀ ਹੁੰਦੀ ਹੈ।

ਪਰ ਜੇ ਅਸੀਂ ਫਾਲਤੂ ਚੀਜ਼ਾਂ ਨੂੰ ਖੁਰਚ ਕੇ ਵੱਖ ਕਰ ਦੇਣ ਦਾ ਫੈਸਲਾ ਕਰੀਏ, ਜੇ ਅਸੀਂ ਆਪਣੀ ਕਾਬਲੀਅਤ 'ਤੇ ਸੰਦੇਹ ਨਾ ਕਰੀਏ, ਤਾਂ ਅਸੀਂ ਇਹ ਮੁਹਿੰਮ ਪੂਰੀ ਕਰ ਸਕਦੇ ਹਾਂ ਜੋ ਸਾਨੂੰ ਸੌਂਪੀ ਗਈ ਹੈ। ਇਹ ਇੱਜ਼ਤ ਨਾਲ ਜ਼ਿੰਦਗੀ ਜਿਉਣ ਦਾ ਇਕਮਾਤਰ ਤਰੀਕਾ ਹੈ।

ਇੱਕ ਬੁੱਢਾ, ਜੋ ਮੌਤ ਦੇ ਨੇੜੇ ਹੈ, ਇੱਕ ਨੌਜਵਾਨ ਨੂੰ ਲੱਭਦਾ ਹੈ ਅਤੇ ਉਸਨੂੰ ਬਹਾਦਰੀ ਦੀ ਇੱਕ ਕਹਾਣੀ ਸੁਣਾਉਂਦਾ ਹੈ — ਕਿ ਕਿਵੇਂ ਜੰਗ ਦੇ ਦੌਰਾਨ ਉਸ ਨੇ ਇੱਕ ਆਦਮੀ ਨੂੰ ਭੱਜਣ ਵਿੱਚ ਮਦਦ ਕੀਤੀ ਸੀ।

ਉਸਨੇ ਉਸਨੂੰ ਆਸਰਾ ਦਿੱਤਾ, ਭੋਜਨ ਦਿੱਤਾ ਅਤੇ ਸੁਰੱਖਿਆ ਪ੍ਰਦਾਨ ਕੀਤੀ। ਜਦੋਂ ਉਹ ਫਿਰ ਇੱਕ ਸੁਰੱਖਿਅਤ ਥਾਂ 'ਤੇ ਪਹੁੰਚ ਗਏ, ਤਾਂ ਜਿਸ ਆਦਮੀ ਨੂੰ ਉਸ ਨੇ ਬਚਾਇਆ ਸੀ, ਉਸ ਨੇ ਉਸਨੂੰ ਧੋਖਾ ਦਿਤਾ ਅਤੇ ਦੁਸ਼ਮਣ ਦੇ ਹੱਥ ਸੌਂਪ ਦਿੱਤਾ।

"ਫਿਰ ਤੁਸੀਂ ਕਿਵੇਂ ਭੱਜ ਗਏ?" ਨੌਜਵਾਨ ਨੇ ਪੁੱਛਿਆ।

"ਮੈਂ ਭੱਜਿਆ ਨਹੀਂ। ਉਹ ਦੂਜਾ ਆਦਮੀ ਮੈਂ ਖ਼ੁਦ ਸੀ — ਗੱਦਾਰ," ਬੁੱਢਾ ਕਹਿੰਦਾ ਹੈ, "ਪਰ ਇਸ ਕਹਾਣੀ ਨੂੰ ਇੰਝ ਸੁਣਾ ਕੇ, ਜਿਵੇਂ ਕਿ ਮੈਂ ਹੀ ਉਹ ਬਹਾਦਰ ਆਦਮੀ ਸੀ, ਮੈਂ ਉਹਨਾਂ ਚੀਜ਼ਾਂ ਨੂੰ ਹੋਰ ਚੰਗੀ ਤਰ੍ਹਾਂ ਸਮਝ ਸਕਦਾ ਹਾਂ, ਜੋ ਉਸਨੇ ਮੇਰੇ ਲਈ ਕੀਤੀਆਂ ਸਨ।"

ਗੁਰੂ ਕਹਿੰਦੇ ਹਨ:

ਸਾਨੂੰ ਸਾਰਿਆਂ ਨੂੰ ਪਿਆਰ ਦੀ ਲੋੜ ਹੈ। ਪਿਆਰ ਮਨੁੱਖ ਦਾ ਕੁਦਰਤੀ ਸੁਭਾਅ ਹੈ, ਉਸੇ ਤਰ੍ਹਾਂ ਜਿਵੇਂ ਖਾਣਾ, ਪੀਣਾ ਅਤੇ ਸੌਣਾ। ਅਸੀਂ ਅਕਸਰ ਬੈਠ ਕੇ ਖ਼ੂਬਸੂਰਤ ਸੂਰਜ ਡੁੱਬਦਾ ਵੇਖਦੇ ਹਾਂ, ਪਰ ਇਕੱਲੇ, ਅਤੇ ਫਿਰ ਸੋਚਦੇ ਹਾਂ:

"ਇਸ ਵਿੱਚੋਂ ਕਿਸੇ ਵੀ ਚੀਜ਼ ਦਾ ਕੋਈ ਮਹੱਤਵ ਨਹੀਂ, ਕਿਉਂਕਿ ਕੋਈ ਨਹੀਂ ਜੋ ਮੇਰੇ ਨਾਲ ਇਸ ਖ਼ੂਬਸੂਰਤੀ ਦਾ ਆਨੰਦ ਮਾਣ ਸਕੇ।"

ਏਦਾਂ ਦੇ ਸਮੇਂ, ਇਹ ਸਵਾਲ ਪੁੱਛਣਾ ਮਹੱਤਵਪੂਰਨ ਹੈ: ਅਕਸਰ ਕਿੰਨੀ ਵਾਰੀ ਐਸਾ ਹੋਇਆ ਹੈ ਕਿ ਜਦ ਕਿਸੇ ਹੋਰ ਨੇ ਮੇਰੇ ਕੋਲੋਂ ਪਿਆਰ ਦੀ ਮੰਗ ਕੀਤੀ, ਮੈਂ ਨਜ਼ਰਾਂ ਫੇਰ ਲਈਆਂ? ਅਕਸਰ ਕਿੰਨੀ ਵਾਰੀ ਐਸਾ ਹੋਇਆ ਹੈ ਕਿ ਮੈਂ ਕਿਸੇ ਕੋਲ ਜਾ ਕੇ ਸਿੱਧਾ-ਸਿੱਧਾ ਇਹ ਕਹਿਣ ਤੋਂ ਡਰਿਆ ਕਿ ਮੈਨੂੰ ਉਸ ਨਾਲ ਪਿਆਰ ਹੈ?

ਇਕੱਲੇਪਣ ਤੋਂ ਸਾਵਧਾਨ ਰਹੋ। ਇਸਦੀ ਆਦਤ ਸਭ ਤੋਂ ਜ਼ਿਆਦਾ ਖ਼ਤਰਨਾਕ ਨਸ਼ੇ ਦੀ ਲਤ ਲੱਗਣ ਵਰਗੀ ਹੁੰਦੀ ਹੈ। ਜੇ ਤੈਨੂੰ ਸੂਰਜ ਡੁੱਬਣ ਦਾ ਕੋਈ ਮਤਲਬ ਨਹੀਂ ਲੱਗਿਆ, ਤਾਂ ਨਿਮਰ ਬਣੋ ਅਤੇ ਪਿਆਰ ਦੀ ਤਲਾਸ਼ ਕਰੋ। ਯਾਦ ਰੱਖੋ, ਜਿਵੇਂ ਹੋਰ ਅਧਿਆਤਮਕ ਕਿਰਪਾ ਦੇ ਮਾਮਲੇ ਵਿੱਚ ਹੁੰਦਾ ਹੈ, ਤੂੰ ਜਿੰਨਾ ਦੇਣ ਲਈ ਤਿਆਰ ਹੋਵੇਗਾ, ਬਦਲੇ ਵਿੱਚ ਤੈਨੂੰ ਉਤਨਾ ਹੀ ਵਧੀਆ ਮਿਲੇਗਾ।

ਸਪੇਨ ਦਾ ਇੱਕ ਧਰਮ ਪ੍ਰਚਾਰਕ ਪਾਦਰੀ ਇੱਕ ਟਾਪੂ ਦੀ ਯਾਤਰਾ 'ਤੇ ਸੀ, ਜਦੋਂ ਉਸਨੂੰ ਤਿੰਨ ਅਜ਼ਟੇਕ ਪੁਜਾਰੀ ਮਿਲੇ।

"ਤੁਸੀਂ ਪ੍ਰਾਰਥਨਾ ਕਿਵੇਂ ਕਰਦੇ ਹੋ?" ਪਾਦਰੀ ਨੇ ਪੁੱਛਿਆ।

"ਅਸੀਂ ਸਿਰਫ਼ ਇੱਕ ਹੀ ਪ੍ਰਾਰਥਨਾ ਕਰਦੇ ਹਾਂ," ਇੱਕ ਅਜ਼ਟੇਕ ਨੇ ਕਿਹਾ, "ਅਸੀਂ ਕਹਿੰਦੇ ਹਾਂ: 'ਪਰਮੇਸ਼ਰ, ਤੁਸੀਂ ਤਿੰਨ ਹੋ ਅਤੇ ਅਸੀਂ ਤਿੰਨ ਹਾਂ। ਸਾਡੇ ਉੱਤੇ ਦਇਆ ਕਰੋ।'"

"ਮੈਂ ਤੁਹਾਨੂੰ ਇੱਕ ਐਸੀ ਪ੍ਰਾਰਥਨਾ ਸਿਖਾਵਾਂਗਾ, ਜੋ ਪਰਮੇਸ਼ਰ ਸੁਣੇਗਾ," ਧਰਮ-ਪ੍ਰਚਾਰਕ ਨੇ ਕਿਹਾ।

ਉਸਨੇ ਉਹਨਾਂ ਨੂੰ ਇੱਕ ਕੈਥੋਲਿਕ ਪ੍ਰਾਰਥਨਾ ਸਿਖਾਈ ਅਤੇ ਅੱਗੇ ਚਲਿਆ ਗਿਆ।

ਸਪੇਨ ਵਾਪਸ ਜਾਣ ਤੋਂ ਪਹਿਲਾਂ, ਉਸਨੂੰ ਉਸੀ ਟਾਪੂ ਤੋਂ ਹੋਕੇ ਲੰਘਣਾ ਪਿਆ, ਜਿੱਥੇ ਉਹ ਕੁਝ ਸਾਲ ਪਹਿਲਾਂ ਆਇਆ ਸੀ।

ਜਦੋਂ ਉਸਦਾ ਜਹਾਜ਼ ਤੱਟ 'ਤੇ ਪਹੁੰਚ ਰਿਹਾ ਸੀ, ਧਰਮ-ਪ੍ਰਚਾਰਕ ਨੇ ਤਿੰਨ ਪੁਜਾਰੀਆਂ ਨੂੰ ਪਾਣੀ ਉੱਤੇ ਤੁਰਦੇ ਵੇਖਿਆ।

"ਫਾਦਰ, ਫਾਦਰ," ਉਹਨਾਂ ਵਿੱਚੋਂ ਇੱਕ ਨੇ ਕਿਹਾ, "ਕ੍ਰਿਪਾ ਕਰਕੇ, ਸਾਨੂੰ ਉਹ ਪ੍ਰਾਰਥਨਾ ਫਿਰ ਸਿਖਾਓ, ਜੋ ਪਰਮੇਸ਼ਰ ਸੁਣੇਗਾ, ਕਿਉਂਕਿ ਸਾਨੂੰ ਉਹ ਯਾਦ ਨਹੀਂ ਆ ਰਹੀ।"

"ਕੋਈ ਗੱਲ ਨਹੀਂ," ਧਰਮ-ਪ੍ਰਚਾਰਕ ਨੇ ਇਸ ਚਮਤਕਾਰ ਨੂੰ ਵੇਖ ਕੇ ਕਿਹਾ ਅਤੇ ਉਸਨੇ ਇਸ ਗੱਲ ਲਈ ਪਰਮੇਸ਼ਰ ਤੋਂ ਮੁਆਫ਼ੀ ਮੰਗੀ ਕਿ ਉਹ ਇਸ ਗੱਲ ਨੂੰ ਸਮਝਣ ਵਿੱਚ ਨਾਕਾਮ ਰਿਹਾ ਕਿ ਪਰਮੇਸ਼ਰ ਸਾਰੀਆਂ ਭਾਸ਼ਾਵਾਂ ਵਿੱਚ ਗੱਲ ਕਰਦੇ ਹਨ।

ਮਕਤੂਬ

ਸੇਂਟ ਜੌਨ ਆਫ਼ ਕ੍ਰਾਸ ਦੀ ਸਿੱਖਿਆ ਹੈ ਕਿ ਆਪਣੀ ਅਧਿਆਤਮਿਕ ਯਾਤਰਾ ਵਿੱਚ ਸਾਨੂੰ ਦਿਵਜ ਦਰਸ਼ਨ ਦੀ ਉਮੀਦ ਨਹੀਂ ਕਰਨੀ ਚਾਹੀਦੀ, ਨਾ ਹੀ ਉਸੇ ਰਾਹ 'ਤੇ ਚੱਲ ਰਹੇ ਹੋਰ ਲੋਕਾਂ ਦੇ ਸ਼ਬਦਾਂ ਦੇ ਮਗਰ ਲੱਗਣਾ ਚਾਹੀਦਾ ਹੈ। ਸਹਾਰਾ ਦੇਣ ਵਾਲਾ ਸਾਡਾ ਆਪਣਾ ਸਰੋਤ ਆਸਥਾ ਹੋਣੀ ਚਾਹੀਦੀ ਹੈ, ਕਿਉਂਕਿ ਆਸਥਾ ਉਹ ਨਿਰਮਲ ਅਤੇ ਪਾਰਦਰਸ਼ੀ ਚੀਜ਼ ਹੈ, ਜੋ ਸਾਡੇ ਅੰਦਰ ਪੈਦਾ ਹੁੰਦੀ ਹੈ ਅਤੇ ਜਿਸਨੂੰ ਕਿਸੇ ਹੋਰ ਚੀਜ਼ ਨਾਲ ਗਲਤਫ਼ਹਿਮੀ ਨਹੀਂ ਹੋ ਸਕਦੀ।

ਇੱਕ ਲੇਖਕ ਇੱਕ ਪਾਦਰੀ ਨਾਲ ਗੱਲ ਕਰ ਰਿਹਾ ਸੀ ਅਤੇ ਉਸਨੇ ਪੁੱਛਿਆ ਕਿ ਪਰਮੇਸ਼ਰ ਦਾ ਅਨੁਭਵ ਕਰਨ ਦਾ ਕੀ ਅਰਥ ਹੁੰਦਾ ਹੈ।

"ਮੈਂ ਨਹੀਂ ਜਾਣਦਾ," ਪਾਦਰੀ ਨੇ ਕਿਹਾ। "ਹੁਣ ਤਕ ਤਾਂ ਮੈਂ ਸਿਰਫ਼ ਪਰਮੇਸ਼ਰ ਵਿੱਚ ਆਪਣੀ ਆਸਥਾ ਦਾ ਅਨੁਭਵ ਕੀਤਾ ਹੈ ਅਤੇ ਇਹੀ ਉਹ ਚੀਜ਼ ਹੈ, ਜੋ ਮਹੱਤਵ ਰੱਖਦੀ ਹੈ।"

ਗੁਰੂ ਕਹਿੰਦੇ ਹਨ:

ਮੁਆਫ਼ ਕਰਨਾ ਦੋ-ਤਰਫ਼ਾ ਰਾਹ ਹੈ।

ਜਦ ਵੀ ਅਸੀਂ ਕਿਸੇ ਨੂੰ ਮੁਆਫ਼ ਕਰਦੇ ਹਾਂ, ਤਦ ਅਸੀਂ ਆਪਣੇ ਆਪ ਨੂੰ ਵੀ ਮੁਆਫ਼ ਕਰ ਰਹੇ ਹੁੰਦੇ ਹਾਂ। ਜੇ ਅਸੀਂ ਦੂਜਿਆਂ ਪ੍ਰਤੀ ਸਹਿਣਸ਼ੀਲ ਹਾਂ, ਤਾਂ ਆਪਣੀਆਂ ਗ਼ਲਤੀਆਂ ਨੂੰ ਕਬੂਲ ਕਰਨਾ ਆਸਾਨ ਹੋ ਜਾਂਦਾ ਹੈ। ਇਸ ਤਰ੍ਹਾਂ, ਬਿਨਾਂ ਦੋਸ਼-ਭਾਵਨਾ ਜਾਂ ਕੜਵਾਹਟ ਦੇ, ਅਸੀਂ ਜੀਵਨ ਵੱਲ ਆਪਣਾ ਰਵੱਈਆ ਬਿਹਤਰ ਕਰ ਸਕਦੇ ਹਾਂ।

ਕਮਜ਼ੋਰੀ ਦੇ ਪਲਾਂ ਵਿੱਚ, ਅਸੀਂ ਘ੍ਰਿਣਾ, ਈਰਖਾ ਅਤੇ ਅਸਹਿਣਸ਼ੀਲਤਾ ਨੂੰ ਆਪਣੇ ਆਲੇ-ਦੁਆਲੇ ਘੁੰਮਣ ਦੀ ਆਗਿਆ ਦਿੰਦੇ ਹਾਂ ਅਤੇ ਇਹ ਸਾਰੀਆਂ ਚੀਜ਼ਾਂ ਅੰਤ ਵਿੱਚ ਸਾਨੂੰ ਨਿਗਲ ਜਾਂਦੀਆਂ ਹਨ।

ਪੀਟਰ ਨੇ ਯਿਸੂ ਤੋਂ ਪੁੱਛਿਆ: "ਪ੍ਰਭੂ, ਮੈਂ ਆਪਣੇ ਭੈਣ-ਭਰਾਵਾਂ ਨੂੰ ਮੇਰੇ ਖਿਲਾਫ਼ ਪਾਪ ਕਰਨ ਲਈ ਕਿੰਨੀ ਵਾਰੀ ਮੁਆਫ਼ ਕਰਾਂ? ਸੱਤ ਵਾਰੀ?"

ਯਿਸੂ ਨੇ ਜਵਾਬ ਦਿੱਤਾ, "ਮੈਂ ਤੈਨੂੰ ਕਹਿੰਦਾ ਹਾਂ, ਸੱਤ ਵਾਰੀ ਨਹੀਂ, ਸੱਤਰ ਵਾਰੀ।"

ਮੁਆਫ਼ੀ ਦਾ ਕੰਮ ਅਧਿਆਤਮਿਕ ਜਗਤ ਨੂੰ ਸਾਫ਼ ਕਰਨਾ ਹੈ ਅਤੇ ਇਹ ਸਾਨੂੰ ਅਲੌਕਿਕਤਾ ਦੀ ਸੱਚੀ ਰੌਸ਼ਨੀ ਦਿਖਾਉਂਦਾ ਹੈ।

ਗੁਰੂ ਕਹਿੰਦੇ ਹਨ:

ਪੁਰਾਣੇ ਜ਼ਮਾਨੇ ਦੇ ਗੁਰੂ ਆਪਣੇ ਚੇਲਿਆਂ ਦੀਆਂ ਸ਼ਖ਼ਸੀਅਤ ਦੇ ਕਾਲੇ ਪੱਖ ਨਾਲ ਨਜਿੱਠਣ ਵਿੱਚ ਮਦਦ ਕਰਨ ਲਈ 'ਚਰਿੱਤਰਾਂ' ਦੀ ਰਚਨਾ ਕਰਦੇ ਸਨ। ਇਸ ਤਰ੍ਹਾਂ ਦੇ ਚਰਿੱਤਰਾਂ ਦੀਆਂ ਕਈਆਂ ਕਹਾਣੀਆਂ ਮਸ਼ਹੂਰ ਪਰੀਕਥਾਵਾਂ ਬਣ ਗਈਆਂ ਹਨ।

ਪ੍ਰਕਿਰਿਆ ਬਹੁਤ ਸਧਾਰਨ ਹੈ: ਤੁਸੀਂ ਆਪਣੀਆਂ ਸਾਰੀਆਂ ਉੱਤੇਜਨਾਵਾਂ, ਡਰਾਂ ਅਤੇ ਨਿਰਾਸ਼ਾਵਾਂ ਨੂੰ ਆਪਣੇ ਖੱਬੇ ਪਾਸੇ ਖੜੀ ਅਦ੍ਰਿਸ਼ ਚੀਜ਼ ਵਿੱਚ ਰੱਖ ਦੇਣਾ ਹੈ। ਉਹ ਹਮੇਸ਼ਾ ਤੁਹਾਡੇ ਜੀਵਨ ਵਿੱਚ ਇੱਕ 'ਖਲਨਾਇਕ' ਦਾ ਕਿਰਦਾਰ ਨਿਭਾਉਂਦੀ ਹੈ, ਅਤੇ ਹਮੇਸ਼ਾ ਤੁਹਾਨੂੰ ਉਹ ਵਿਚਾਰ ਸੁਝਾਉਂਦੀ ਹੈ, ਜਿਨ੍ਹਾਂ ਤੋਂ ਤੁਸੀਂ ਦੂਰ ਰਹਿਣਾ ਚਾਹੁੰਦੇ ਹੋ, ਪਰ ਆਖ਼ਿਰਕਾਰ ਉਹ ਤੁਹਾਡੇ ਮਨ ਵਿੱਚ ਆ ਹੀ ਜਾਂਦੇ ਹਨ। ਜਿਵੇਂ ਹੀ ਤੁਸੀਂ ਅਜਿਹਾ ਚਰਿੱਤਰ ਲੈਂਦੇ ਹੋ, ਉਸਦੀ ਸਲਾਹਾਂ ਨੂੰ ਨਜ਼ਰਅੰਦਾਜ਼ ਕਰਨਾ ਆਸਾਨ ਹੋ ਜਾਂਦਾ ਹੈ।

ਇਹ ਬਹੁਤ ਹੀ ਸੌਖਾ ਹੈ, ਇਸ ਲਈ ਇਹ ਬਹੁਤ ਪ੍ਰਭਾਵਸ਼ਾਲੀ ਹੁੰਦਾ ਹੈ।

"ਮੈਂ ਕਿਵੇਂ ਜਾਣ ਸਕਦਾ ਹਾਂ ਕਿ ਮੈਂ ਆਪਣੀ ਜ਼ਿੰਦਗੀ ਸਭ ਤੋਂ ਵਧੀਆ ਢੰਗ ਨਾਲ ਕਿਵੇਂ ਜੀ ਸਕਦਾ ਹਾਂ?" ਵਿਦਿਆਰਥੀ ਨੇ ਪੁੱਛਿਆ।

ਗੁਰੂ ਨੇ ਉਸਨੂੰ ਇੱਕ ਮੇਜ਼ ਬਣਾਉਣ ਲਈ ਕਿਹਾ। ਜਦੋਂ ਮੇਜ਼ ਲਗਭਗ ਤਿਆਰ ਹੋ ਗਈ ਅਤੇ ਉਸ ਵਿੱਚ ਕੁਝ ਹੀ ਕਿੱਲਾਂ ਠੋਕਣੀਆਂ ਬਾਕੀ ਸਨ, ਤਾਂ ਗੁਰੂ ਉਸਦੇ ਕੋਲ ਗਏ।

ਵਿਦਿਆਰਥੀ ਹਰ ਕਿੱਲ ਨੂੰ ਤਿੰਨ ਵਾਰੀ ਹਥੌੜੇ ਨਾਲ ਠੋਕ ਰਿਹਾ ਸੀ।

ਪਰ ਇੱਕ ਕਿੱਲ ਬਹੁਤ ਮੁਸ਼ਕਲ ਸਾਬਤ ਹੋਈ ਅਤੇ ਵਿਦਿਆਰਥੀ ਨੂੰ ਇੱਕ ਵਾਧੂ ਵਾਰੀ ਠੋਕਣੀ ਪਈ। ਚੌਥੀ ਵਾਰੀ ਨੇ ਕਿੱਲ ਨੂੰ ਐਨਾ ਡੂੰਘਾ ਧੱਕ ਦਿੱਤਾ ਕਿ ਲੱਕੜ ਫੱਟ ਗਈ।

"ਤੁਹਾਡੇ ਹੱਥ ਨੂੰ ਸਿਰਫ਼ ਤਿੰਨ ਵਾਰੀ ਠੋਕਣ ਦੀ ਆਦਤ ਸੀ," ਗੁਰੂ ਨੇ ਕਿਹਾ। ਜਦੋਂ ਵੀ ਕੋਈ ਕੰਮ ਆਦਤ ਬਸ ਚੱਲਣ ਲੱਗਦਾ ਹੈ, ਉਹ ਆਪਣਾ ਅਰਥ ਗੁਆ ਬੈਠਦਾ ਹੈ ਅਤੇ ਨੁਕਸਾਨ ਵੀ ਪਹੁੰਚਾ ਸਕਦਾ ਹੈ।

"ਕੰਮ ਸਿਰਫ਼ ਇੱਕ ਕੰਮ ਹੁੰਦਾ ਹੈ ਅਤੇ ਸਿਰਫ਼ ਇੱਕ ਹੀ ਰਾਜ਼ ਹੈ: ਆਦਤ ਨੂੰ ਕਦੇ ਵੀ ਇਜਾਜ਼ਤ ਨਾ ਦਿਓ ਕਿ ਉਹ ਤੁਹਾਡੀਆਂ ਗਤੀਵਿਧੀਆਂ ਨੂੰ ਕੰਟਰੋਲ ਕਰਨ ਲੱਗੇ।"

ਸਪੇਨ ਵਿੱਚ ਸੋਰੀਆ ਨਾਮਕ ਸ਼ਹਿਰ ਦੇ ਨੇੜੇ ਇੱਕ ਗੁਫ਼ਾ ਵਿੱਚ ਇੱਕ ਪ੍ਰਾਚੀਨ ਆਸ਼ਰਮ ਹੈ, ਜਿਸ ਵਿੱਚ ਇੱਕ ਆਦਮੀ ਕੁਝ ਸਾਲਾਂ ਤੋਂ ਰਹਿ ਰਿਹਾ ਹੈ। ਉਸ ਆਦਮੀ ਨੇ ਧਿਆਨ ਪ੍ਰਤੀ ਆਪਣੇ ਸਮਰਪਣ ਲਈ ਆਪਣਾ ਸਭ ਕੁਝ ਤਿਆਗ ਦਿੱਤਾ ਹੈ। ਪੱਤਝੜ ਦੀ ਇੱਕ ਦੁਪਹਿਰ ਨੂੰ ਇੱਕ ਯਾਤਰੀ ਉਸਨੂੰ ਮਿਲਣ ਜਾਂਦਾ ਹੈ ਅਤੇ ਉਸਦਾ ਬਹੁਤ ਹੀ ਮਹਿਮਾਨ ਨਿਵਾਜ਼ੀ ਨਾਲ ਸਵਾਗਤ ਕੀਤਾ ਜਾਂਦਾ ਹੈ।

ਆਪਣੀ ਰੋਟੀ ਉਸ ਨਾਲ ਮਿਲ ਕੇ ਖਾਣ ਤੋਂ ਬਾਅਦ, ਸੰਨਿਆਸੀ ਉਸਨੂੰ ਨੇੜਲੇ ਝਰਨੇ ਤੋਂ ਕੁਝ ਖੁੰਭਾਂ ਲਿਆਉਣ ਲਈ ਨਾਲ ਜਾਣ ਨੂੰ ਕਹਿੰਦਾ ਹੈ। ਰਾਹ ਵਿੱਚ ਇੱਕ ਨੌਜਵਾਨ ਉਹਨਾਂ ਕੋਲ ਆਉਂਦਾ ਹੈ।

"ਪੂਜਨੀਯ ਫਾਦਰ," ਉਹ ਕਹਿੰਦਾ ਹੈ, "ਮੈਂ ਸੁਣਿਆ ਹੈ ਕਿ ਜੇ ਅਸੀਂ ਗਿਆਨ ਪ੍ਰਾਪਤ ਕਰਨਾ ਹੈ, ਤਾਂ ਸਾਨੂੰ ਮਾਸ ਨਹੀਂ ਖਾਣਾ ਚਾਹੀਦਾ। ਕੀ ਇਹ ਸੱਚ ਹੈ?"

"ਜੀਵਨ ਜੋ ਵੀ ਤੈਨੂੰ ਦਿੰਦਾ ਹੈ, ਉਸਨੂੰ ਖ਼ੁਸ਼ੀ-ਖ਼ੁਸ਼ੀ ਕਬੂਲ ਕਰ," ਆਦਮੀ ਕਹਿੰਦਾ ਹੈ, "ਇਸ ਤਰ੍ਹਾਂ ਤੂੰ ਨਾ ਤਾਂ ਆਪਣੀ ਆਤਮਾ ਦੇ ਖ਼ਿਲਾਫ਼ ਕੋਈ ਪਾਪ ਕਰ ਰਿਹਾ ਹੋਵੇਗਾ ਅਤੇ ਨਾ ਹੀ ਧਰਤੀ ਦੀ ਉਦਾਰਤਾ ਦੇ ਖ਼ਿਲਾਫ਼ ਕੋਈ ਧ੍ਰੋਹ।"

ਗੁਰੂ ਕਹਿੰਦੇ ਹਨ:

ਜੇ ਯਾਤਰਾ ਬਹੁਤ ਮੁਸ਼ਕਲ ਹੋ ਜਾਵੇ, ਤਾਂ ਆਪਣੇ ਦਿਲ ਦੀ ਗੱਲ ਸੁਣੋ। ਆਪਣੇ ਆਪ ਪ੍ਰਤੀ ਪੂਰੀ ਇਮਾਨਦਾਰੀ ਰੱਖਣ ਦੀ ਕੋਸ਼ਿਸ਼ ਕਰੋ ਅਤੇ ਵੇਖੋ ਕਿ ਕੀ ਤੁਸੀਂ ਆਪਣੇ ਰਸਤੇ 'ਤੇ ਚੱਲ ਰਹੇ ਹੋ ਅਤੇ ਆਪਣੇ ਸੁਪਨਿਆਂ ਦੀ ਕੀਮਤ ਅਦਾ ਕਰ ਰਹੇ ਹੋ।

ਜੇ ਤੁਸੀਂ ਇਹ ਕਰਦੇ ਹੋ, ਪਰ ਫਿਰ ਵੀ ਤੁਹਾਡੀ ਜ਼ਿੰਦਗੀ ਮੁਸ਼ਕਲ ਰਹਿੰਦੀ ਹੈ, ਤਾਂ ਉਹ ਸਮਾਂ ਆਉਂਦਾ ਹੈ ਜਦੋਂ ਤੁਹਾਡੇ ਲਈ ਸ਼ਿਕਾਇਤ ਕਰਨੀ ਜ਼ਰੂਰੀ ਹੋ ਜਾਂਦੀ ਹੈ। ਇਹ ਸ਼ਿਕਾਇਤ ਉਸੇ ਇੱਜ਼ਤ ਨਾਲ ਕਰੋ, ਜਿਵੇਂ ਇੱਕ ਬੱਚਾ ਆਪਣੇ ਪਿਓ ਤੋਂ ਕਰਦਾ ਹੈ, ਪਰ ਫਿਰ ਵੀ ਥੋੜ੍ਹੀ ਹੋਰ ਦੇਖਭਾਲ ਅਤੇ ਮਦਦ ਦੀ ਮੰਗ ਕਰੋ। ਪਰਮੇਸ਼ਰ ਮਾਂ ਅਤੇ ਪਿਓ, ਦੋਵੇਂ ਹੈਂ ਅਤੇ ਮਾਤਾ-ਪਿਤਾ ਆਪਣੇ ਬੱਚੇ ਲਈ ਹਮੇਸ਼ਾ ਚੰਗਾ ਸੋਚਦੇ ਹਨ। ਹੋ ਸਕਦਾ ਹੈ ਕਿ ਉਹ ਤੁਹਾਨੂੰ ਪੜ੍ਹਾਈ ਵਿੱਚ ਸਖ਼ਤ ਮਿਹਨਤ ਕਰਵਾ ਰਹੇ ਹੋਣ, ਜੇ ਐਸਾ ਹੈ, ਤਾਂ ਥੋੜ੍ਹਾ ਸਮਾਂ ਲੈ ਕੇ ਸਨੇਹ ਦੀ ਮੰਗ ਕਰਨਾ ਗ਼ਲਤ ਨਹੀਂ।

ਪਰ ਬਹੁਤ ਜ਼ਿਆਦਾ ਅੱਗੇ ਨਾ ਵਧੋ। ਜੌਬ ਨੇ ਸਹੀ ਸਮੇਂ ਤੇ ਸ਼ਿਕਾਇਤ ਕੀਤੀ ਸੀ ਅਤੇ ਉਸਦੀਆਂ ਸਾਰੀਆਂ ਚੀਜ਼ਾਂ ਉਸਨੂੰ ਵਾਪਸ ਮਿਲ ਗਈਆਂ ਸਨ। ਅਲ ਆਫ਼ਿਦ ਹਰ ਚੀਜ਼ ਲਈ ਸ਼ਿਕਾਇਤ ਕਰਦਾ ਸੀ ਅਤੇ ਪਰਮੇਸ਼ਰ ਨੇ ਉਸ ਦੀਆਂ ਗੱਲਾਂ ਸੁਣਨਾ ਬੰਦ ਕਰ ਦਿੱਤਾ ਸੀ।

ਸਪੇਨ ਦੇ ਵੇਲੇਨਸੀਆ ਨਾਮਕ ਸ਼ਹਿਰ ਵਿੱਚ ਮਨਾਏ ਜਾਂਦੇ ਤਿਉਹਾਰਾਂ ਵਿੱਚ ਇੱਕ ਅਜੀਬ ਕਿਸਮ ਦੀ ਰਸਮ ਹੁੰਦੀ ਹੈ, ਜਿਸਨੂੰ ਤਰਖਾਣਾਂ ਦੀ ਪੁਰਾਣੀ ਕੰਪਨੀ ਨੇ ਸ਼ੁਰੂ ਕੀਤਾ ਸੀ। ਹੱਥ ਅਤੇ ਸ਼ਿਲਪ ਦੇ ਕਲਾਕਾਰ ਸਾਲ ਭਰ ਲੱਕੜ ਦੀਆਂ ਵੱਡੀਆਂ ਮੂਰਤੀਆਂ ਬਣਾਉਣ ਲਈ ਮਿਹਨਤ ਕਰਦੇ ਹਨ। ਤਿਉਹਾਰ ਦੇ ਹਫ਼ਤੇ ਉਹ ਇਹ ਮੂਰਤੀਆਂ ਨੂੰ ਮੁੱਖ ਚੌਰਾਹੇ 'ਤੇ ਲੈ ਜਾਂਦੇ ਹਨ। ਉਥੋਂ ਗੁਜ਼ਰਦੇ ਲੋਕ ਰੁਕ ਕੇ ਟਿੱਪਣੀਆਂ ਕਰਦੇ ਹਨ ਅਤੇ ਐਨੀ ਕਲਾ ਦੇਖ ਕੇ ਹੈਰਾਨ ਅਤੇ ਭਾਵੁਕ ਹੋ ਜਾਂਦੇ ਹਨ। ਫਿਰ ਸੇਂਟ ਜੋਸੇਫ਼ ਦਿਵਸ 'ਤੇ, ਇਹ ਕਲਾਕਾਰੀਆਂ ਹਜ਼ਾਰਾਂ ਦਰਸ਼ਕਾਂ ਦੀਆਂ ਅੱਖਾਂ ਸਾਹਮਣੇ ਇੱਕ ਵੱਡੀ ਅੱਗ ਦੇ ਆਵੇ ਵਿੱਚ ਸਾੜ ਦਿੱਤੀਆਂ ਜਾਂਦੀਆਂ ਹਨ।

"ਐਨੀ ਸਖ਼ਤ ਮਿਹਨਤ ਫਾਲਤੂ ਵਿਚ ਕਿਉਂ?" ਇੱਕ ਅੰਗਰੇਜ਼ ਨੇ ਆਕਾਸ਼ ਵਿੱਚ ਉਠਦੀਆਂ ਲਪਟਾਂ ਵੱਲ ਦੇਖਦੇ ਹੋਏ ਪੁੱਛਿਆ।

"ਤੁਸੀਂ ਸਭ ਵੀ ਇੱਕ ਦਿਨ ਮਰ ਜਾਓਗੇ," ਇੱਕ ਸਪੇਨੀ ਔਰਤ ਨੇ ਕਿਹਾ, "ਕਲਪਨਾ ਕਰੋ ਕਿ ਜੇ ਉਸ ਸਮੇਂ ਕੋਈ ਫਰਿਸ਼ਤਾ ਪਰਮੇਸ਼ਰ ਤੋਂ ਪੁੱਛੇ: 'ਐਨੀ ਸਖ਼ਤ ਮਿਹਨਤ ਫਾਲਤੂ ਵਿਚ ਕਿਉਂ?'"

ਇੱਕ ਬਹੁਤ ਹੀ ਧਾਰਮਿਕ ਅਤੇ ਸਾਧੂ ਸਭਾਵ ਵਾਲੇ ਆਦਮੀ ਨੇ ਅਚਾਨਕ ਪਾਇਆ ਕਿ ਉਹ ਸਾਰੀ ਜਾਇਦਾਦ ਤੋਂ ਵੰਚਿਤ ਹੋ ਗਿਆ ਹੈ। ਇਹ ਜਾਣਦੇ ਹੋਏ ਕਿ ਪਰਮੇਸ਼ਰ ਉਸਦੀ ਮਦਦ ਕਰੇਗਾ, ਉਹ ਪ੍ਰਾਰਥਨਾ ਕਰਨ ਲੱਗਾ।

"ਹੇ ਪਰਮੇਸ਼ਰ, ਮੈਨੂੰ ਲਾਟਰੀ ਜਿਤਵਾ ਦੇ।"

ਉਹ ਸਾਲਾਂ ਤੱਕ ਇਹੀ ਪ੍ਰਾਰਥਨਾ ਦੁਹਰਾਉਂਦਾ ਰਿਹਾ, ਪਰ ਲਗਾਤਾਰ ਗਰੀਬੀ ਵਾਲੀ ਜ਼ਿੰਦਗੀ ਜਿਊਣ ਲਈ ਮਜ਼ਬੂਰ ਰਿਹਾ।

ਆਖ਼ਿਰਕਾਰ ਉਸਦੀ ਮੌਤ ਦਾ ਦਿਨ ਆ ਗਿਆ ਅਤੇ ਕਿਉਂਕਿ ਉਹ ਬਹੁਤ ਧਾਰਮਿਕ ਵਿਅਕਤੀ ਸੀ, ਉਹ ਸਿੱਧਾ ਸਵਰਗ ਗਿਆ।

ਜਦੋਂ ਉਹ ਉਥੇ ਪੁੱਜਾ, ਤਾਂ ਉਸਨੇ ਅੰਦਰ ਜਾਣ ਤੋਂ ਇਨਕਾਰ ਕਰ ਦਿੱਤਾ। ਉਸਨੇ ਕਿਹਾ: ਮੈਂ ਆਪਣੀ ਸਾਰੀ ਜ਼ਿੰਦਗੀ ਉਹਨਾਂ ਧਾਰਮਿਕ ਨਿਯਮਾਂ ਦੇ ਮੁਤਾਬਕ ਜਿਉਂਦਾ ਰਿਹਾ ਜੋ ਮੈਨੂੰ ਸਿਖਾਏ ਗਏ ਸਨ, ਫਿਰ ਵੀ ਪਰਮੇਸ਼ਰ ਨੇ ਕਦੇ ਮੈਨੂੰ ਲਾਟਰੀ ਨਹੀਂ ਜਿਤਵਾਈ।

"ਪ੍ਰਭੂ ਦੇ ਸਾਰੇ ਵਾਅਦੇ ਝੂਠ ਤੋਂ ਇਲਾਵਾ ਕੁਝ ਨਹੀਂ ਹਨ," ਉਹ ਆਦਮੀ ਗੁੱਸੇ ਨਾਲ ਕਹਿੰਦਾ ਹੈ।

"ਮੈਂ ਤਾਂ ਲਾਟਰੀ ਜਿੱਤਣ ਵਿੱਚ ਤੇਰੀ ਮਦਦ ਲਈ ਹਮੇਸ਼ਾ ਤਿਆਰ ਰਿਹਾ ਹਾਂ," ਪ੍ਰਭੂ ਨੇ ਕਿਹਾ, "ਪਰ ਮੈਂ ਕਿੰਨਾ ਵੀ ਚਾਹੁੰਦਾ ਤੇਰੀ ਮਦਦ ਕੀਤੀ ਜਾਵੇ, ਤੂੰ ਕਦੇ ਲਾਟਰੀ ਦੀ ਟਿਕਟ ਖਰੀਦੀ ਹੀ ਨਹੀਂ।"

ਇੱਕ ਚੀਨੀ ਬਜ਼ੁਰਗ ਬਰਫ਼ੀਲੇ ਖੇਤਾਂ ਦੇ ਰਸਤੇ ਤੁਰਿਆ ਜਾ ਰਿਹਾ ਸੀ ਕਿ ਅਚਾਨਕ ਉਸਨੂੰ ਰੋਂਦੀ ਹੋਈ ਇੱਕ ਔਰਤ ਮਿਲੀ।

"ਤੂੰ ਕਿਉਂ ਰੋ ਰਹੀ ਹੈ?" ਉਸਨੇ ਪੁੱਛਿਆ।

"ਕਿਉਂਕਿ ਮੈਨੂੰ ਲਗਾਤਾਰ ਆਪਣੇ ਬੀਤੇ ਹੋਏ ਸਮੇਂ, ਆਪਣੀ ਜਵਾਨੀ, ਸ਼ੀਸ਼ੇ ਵਿੱਚ ਦਿਖਦੇ ਸੁੰਦਰ ਚਿਹਰੇ ਅਤੇ ਉਸ ਆਦਮੀ ਦੀ ਯਾਦ ਆਉਂਦੀ ਰਹਿੰਦੀ ਹੈ, ਜੋ ਮੈਨੂੰ ਪਿਆਰ ਕਰਦਾ ਸੀ। ਪਰਮੇਸ਼ਰ ਕਠੋਰ ਸੀ ਉਸਨੇ ਮੈਨੂੰ ਯਾਦਾਂ ਦਿੱਤੀਆਂ। ਉਹ ਜਾਣਦਾ ਸੀ ਕਿ ਮੈਂ ਆਪਣੀ ਜ਼ਿੰਦਗੀ ਦੇ ਚੰਗੇ ਦਿਨ ਯਾਦ ਕਰਾਂਗੀ ਅਤੇ ਰੋਵਾਂਗੀ।"

ਬਜ਼ੁਰਗ ਉਸ ਬਰਫ਼ੀਲੇ ਖੇਤ ਵਿੱਚ ਖੜ੍ਹਾ ਸੋਚਦਾ ਰਿਹਾ। ਉਸ ਦੀਆਂ ਅੱਖਾਂ ਕਿਸੇ ਖ਼ਾਸ ਨੁਕਤੇ 'ਤੇ ਟਿੱਕੀਆਂ ਹੋਈਆਂ ਸਨ। ਆਖ਼ਿਰਕਾਰ ਉਹ ਔਰਤ ਰੋਣੋ ਹਟੀ ਅਤੇ ਪੁੱਛਿਆ:

"ਤੁਸੀਂ ਕੀ ਦੇਖ ਰਹੇ ਹੋ?"

"ਗੁਲਾਬਾਂ ਦਾ ਖੇਤ," ਬੁਜ਼ੁਰਗ ਨੇ ਕਿਹਾ, "ਪਰਮੇਸ਼ਰ ਨੇ ਮੈਨੂੰ ਵੀ ਬਖ਼ਸ਼ਿਸ਼ ਵਜੋਂ ਯਾਦਾਂ ਦਿੱਤੀਆਂ। ਉਹ ਜਾਣਦਾ ਸੀ ਕਿ ਮੈਂ ਸਰਦੀਆਂ ਵਿੱਚ ਵੀ ਹਮੇਸ਼ਾ ਬਹਾਰ ਨੂੰ ਯਾਦ ਕਰਾਂਗਾ ਅਤੇ ਮੁਸਕਰਾਵਾਂਗਾ।"

ਗੁਰੂ ਕਹਿੰਦੇ ਹਨ:

ਆਪਣੀ ਨਿੱਜੀ ਦੰਤਕਥਾ ਦਾ ਪਾਲਣ ਕਰਨਾ ਓਹਨਾ ਆਸਾਨ ਨਹੀਂ ਹੁੰਦਾ, ਜਿੰਨਾ ਲੱਗਦਾ ਹੈ। ਇਸਦੇ ਉਲਟ, ਅਜਿਹਾ ਕਰਨਾ ਖ਼ਤਰਨਾਕ ਵੀ ਹੋ ਸਕਦਾ ਹੈ। ਜਦੋਂ ਅਸੀਂ ਕੁਝ ਚਾਹੁੰਦੇ ਹਾਂ, ਅਸੀਂ ਕੁਝ ਖ਼ਾਸ ਸ਼ਕਤੀਸ਼ਾਲੀ ਊਰਜਾਵਾਂ ਨੂੰ ਗਤੀਸ਼ੀਲ ਕਰ ਦਿੰਦੇ ਹਾਂ ਅਤੇ ਆਪਣੇ ਆਪ ਤੋਂ ਜੀਵਨ ਦੇ ਅਸਲ ਅਰਥ ਛੁਪਾ ਨਹੀਂ ਸਕਦੇ।

ਜਦੋਂ ਅਸੀਂ ਕੁਝ ਚਾਹੁੰਦੇ ਹਾਂ, ਅਸੀਂ ਉਸ ਕੀਮਤ ਨੂੰ ਚੁਣਦੇ ਹਾਂ, ਜੋ ਸਾਨੂੰ ਅਦਾ ਕਰਨੀ ਪਏਗੀ। ਕਿਸੇ ਸੁਪਨੇ ਦੇ ਪਿੱਛੇ ਜਾਣ ਦੀ ਆਪਣੀ ਕੀਮਤ ਹੁੰਦੀ ਹੈ। ਉਹ ਸਾਨੂੰ ਆਪਣੀਆਂ ਪੁਰਾਣੀਆਂ ਆਦਤਾਂ ਨੂੰ ਛੱਡਣ ਦੀ ਮੰਗ ਕਰ ਸਕਦਾ ਹੈ, ਉਹ ਆਪਣੇ ਨਾਲ ਮੁਸ਼ਕਲਾਂ, ਨਿਰਾਸ਼ਾਵਾਂ ਆਦਿ ਲਿਆ ਸਕਦਾ ਹੈ।

ਗਾਲਾਂਕਿ, ਕੀਮਤ ਚਾਹੇ ਕਿੰਨੀ ਵੱਡੀ ਕਿਉਂ ਨਾ ਹੋਵੇ, ਉਹ ਕਦੇ ਵੀ ਉਸ ਆਦਮੀ ਨਾਲੋਂ ਵੱਡੀ ਨਹੀਂ ਹੁੰਦੀ, ਜਿਸਨੇ ਆਪਣੀ ਨਿੱਜੀ ਦੰਤਕਥਾ ਦਾ ਪਾਲਣ ਨਹੀਂ ਕੀਤਾ, ਕਿਉਂਕਿ ਜਦੋਂ ਉਹ ਇੱਕ ਦਿਨ ਮੁੜ ਕੇ ਪਿੱਛੇ ਵੇਖੇਗਾ, ਉਹ ਆਪਣੇ ਹਰ ਕੀਤੇ ਕੰਮ ਨੂੰ ਵੇਖੇਗਾ ਅਤੇ ਆਪਣੇ ਮਨ ਵਿੱਚ ਇਹ ਕਹਿੰਦਾ ਸੁਣੇਗਾ: "ਮੈਂ ਆਪਣੀ ਜ਼ਿੰਦਗੀ ਬਰਬਾਦ ਕਰ ਦਿੱਤੀ।"

ਮੇਰਾ ਵਿਸ਼ਵਾਸ ਕਰੋ, ਇਹ ਉਹ ਸਭ ਤੋਂ ਕਠੋਰ ਸ਼ਬਦ ਹਨ, ਜੋ ਤੁਸੀਂ ਕਦੇ ਸੁਣ ਸਕਦੇ ਹੋ।

ਮਕਤੂਬ

ਕਾਰਲੋਸ ਕੇਸਟਨੇਡਾ ਆਪਣੀ ਕਿਤਾਬ ਵਿੱਚ ਵਰਣਨ ਕਰਦੇ ਹਨ ਕਿ ਕਿਵੇਂ ਇੱਕ ਦਿਨ ਉਨ੍ਹਾਂ ਦੇ ਅਧਿਆਪਕ ਨੇ ਉਨ੍ਹਾਂ ਨੂੰ ਆਪਣੀ ਪੈਂਟ 'ਤੇ ਵੱਖਰੇ ਢੰਗ ਨਾਲ ਬੈਲਟ ਬੰਨ੍ਹਣ ਲਈ ਕਿਹਾ ਸੀ। ਕੇਸਟਨੇਡਾ ਨੇ ਉਵੇਂ ਹੀ ਕੀਤਾ, ਕਿਉਂਕਿ ਉਹ ਯਕੀਨ ਕਰਦੇ ਸਨ ਕਿ ਉਨ੍ਹਾਂ ਨੂੰ ਸਿੱਖਣ ਦਾ ਇੱਕ ਸ਼ਕਤੀਸ਼ਾਲੀ ਸਾਧਨ ਦਿੱਤਾ ਜਾ ਰਿਹਾ ਹੈ।

ਮਹੀਨਿਆਂ ਬਾਅਦ, ਉਸ ਨੇ ਆਪਣੇ ਅਧਿਆਪਕ ਨੂੰ ਕਿਹਾ ਕਿ ਉਨ੍ਹਾਂ ਦੀ ਜਾਦੂਈ ਸਲਾਹ 'ਤੇ ਅਮਲ ਕਰਨ ਦੇ ਕਾਰਨ ਉਹ ਪਹਿਲਾਂ ਨਾਲੋਂ ਜ਼ਿਆਦਾ ਤੇਜ਼ੀ ਨਾਲ ਸਿੱਖ ਰਹੇ ਹਨ।

"ਦੂਜੇ ਢੰਗ ਨਾਲ ਬੈਲਟ ਬੰਨ੍ਹ ਕੇ, ਮੈਂ ਨਕਾਰਾਤਮਕ ਊਰਜਾ ਨੂੰ ਸਕਾਰਾਤਮਕ ਊਰਜਾ ਵਿੱਚ ਬਦਲ ਦਿੱਤਾ ਹੈ," ਉਹ ਕਹਿੰਦੇ ਹਨ।

ਅਧਿਆਪਕ ਜ਼ੋਰ ਨਾਲ ਹੱਸ ਪਿਆ।

"ਬੈਲਟ ਊਰਜਾ ਨੂੰ ਬਦਲ ਨਹੀਂ ਸਕਦੀ! ਜਿਸ ਵਜ੍ਹਾ ਕਰਕੇ ਮੈਂ ਤੈਨੂੰ ਅਜਿਹਾ ਕਰਨ ਲਈ ਕਿਹਾ ਸੀ, ਉਹ ਇਹ ਸੀ ਕਿ ਜਦੋਂ ਵੀ ਤੂੰ ਆਪਣੀ ਪੈਂਟ ਪਹਿਨਦਾ ਹੈਂ, ਤੈਨੂੰ ਇਹ ਯਾਦ ਰਹੇ ਕਿ ਤੂੰ ਇੱਕ ਜਾਦੂਗਰ ਦਾ ਵਿਦਿਆਰਥੀ ਹੈ। ਇਹ ਉਹ ਜਾਗਰੂਕਤਾ ਸੀ, ਨਾ ਕਿ ਤੇਰੀ ਬੈਲਟ, ਜਿਸ ਨੇ ਤੇਰੀ ਤਰੱਕੀ ਵਿੱਚ ਮਦਦ ਕੀਤੀ।"

ਇੱਕ ਗੁਰੂ ਦੇ ਸੌ ਚੇਲੇ ਸਨ। ਉਹ ਸਾਰੇ ਸਹੀ ਸਮੇਂ 'ਤੇ ਪ੍ਰਾਰਥਨਾ ਕਰਦੇ ਸਨ, ਸਿਵਾਏ ਇੱਕ ਦੇ, ਜੋ ਹਮੇਸ਼ਾ ਬਹੁਤ ਨਸ਼ੇ ਵਿੱਚ ਰਹਿੰਦਾ ਸੀ।

ਆਪਣੀ ਮੌਤ ਦੇ ਦਿਨ ਗੁਰੂ ਨੇ ਉਸ ਸ਼ਰਾਬੀ ਨੂੰ ਬੁਲਾਇਆ ਅਤੇ ਉਸ ਨੂੰ ਸਾਰੇ ਗੁਪਤ ਰਾਜ਼ ਦੱਸ ਦਿੱਤੇ।

ਦੂਜੇ ਚੇਲੇ ਗੁੱਸੇ ਨਾਲ ਭਰ ਗਏ।

"ਇਹ ਸ਼ਰਮਨਾਕ ਹੈ!" ਉਹ ਚੀਖੇ, "ਅਸੀਂ ਇੱਕ ਐਸੇ ਗੁਰੂ ਲਈ ਤਿਆਗ ਕੀਤਾ ਜੋ ਸਾਡੇ ਸਦਗੁਣਾਂ ਨੂੰ ਸਮਝਣ ਵਿੱਚ ਅਸਮਰਥ ਸੀ।"

ਗੁਰੂ ਨੇ ਕਿਹਾ:

"ਮੈਨੂੰ ਉਹ ਰਾਜ਼ ਇੱਕ ਐਸੇ ਆਦਮੀ ਨੂੰ ਸੌਂਪਣੇ ਸਨ, ਜਿਸਨੂੰ ਮੈਂ ਚੰਗੀ ਤਰ੍ਹਾਂ ਜਾਣਦਾ ਸੀ। ਜੋ ਸਦਾਚਾਰੀ ਦਿਖਾਈ ਦਿੰਦੇ ਹਨ, ਅਕਸਰ ਅਹੰਕਾਰ, ਦੰਭ ਅਤੇ ਅਸਹਿਣਸ਼ੀਲਤਾ ਛੁਪਾਉਂਦੇ ਹਨ। ਇਸ ਲਈ ਮੈਂ ਇੱਕ ਐਸੇ ਚੇਲੇ ਦੀ ਚੋਣ ਕੀਤੀ, ਜਿਸਦੀ ਬੁਰਾਈ - ਸ਼ਰਾਬੀ ਹੋਣ ਬਾਰੇ ਮੈਨੂੰ ਸਪਸ਼ਟ ਪਤਾ ਸੀ।"

ਮਿਸਟੇਰੀਅਨ ਸੰਨਿਆਸੀ ਮਾਰਕੋਸ ਗਾਰਸ਼ੀਆ ਦੇ ਸ਼ਬਦ:

"ਪਰਮੇਸ਼ਰ ਕਈ ਵਾਰੀ ਕਿਸੇ ਖ਼ਾਸ ਨਿਆਮਤ ਨੂੰ ਵਾਪਸ ਲੈ ਲੈਂਦਾ ਹੈ, ਤਾਂ ਕਿ ਮਨੁੱਖ ਉਸਨੂੰ ਸਿਰਫ਼ ਕਿਰਪਾ ਕਰਨ ਵਾਲਾ ਅਤੇ ਪ੍ਰਾਰਥਨਾਵਾਂ ਨੂੰ ਸਵੀਕਾਰ ਕਰਨ ਵਾਲਾ ਸਮਝਣ ਦੀ ਬਜਾਏ ਕਿਸੇ ਹੋਰ ਰੂਪ ਵਿੱਚ ਵੀ ਵੇਖ ਸਕੇ। ਉਹ ਜਾਣਦਾ ਹੈ ਕਿ ਕਿਸੇ ਆਤਮਾ ਦੀ ਪਰੀਖਿਆ ਲੈਣ ਲਈ ਉਹ ਕਿਸ ਹੱਦ ਤੱਕ ਜਾ ਸਕਦਾ ਹੈ ਅਤੇ ਉਹ ਉਸ ਹੱਦ ਤੋਂ ਅੱਗੇ ਕਦੇ ਨਹੀਂ ਜਾਂਦਾ।

"ਇਸ ਤਰ੍ਹਾਂ ਦੇ ਪਲਾਂ ਵਿੱਚ, ਸਾਨੂੰ ਕਦੇ ਇਹ ਨਹੀਂ ਕਹਿਣਾ ਚਾਹੀਦਾ: 'ਪਰਮੇਸ਼ਰ ਨੇ ਮੈਨੂੰ ਛੱਡ ਦਿੱਤਾ ਹੈ।' ਉਹ ਕਦੇ ਐਸਾ ਨਹੀਂ ਕਰਦੇ: ਇਹ ਤਾਂ ਅਸੀਂ ਹਾਂ, ਜੋ ਕਈ ਵਾਰੀ ਉਹਨਾਂ ਨੂੰ ਛੱਡ ਦਿੰਦੇ ਹਾਂ। ਜੇ ਪ੍ਰਭੂ ਸਾਡੀ ਵੱਡੀ ਪਰੀਖਿਆ ਲੈਂਦੇ ਹਨ, ਤਾਂ ਉਹ ਸਾਨੂੰ ਉਹਨਾਂ ਕਾਬਲ - ਬਲਕਿ ਮੈਂ ਤਾਂ ਕਹਾਂਗਾ ਕਾਬਲ ਤੋਂ ਵੀ ਵੱਧ ਗੁਣ ਦਿੰਦੇ ਹਨ, ਜਿਨ੍ਹਾਂ ਦੀ ਮਦਦ ਨਾਲ ਅਸੀਂ ਉਸ ਪਰੀਖਿਆ ਨੂੰ ਪਾਸ ਕਰ ਸਕੀਏ।

"ਜਦੋਂ ਵੀ ਅਸੀਂ ਉਹਨਾਂ ਦੇ ਚਿਹਰੇ ਤੋਂ ਦੂਰ ਮਹਿਸੂਸ ਕਰਦੇ ਹਾਂ, ਸਾਨੂੰ ਆਪਣੇ ਆਪ ਨੂੰ ਪੁੱਛਣਾ ਚਾਹੀਦਾ ਹੈ: ਕੀ ਅਸੀਂ ਉਹਨਾਂ ਸਾਰੀਆਂ ਨਿਆਮਤਾਂ ਦਾ ਪੂਰਾ ਫ਼ਾਇਦਾ ਉਠਾ ਰਹੇ ਹਾਂ ਜੋ ਉਸ ਨੇ ਸਾਡੇ ਸਾਹਮਣੇ ਰੱਖੀਆਂ ਹਨ?"

ਅਸੀਂ ਕਈ ਵਾਰ ਆਪਣੇ ਨਾਲ ਦੇ ਲੋਕਾਂ ਤੋਂ ਇਕ ਵੀ ਦਿਆਲਤਾ ਵਾਲੀ ਭਾਵਨਾ ਪ੍ਰਾਪਤ ਕੀਤੇ ਬਿਨਾਂ ਕਈ ਦਿਨ ਜਾਂ ਪੂਰਾ ਹਫ਼ਤਾ ਬਿਤਾ ਦਿੰਦੇ ਹਾਂ। ਇਹ ਮੁਸ਼ਕਲ ਸਮੇਂ ਹੁੰਦੇ ਹਨ, ਜਦੋਂ ਮਨੁੱਖੀ ਗਰਮੀ ਗੁਆਚ ਜਾਂਦੀ ਹੈ ਅਤੇ ਜੀਵਨ ਸਿਰਫ਼ ਬਚਣ ਦਾ ਮਸਲਾ ਬਣ ਕੇ ਰਹਿ ਜਾਂਦਾ ਹੈ।

ਗੁਰੂ ਕਹਿੰਦੇ ਹਨ:

ਸਾਨੂੰ ਆਪਣੀ ਅੱਗ ਵੱਲ ਦੇਖਣਾ ਚਾਹੀਦਾ ਹੈ। ਸਾਨੂੰ ਅੱਗ ਵਿੱਚ ਹੋਰ ਲੱਕੜ ਪਾ ਕੇ ਆਪਣੀ ਜ਼ਿੰਦਗੀ ਦੇ ਹਨੇਰੇ ਕਮਰੇ ਨੂੰ ਰੌਸ਼ਨ ਕਰਨਾ ਚਾਹੀਦਾ ਹੈ। ਜਦੋਂ ਅਸੀਂ ਆਪਣੀ ਅੱਗ ਨੂੰ ਲੱਕੜ ਦੇ ਫਟਦੇ ਅਤੇ ਲਪਟਾਂ ਨਿਕਲਣ ਵੇਲੇ ਕਹੀਆਂ ਗਈਆਂ ਕਹਾਣੀਆਂ ਸੁਣਾਂਗੇ, ਤਾਂ ਸਾਡੀ ਉਮੀਦ ਵਾਪਸ ਆਵੇਗੀ।

ਜੇ ਅਸੀਂ ਪਿਆਰ ਕਰਨ ਯੋਗ ਹਾਂ, ਤਾਂ ਅਸੀਂ ਪਿਆਰ ਦੇ ਪਾਤਰ ਬਣਨ ਵਿੱਚ ਵੀ ਸਮਰੱਥ ਹੋਵਾਂਗੇ। ਇਹ ਸਿਰਫ਼ ਸਮੇਂ ਦਾ ਮਸਲਾ ਹੈ।

ਰਾਤ ਦੇ ਭੋਜਨ ਦੌਰਾਨ, ਕਿਸੇ ਨੇ ਇੱਕ ਗਿਲਾਸ ਤੋੜ ਦਿੱਤਾ।

"ਇਹ ਚੰਗੇ ਸ਼ਗਨ ਦੀ ਨਿਸ਼ਾਨੀ ਹੈ," ਮਹਿਮਾਨ ਨੇ ਕਿਹਾ।

ਉੱਥੇ ਮੌਜੂਦ ਹਰ ਵਿਅਕਤੀ ਇਸ ਪਰੰਪਰਾ ਨੂੰ ਜਾਣਦਾ ਸੀ।

"ਇਹ ਸ਼ਗਨ ਦੀ ਨਿਸ਼ਾਨੀ ਕਿਉਂ ਹੈ?" ਇੱਕ ਰੱਬੀ ਨੇ ਪੁੱਛਿਆ, ਜੋ ਉਸ ਗਰੁੱਪ ਵਿੱਚ ਸ਼ਾਮਲ ਸੀ।

"ਮੈਂ ਨਹੀਂ ਜਾਣਦੀ," ਮੁਸਾਫ਼ਿਰ ਦੀ ਪਤਨੀ ਨੇ ਕਿਹਾ, "ਸ਼ਾਇਦ ਇਹ ਇੱਕ ਪੁਰਾਣਾ ਢੰਗ ਹੈ, ਤਾਂ ਜੋ ਮਹਿਮਾਨ ਸੁਖੀ ਮਹਿਸੂਸ ਕਰੇ।"

"ਨਹੀਂ, ਇਹ ਸਹੀ ਵਿਆਖਿਆ ਨਹੀਂ ਹੈ," ਰੱਬੀ ਨੇ ਕਿਹਾ।

"ਕੁਝ ਖ਼ਾਸ ਯਹੂਦੀ ਪਰੰਪਰਾਵਾਂ ਅਨੁਸਾਰ, ਸਾਡੇ ਸਾਰਿਆਂ ਕੋਲ ਕਿਸਮਤ ਦਾ ਇਕ ਕੋਟਾ ਹੈ, ਜਿਸਦੀ ਵਰਤੋਂ ਅਸੀਂ ਪੂਰੀ ਜ਼ਿੰਦਗੀ ਕਰ ਕਰਦੇ ਹਾਂ। ਜੇ ਅਸੀਂ ਉਸ ਕੋਟੇ ਦੀ ਵਰਤੋਂ ਸਿਰਫ਼ ਉਹਨਾਂ ਚੀਜ਼ਾਂ 'ਤੇ ਕਰਦੇ ਹਾਂ, ਜੋ ਅਸੀਂ ਸੱਚਮੁੱਚ ਚਾਹੁੰਦੇ ਹਾਂ, ਤਾਂ ਅਸੀਂ ਵਿਆਜ ਕਮਾ ਸਕਦੇ ਹਾਂ, ਨਹੀਂ ਤਾਂ ਅਸੀਂ ਉਸ ਨੂੰ ਫਜ਼ੂਲ ਚੀਜ਼ਾਂ 'ਤੇ ਖ਼ਰਚ ਕਰਦੇ ਹਾਂ।

ਅਸੀਂ ਯਹੂਦੀ ਵੀ ਉਸ ਸਮੇਂ 'ਗੁੱਡ ਲੱਕ' ਕਹਿੰਦੇ ਹਾਂ, ਜਦ ਕੋਈ ਗਿਲਾਸ ਤੋੜ ਦਿੰਦਾ ਹੈ, ਪਰ ਇਸਦਾ ਮਤਲਬ ਹੈ ਕਿ ਤੁਸੀਂ ਗਿਲਾਸ ਦੇ ਟੁੱਟਣ ਨੂੰ ਰੋਕਣ ਦੀ ਕੋਸ਼ਿਸ਼ ਵਿੱਚ ਆਪਣੀ ਕਿਸਮਤ ਨੂੰ ਬਰਬਾਦ ਨਹੀਂ ਕਰਦੇ, ਅਤੇ ਇਸ ਤਰ੍ਹਾਂ ਤੁਹਾਡੇ ਕੋਲ ਹੋਰ ਜ਼ਰੂਰੀ ਚੀਜ਼ਾਂ ਲਈ ਆਪਣੀ ਕਿਸਮਤ ਬਚੀ ਰਹਿੰਦੀ ਹੈ।"

ਮਠਾਧੀਸ਼ ਅਬਰਾਹਮ ਨੂੰ ਪਤਾ ਸੀ ਕਿ ਸਕੇਟਿਸ ਮਠ ਦੇ ਨੇੜੇ ਇੱਕ ਸੰਨਿਆਸੀ ਰਹਿੰਦਾ ਸੀ, ਜਿਸਦੀ ਪਛਾਣ ਇੱਕ ਸੰਤ ਵਜੋਂ ਸੀ।

ਉਹ ਉਸਨੂੰ ਮਿਲਣ ਗਏ ਅਤੇ ਪੁੱਛਿਆ:

"ਜੇ ਅੱਜ ਤੁਹਾਨੂੰ ਆਪਣੇ ਬਿਸਤਰੇ 'ਤੇ ਇੱਕ ਸੋਹਣੀ ਔਰਤ ਮਿਲੇ, ਤਾਂ ਕੀ ਤੁਸੀਂ ਇਹ ਸੋਚ ਸਕੋਗੇ ਕਿ ਉਹ ਮਹਿਲਾ ਨਹੀਂ ਹੈ?"

"ਨਹੀਂ," ਸੰਨਿਆਸੀ ਨੇ ਕਿਹਾ, "ਪਰ ਮੈਂ ਆਪਣੇ ਆਪ ਨੂੰ ਕਾਬੂ ਵਿਚ ਰੱਖ ਸਕਾਂਗਾ।"

ਮਠਾਧੀਸ਼ ਨੇ ਕਿਹਾ:

"ਅਤੇ ਜੇ ਤੁਹਾਨੂੰ ਰੇਗਿਸਤਾਨ ਵਿੱਚ ਸੋਨੇ ਦੇ ਸਿੱਕੇ ਮਿਲ ਜਾਣ, ਤਾਂ ਕੀ ਤੁਸੀਂ ਉਹਨਾਂ ਨੂੰ ਸਿਰਫ਼ ਪੱਥਰ ਹੀ ਸਮਝ ਪਾਓਗੇ?"

"ਨਹੀਂ," ਸੰਨਿਆਸੀ ਨੇ ਕਿਹਾ, "ਪਰ ਮੈਂ ਆਪਣੇ ਆਪ ਨੂੰ ਉਹਨਾਂ ਨੂੰ ਚੱਕਣ ਤੋਂ ਰੋਕ ਲਵਾਂਗਾ।"

ਫਿਰ ਮਠਾਧੀਸ਼ ਅਬਰਾਹਮ ਨੇ ਪੁੱਛਿਆ:

"ਅਤੇ ਜੇ ਦੋ ਭਰਾ ਤੁਹਾਡੇ ਕੋਲ ਮਿਲਣ ਆਉਣ, ਜਿਨ੍ਹਾਂ ਵਿੱਚੋਂ ਇੱਕ ਤੁਹਾਨੂੰ ਨਫ਼ਰਤ ਕਰਦਾ ਹੋਵੇ ਤੇ ਦੂਜਾ ਤੁਹਾਨੂੰ ਪਿਆਰ ਕਰਦਾ ਹੋਵੇ, ਤਾਂ ਕੀ ਤੁਸੀਂ ਦੋਵਾਂ ਨਾਲ ਬਰਾਬਰ ਦਾ ਵਤੀਰਾ ਕਰ ਸਕੋਗੇ?"

ਸੰਨਿਆਸੀ ਨੇ ਜਵਾਬ ਦਿੱਤਾ:

"ਇਹ ਚਾਹੇ ਕਿੰਨਾ ਵੀ ਦਰਦਨਾਕ ਹੋਵੇ, ਪਰ ਨਫ਼ਰਤ ਕਰਨ ਵਾਲੇ ਨਾਲ ਮੈਂ ਉਸੇ ਤਰ੍ਹਾਂ ਵਤੀਰਾ ਕਰਾਂਗਾ, ਜਿਵੇਂ ਪਿਆਰ ਕਰਨ ਵਾਲੇ ਨਾਲ।"

ਜਦੋਂ ਮਠਾਧੀਸ਼ ਵਾਪਸ ਮਠ ਵਿੱਚ ਵਾਪਸ ਆਏ, ਤਾਂ ਉਹਨਾਂ ਨੇ ਆਪਣੇ ਨਵੇਂ ਸ਼ਿਸ਼ਿਆਂ ਨੂੰ ਕਿਹਾ:

"ਮੈਂ ਤੁਹਾਨੂੰ ਦੱਸਦਾ ਹਾਂ ਕਿ ਸੰਤ ਹੋਣ ਦਾ ਕੀ ਮਤਲਬ ਹੁੰਦਾ ਹੈ? ਸੰਤ ਉਹ ਹੁੰਦਾ ਹੈ, ਜੋ ਆਪਣੀਆਂ ਇੱਛਾਵਾਂ ਨੂੰ ਮਾਰਨ ਦੀ ਬਜਾਏ, ਉਨ੍ਹਾਂ ਨੂੰ ਕਾਬੂ ਵਿੱਚ ਰੱਖ ਲੈਂਦਾ ਹੈ।"

ਡਬਲਯੂ. ਫਰੇਜ਼ਿਅਰ ਨੇ ਆਪਣਾ ਸਾਰਾ ਜੀਵਨ ਅਮਰੀਕੀ ਵੈਸਟ ਦੀ ਜਿੱਤ ਬਾਰੇ ਲਿਖਦੇ ਹੋਏ ਬਿਤਾਇਆ ਸੀ। ਗੈਰੀ ਕੂਪਰ ਵੱਲੋਂ ਅਭਿਨੀਤ ਫਿਲਮ ਦੀ ਪਟਕਥਾ ਨੂੰ ਆਪਣੇ ਬਾਇਓਡਾਟਾ ਵਿੱਚ ਸ਼ਾਮਿਲ ਕਰਕੇ ਗਰਵ ਮਹਿਸੂਸ ਕਰਦੇ ਹੋਏ, ਉਹ ਕਹਿੰਦੇ ਸਨ ਕਿ ਉਹ ਬਹੁਤ ਘੱਟ ਹੀ ਬੋਰ ਮਹਿਸੂਸ ਕਰਦੇ ਹਨ।

"ਮੈਂ ਅਮਰੀਕੀ ਵਡੇ ਲੋਕਾਂ ਤੋਂ ਬਹੁਤ ਕੁਝ ਸਿੱਖਿਆ ਸੀ। ਉਹ ਇੰਡੀਅਨਜ਼ ਨਾਲ ਲੜੇ, ਉਹਨਾਂ ਨੇ ਰੇਗਿਸਤਾਨ ਪਾਰ ਕੀਤਾ ਅਤੇ ਭੋਜਨ ਅਤੇ ਪਾਣੀ ਦੀ ਖੋਜ ਵਿੱਚ ਦੂਰ ਦਰਾਜ ਖੇਤਰਾਂ ਵਿੱਚ ਗਏ। ਸਮਕਾਲੀ ਦਸਤਾਵੇਜ਼ ਕੁੱਲ ਮਿਲਾ ਕੇ ਇੱਕ ਵਿਲੱਖਣ ਕਿਸਮ ਦੇ ਲੱਛਣ ਦਿਖਾਉਂਦੇ ਹਨ। ਇਹਨਾਂ ਲੋਕਾਂ ਨੇ ਸਿਰਫ ਚੰਗੀਆਂ ਚੀਜ਼ਾਂ ਬਾਰੇ ਹੀ ਲਿਖਿਆ ਅਤੇ ਗੱਲ ਕੀਤੀ। ਜਿਨ੍ਹਾਂ ਮੁਸ਼ਕਲਾਂ ਦਾ ਉਨ੍ਹਾਂ ਨੇ ਸਾਹਮਣਾ ਕੀਤਾ, ਉਹਨਾਂ ਬਾਰੇ ਸ਼ਿਕਾਇਤ ਕਰਨ ਦੀ ਬਜਾਏ ਉਹਨਾਂ ਬਾਰੇ ਗੀਤ ਅਤੇ ਚੁਟਕਲੇ ਬਣਾਏ। ਇਹਨਾਂ ਹੀ ਤਰੀਕਿਆਂ ਨਾਲ ਉਨ੍ਹਾਂ ਨੇ ਹਤਾਸ਼ਾ ਅਤੇ ਉਦਾਸੀ ਨੂੰ ਆਪਣੇ ਕੋਲ ਆਉਣ ਨਹੀਂ ਦਿੱਤਾ ਅਤੇ ਅੱਜ, 88 ਸਾਲ ਦੀ ਉਮਰ ਵਿੱਚ, ਮੈਂ ਵੀ ਉਹੀ ਕਰਨ ਦੀ ਕੋਸ਼ਿਸ਼ ਕਰਦਾ ਹਾਂ।"

ਮਕਤੂਬ

ਇਹ ਲੇਖ ਜੌਨ ਮਿਊਅਰ ਦੇ ਸ਼ਬਦਾਂ ਤੋਂ ਪ੍ਰੇਰਿਤ ਹੈ:

ਮੈਂ ਆਪਣੀ ਆਤਮਾ ਨੂੰ ਅਜ਼ਾਦ ਛੱਡਣਾ ਚਾਹੁੰਦਾ ਹਾਂ, ਤਾਂ ਜੋ ਇਸਨੂੰ ਉਹ ਸਾਰੇ ਗੁਣ ਮਿਲ ਸਕਣ, ਜੋ ਆਮ ਤੌਰ 'ਤੇ ਆਤਮਾਵਾਂ ਨੂੰ ਦਿੱਤੇ ਜਾਂਦੇ ਹਨ।

ਜੇ ਐਸੀ ਕੋਈ ਚੀਜ਼ ਸੰਭਵ ਹੁੰਦੀ, ਤਾਂ ਮੈਂ ਚੰਦਰਮਾ ਦੇ ਟੋਇਆਂ 'ਤੇ ਜਾਣ ਜਾਂ ਸੂਰਜ ਦੀਆਂ ਕਿਰਨਾਂ ਦਾ ਪਿੱਛਾ ਕਰਦਿਆਂ ਉਨ੍ਹਾਂ ਦੇ ਸਰੋਤ ਸੂਰਜ ਤੱਕ ਜਾਣ ਦੀ ਕੋਸ਼ਿਸ਼ ਨਾ ਕਰਦਾ। ਮੈਂ ਆਪਣੇ ਤਾਰਿਆਂ ਦੀ ਸੁੰਦਰਤਾ ਜਾਂ ਮਨੁੱਖਾਂ ਦੀ ਬਣਾਈ ਹੋਈ ਇਕੱਲਤਾ ਨੂੰ ਸਮਝਣ ਦੀ ਕੋਸ਼ਿਸ਼ ਨਹੀਂ ਕਰਾਂਗਾ।

ਜਦੋਂ ਮੈਂ ਆਪਣੀ ਆਤਮਾ ਨੂੰ ਅਜ਼ਾਦ ਕਰਨਾ ਸਿੱਖ ਲਵਾਂਗਾ, ਤਾਂ ਮੈਂ ਸਵੇਰ ਦੀ ਰੌਸ਼ਨੀ ਦਾ ਪਿੱਛਾ ਕਰਾਂਗਾ ਅਤੇ ਸਮੇਂ ਦੇ ਨਾਲ ਉਸ ਦੀ ਵਾਪਸੀ ਦਾ ਪਿੱਛਾ ਕਰਨ ਦੀ ਕੋਸ਼ਿਸ਼ ਕਰਾਂਗਾ।

ਜਦੋਂ ਮੈਂ ਆਪਣੀ ਆਤਮਾ ਨੂੰ ਅਜ਼ਾਦ ਕਰਨਾ ਸਿੱਖ ਲਵਾਂਗਾ, ਤਾਂ ਮੈਂ ਉਹਨਾਂ ਚੁੰਬਕੀ ਪ੍ਰਵਾਹਾਂ ਵਿੱਚ ਡੁੱਬਕੀ ਲਾਵਾਂਗਾ, ਜੋ ਬਹਿ ਕੇ ਉਸ ਮਹਾਂਸਾਗਰ ਵਿੱਚ ਜਾਂਦੇ ਹਨ, ਜਿੱਥੇ ਸਾਰੇ ਪਾਣੀ ਮਿਲ ਕੇ ਸੰਸਾਰ ਦੀ ਆਤਮਾ ਬਣਾਉਂਦੇ ਹਨ।

ਜਦੋਂ ਮੈਂ ਆਪਣੀ ਆਤਮਾ ਨੂੰ ਆਜ਼ਾਦ ਕਰਨਾ ਸਿੱਖ ਲਵਾਂਗਾ, ਤਾਂ ਮੈਂ ਸ੍ਰਿਸ਼ਟੀ ਦੇ ਸਾਰੇ ਸ਼ਾਨਦਾਰ ਪੰਨਿਆਂ ਨੂੰ ਸ਼ੁਰੂ ਤੋਂ ਪੜ੍ਹਨ ਦੀ ਕੋਸ਼ਿਸ਼ ਕਰਾਂਗਾ।

ਰਾਜਹੰਸ ਦੀ ਤਸਵੀਰ ਇਸਾਈ ਧਰਮ ਦਾ ਇੱਕ ਪਵਿੱਤਰ ਪ੍ਰਤੀਕ ਹੈ। ਗੱਲ ਬਿਲਕੁਲ ਸਧਾਰਨ ਹੈ: ਕਿਹਾ ਜਾਂਦਾ ਹੈ ਕਿ ਕੋਈ ਵੀ ਭੋਜਨ ਨਹੀਂ ਸੀ, ਤਦ ਮਾਂ ਹੰਸਣੀ ਨੇ ਆਪਣੀ ਛਾਤੀ ਵਿੱਚ ਚੁੰਝ ਮਾਰੀ ਅਤੇ ਆਪਣੇ ਬੱਚਿਆਂ ਨੂੰ ਆਪਣਾ ਮਾਸ ਅਤੇ ਖ਼ੂਨ ਖਵਾ-ਪਿਆ ਕੇ ਉਹਨਾਂ ਨੂੰ ਪਾਲਿਆ।

ਗੁਰੂ ਕਹਿੰਦੇ ਹਨ:

ਸਾਨੂੰ ਜੋ ਅਸ਼ੀਰਵਾਦ ਮਿਲਦੇ ਹਨ, ਅਸੀਂ ਅਕਸਰ ਸਮਝਣ ਵਿਚ ਅਸਮਰਥ ਹੁੰਦੇ ਹਾਂ। ਅਸੀਂ ਅਕਸਰ ਉਹ ਸਾਰਾ ਨਹੀਂ ਸਮਝ ਪਾਉਂਦੇ, ਜੋ ਪਰਮੇਸ਼ਰ ਸਾਨੂੰ ਅਧਿਆਤਮਿਕ ਤੌਰ 'ਤੇ ਸਿਹਤਮੰਦ ਬਣਾਈ ਰੱਖਣ ਲਈ ਕਰਦਾ ਹੈ।

ਇੱਕ ਰਾਜਹੰਸ ਦੀ ਕਹਾਣੀ ਹੈ, ਜੋ ਬਹੁਤ ਕੜਾਕੇ ਦੀ ਠੰਢ ਵਿੱਚ ਕਿਸੇ ਤਰ੍ਹਾਂ ਆਪਣੇ ਆਪ ਨੂੰ ਬਲੀਦਾਨ ਦੇ ਕੇ, ਯਾਨਿ ਆਪਣੇ ਬੱਚਿਆਂ ਨੂੰ ਆਪਣਾ ਹੀ ਮਾਸ ਖਿਲਾਉਂਦੇ ਹੋਏ, ਜਿਉਂਦੀ ਰਹੀ ਸੀ, ਹਾਲਾਂਕਿ ਸਿਰਫ ਕੁਝ ਹੀ ਦਿਨ। ਜਦੋਂ ਉਹ ਪੋਸ਼ਣ ਦੀ ਘਾਟ ਕਾਰਨ ਖ਼ੁਦ ਮਰ ਗਈ, ਤਾਂ ਉਸਦੇ ਇੱਕ ਬੱਚੇ ਨੇ ਦੂਜੇ ਬੱਚੇ ਨੂੰ ਕਿਹਾ:

"ਚੰਗਾ ਹੀ ਹੋਇਆ। ਮੈਂ ਰੋਜ਼-ਰੋਜ਼ ਇੱਕੋ ਚੀਜ਼ ਖਾ-ਖਾ ਕੇ ਤੰਗ ਆ ਗਿਆ ਸੀ।"

ਜੇ ਤੁਸੀਂ ਕਿਸੇ ਸਥਿਤੀ ਨੂੰ ਲੈ ਕੇ ਅਸੰਤੁਸ਼ਟ ਮਹਿਸੂਸ ਕਰ ਰਹੇ ਹੋ — ਇੱਥੋਂ ਤੱਕ ਕਿ ਉਹ ਸਥਿਤੀ ਇੰਨੀ ਚੰਗੀ ਹੋ ਸਕਦੀ ਹੋਵੇ ਕਿ ਤੁਸੀਂ ਉਸ ਵਿੱਚ ਕਾਮਯਾਬ ਹੋਣਾ ਚਾਹੁੰਦੇ ਹੋ, ਪਰ ਹੁਣ ਤੱਕ ਅਸਫ਼ਲ ਰਹੇ ਹੋ — ਤਾਂ ਤੁਰੰਤ ਰੁਕ ਜਾਓ।

ਜੇਕਰ ਸਥਿਤੀਆਂ ਠੀਕ ਤਰ੍ਹਾਂ ਕੰਮ ਨਹੀਂ ਕਰ ਰਹੀਆਂ, ਤਾਂ ਇਸ ਦੇ ਸਿਰਫ ਦੋ ਹੀ ਸੰਭਾਵਿਤ ਕਾਰਨ ਹੋ ਸਕਦੇ ਹਨ:

ਜਾਂ ਤਾਂ ਤੁਹਾਡੇ ਧੀਰਜ ਦੀ ਪਰਖ ਹੋ ਰਹੀ ਹੈ ਜਾਂ ਤੁਹਾਨੂੰ ਆਪਣੀ ਦਿਸ਼ਾ ਬਦਲਣ ਦੀ ਲੋੜ ਹੈ।

ਕਿਉਂਕਿ ਇਹ ਦੋਵੇਂ ਇਕ-ਦੂਜੇ ਦੇ ਵਿਰੋਧੀ ਹਨ, ਇਸ ਗੱਲ ਦਾ ਪਤਾ ਲਗਾਉਣ ਲਈ ਕਿ ਦੋਹਾਂ ਵਿੱਚੋਂ ਕਿਹੜਾ ਰਸਤਾ ਠੀਕ ਹੈ, ਤੁਸੀਂ ਮੌਨ ਅਤੇ ਅਰਦਾਸ ਦੀ ਸ਼ਰਨ ਲਓ।

ਹੌਲੀ-ਹੌਲੀ, ਇਕ ਅਜੀਬੋ ਤਰੀਕੇ ਨਾਲ, ਸਥਿਤੀਆਂ ਸਾਫ਼ ਹੋਣ ਲੱਗ ਪੈਣਗੀਆਂ, ਅਤੇ ਆਖ਼ਿਰਕਾਰ ਤੁਹਾਡੇ ਕੋਲ ਫ਼ੈਸਲਾ ਕਰਨ ਦੀ ਸਮਰੱਥਾ ਹੋਵੇਗੀ। ਜਿਵੇਂ ਹੀ ਤੁਸੀਂ ਇੱਕ ਵਾਰ ਨਿਸ਼ਚਿਤ ਕਰ ਲਓ, ਦੂਜੇ ਵਿਕਲਪ ਬਾਰੇ ਹਰ ਚੀਜ਼ ਭੁੱਲ ਜਾਓ ਅਤੇ ਅੱਗੇ ਵਧਦੇ ਰਹੋ — ਕਿਉਂਕਿ ਪਰਮੇਸ਼ਰ ਬਹਾਦਰਾਂ ਦਾ ਪਰਮੇਸ਼ਰ ਹੈ।

ਬਰਾਜ਼ੀਲ ਦੇ ਲੇਖਕ ਫਰਨਾਂਦੋ ਸਾਬੀਨੋ ਦੇ ਪਿਤਾ, ਡੋਮਿੰਗੋਜ਼ ਸਾਬੀਨੋ, ਅਕਸਰ ਆਪਣੇ ਬੇਟੇ ਨੂੰ ਕਹਿੰਦੇ ਸਨ:

"ਆਖ਼ਰ ਵਿਚ ਸਭ ਕੁਝ ਠੀਕ ਹੋ ਜਾਂਦਾ ਹੈ। ਜੇਕਰ ਹਾਲਾਤ ਠੀਕ ਨਹੀਂ ਹਨ, ਤਾਂ ਇਸਦਾ ਮਤਲਬ ਹੈ ਕਿ ਤੁਸੀਂ ਹਾਲੇ ਤੱਕ ਅਖ਼ੀਰ ਤੱਕ ਨਹੀਂ ਪਹੁੰਚੇ।"

ਜਦੋਂ ਸੰਗੀਤਕਾਰ ਨੈਲਸਨ ਮੋਟਾ, ਬਹੀਆ (ਬ੍ਰਾਜ਼ੀਲ) ਵਿੱਚ ਸਨ, ਤਾਂ ਉਨ੍ਹਾਂ ਨੇ ਅਧਿਆਤਮਿਕ ਨੇਤਰੀ ਮੇ ਮੇਨਿੰਨਿੰਯਾ ਦੋ ਗੈਂਟੋਇਸ ਨੂੰ ਮਿਲਣ ਦਾ ਫੈਸਲਾ ਕੀਤਾ।

ਉਹਨਾਂ ਨੇ ਇੱਕ ਟੈਕਸੀ ਲਈ, ਪਰ ਰਾਹ ਵਿਚ ਕਾਰ ਦੇ ਬ੍ਰੇਕ ਫੇਲ ਹੋ ਗਏ ਅਤੇ ਕਾਰ ਫਾਸਟ ਲੇਨ ਦੇ ਵਿਚਕਾਰ ਬੇਕਾਬੂ ਹੋ ਕੇ ਦੌੜਣ ਲੱਗੀ। ਇਹਨਾਂ ਸਭ ਦੇ ਬਾਵਜੂਦ, ਝਟਕਾ ਬਹੁਤ ਤੇਜ਼ ਸੀ, ਪਰ ਡਰਾਈਵਰ ਅਤੇ ਸਵਾਰੀ ਦੋਵੇਂ ਠੀਕ ਸਨ।

ਜਦੋਂ ਨੇਲਸਨ ਨੇ ਮੇ ਮੇਨਿੰਨਿੰਯਾ ਨੂੰ ਮਿਲਿਆ, ਤਾਂ ਉਹਨਾਂ ਨੇ ਤੁਰੰਤ ਇਹ ਹਾਦਸਾ ਉਨ੍ਹਾਂ ਨੂੰ ਦੱਸਿਆ।

ਉਹ ਕਹਿੰਦੀ ਹੈ:

"ਕੁਝ ਚੀਜ਼ਾਂ ਹਨ, ਜੋ ਕਿਸਮਤ ਵਿੱਚ ਲਿਖੀਆਂ ਹੁੰਦੀਆਂ ਹਨ, ਪਰ ਪਰਮੇਸ਼ਰ ਕਿਸੇ ਤਰੀਕੇ ਨਾਲ ਸਾਨੂੰ ਉਹਨਾਂ ਵਿੱਚੋਂ ਸੁਰੱਖਿਅਤ ਬਾਹਰ ਕੱਢ ਲੈਂਦਾ ਹੈ। ਤੁਹਾਡੇ ਜੀਵਨ ਵਿੱਚ ਇਸ ਸਮੇਂ ਇਹ ਕਾਰ ਹਾਦਸਾ ਤੁਹਾਡੇ ਨਸੀਬ ਵਿੱਚ ਸੀ — ਪਰ ਤੁਸੀਂ ਵੇਖਿਆ, ਸਭ ਕੁਝ ਹੋਇਆ... ਤੇ ਕੁਝ ਵੀ ਨਹੀਂ ਹੋਇਆ।"

"ਤੁਹਾਡੇ ਕੇਮੀਨੋ ਦੇ ਸੈਂਟਿਆਗੋ ਬਾਰੇ ਦਿੱਤੇ ਲੈਕਚਰ ਵਿੱਚ ਕੁਝ ਘਾਟ ਸੀ," ਲੈਕਚਰ ਦੇ ਅੰਤ ਵਿੱਚ ਇੱਕ ਤੀਰਥਯਾਤਰੀ ਨੇ ਮੁਸਾਫ਼ਿਰ ਨੂੰ ਕਿਹਾ। "ਮੈਂ ਦੇਖਿਆ ਹੈ ਕਿ ਜ਼ਿਆਦਾਤਰ ਤੀਰਥਯਾਤਰੀ — ਚਾਹੇ ਉਹ ਕੇਮੀਨੋ ਜਾ ਰਹੇ ਹੋਣ ਜਾਂ ਜ਼ਿੰਦਗੀ ਦੇ ਰਸਤੇ 'ਤੇ — ਹਮੇਸ਼ਾ ਹੋਰਨਾਂ ਨਾਲ ਲਗਾਤਾਰ ਸੰਪਰਕ ਵਿੱਚ ਰਹਿੰਦੇ ਹਨ।"

ਆਪਣੀ ਤੀਰਥਯਾਤਰਾ ਦੀ ਸ਼ੁਰੂਆਤ 'ਚ ਮੈਂ ਵੀ ਆਪਣੇ ਸਮੂਹ ਦੇ ਨਾਲ ਬਣੇ ਰਹਿਣ ਦੀ ਕੋਸ਼ਿਸ਼ ਕੀਤੀ, ਪਰ ਇਹ ਕੋਸ਼ਿਸ਼ ਮੈਨੂੰ ਬਹੁਤ ਥਕਾਉਣ ਵਾਲੀ ਲੱਗੀ। ਮੈਂ ਆਪਣੀ ਦੇਹ ਤੋਂ ਵੱਧ ਦੀ ਉਮੀਦ ਕਰ ਰਿਹਾ ਸੀ। ਮੈਂ ਬਹੁਤ ਤਣਾਅ ਵਿੱਚ ਆ ਗਿਆ ਅਤੇ ਆਖ਼ਿਰਕਾਰ ਮੇਰੇ ਖੱਬੇ ਪੈਰ ਦੀਆਂ ਨਸਾਂ ਵਿੱਚ ਸਮੱਸਿਆ ਆ ਗਈ।

ਹਾਲਾਤ ਐਨੇ ਖਰਾਬ ਹੋ ਗਏ ਕਿ ਮੈਂ ਦੋ ਦਿਨ ਤੱਕ ਚੱਲ ਹੀ ਨਾ ਸਕਿਆ। ਤਦ ਮੈਨੂੰ ਸਮਝ ਆਈ ਕਿ ਜੇ ਮੈਂ ਆਪਣੀ ਰਫ਼ਤਾਰ ਬਰਕਰਾਰ ਰੱਖਾਂ, ਤਾਂ ਹੀ ਮੈਂ ਸਿਰਫ਼ ਸਾਂਤਿਆਗੋ ਦੇ ਕੰਪੋਸਤੇਲਾ ਤੱਕ ਪਹੁੰਚ ਸਕਾਂਗਾ।

"ਮੈਨੂੰ ਹੋਰ ਲੋਕਾਂ ਦੀ ਤੁਲਨਾ ਵਿੱਚ ਵਧੇਰੇ ਸਮਾਂ ਲੱਗਿਆ ਅਤੇ ਕਈ ਜਗ੍ਹਾ ਮੈਨੂੰ ਇਕੱਲਾ ਹੀ ਤੁਰਨਾ ਪਿਆ, ਪਰ ਮੈਂ ਆਪਣੀ ਰਫ਼ਤਾਰ ਦੀ ਇੱਜ਼ਤ ਕਰਦਿਆਂ ਕਿਸੇ ਤਰੀਕੇ ਨਾਲ ਆਪਣੀ ਯਾਤਰਾ ਪੂਰੀ ਕਰ ਲਈ। ਉਸ ਤੋਂ ਬਾਅਦ ਮੈਂ ਇਹ ਅਸੂਲ ਆਪਣੀ ਜ਼ਿੰਦਗੀ ਦੇ ਹਰ ਮਹੱਤਵਪੂਰਨ ਕੰਮ 'ਤੇ ਲਾਗੂ ਕਰ ਲਿਆ।"

ਲੀਡੀਆ ਦੇ ਰਾਜਾ ਕਰੋਇਸਸ ਨੇ ਫਾਰਸੀਆਂ 'ਤੇ ਹਮਲਾ ਕਰਨ ਦਾ ਨਿਸ਼ਚੈ ਕਰ ਲਿਆ ਸੀ, ਪਰ ਉਸ ਨੇ ਪਹਿਲਾਂ ਯੂਨਾਨੀ ਭਵਿੱਖਵਾਣੀ ਕਰਨ ਵਾਲੇ ਡੈਲਫ਼ੀ ਨਾਲ ਸਲਾਹ ਕਰਨ ਦਾ ਵੀ ਫੈਸਲਾ ਕੀਤਾ।

"ਤੂੰ ਇੱਕ ਮਹਾਨ ਸਮਰਾਜ ਨੂੰ ਨਸ਼ਟ ਕਰਨ ਲਈ ਨਿਯਤ ਕੀਤਾ ਗਿਆ ਹੈ," ਭਵਿੱਖਵਾਣੀ ਕਰਨ ਵਾਲੇ ਨੇ ਕਿਹਾ।

ਇਸ ਫੈਸਲੇ ਤੋਂ ਖੁਸ਼ ਹੋ ਕੇ ਕਰੋਇਸਸ ਨੇ ਜੰਗ ਦਾ ਐਲਾਨ ਕਰ ਦਿੱਤਾ। ਦੋ ਦਿਨ ਦੀ ਲੜਾਈ ਤੋਂ ਬਾਅਦ ਫ਼ਾਰਸੀਆਂ ਨੇ ਲੀਡੀਆ 'ਤੇ ਕਬਜ਼ਾ ਕਰ ਲਿਆ, ਰਾਜਧਾਨੀ ਨੂੰ ਘੇਰ ਲਿਆ ਅਤੇ ਖੁਦ ਕਰੋਇਸਸ ਨੂੰ ਬੰਦੀ ਬਣਾ ਲਿਆ। ਕਰੋਇਸਸ ਗੁੱਸੇ ਨਾਲ ਭਰ ਗਿਆ ਅਤੇ ਉਸ ਨੇ ਯੂਨਾਨ ਵਿਚਲੇ ਆਪਣੇ ਰਾਜਦੂਤ ਨੂੰ ਆਦੇਸ਼ ਦਿੱਤਾ ਕਿ ਉਹ ਉਸ ਭਵਿੱਖਵਾਣੀ ਕਰਨ ਵਾਲੇ ਕੋਲ ਜਾ ਕੇ ਕਹੇ ਕਿ ਉਸ ਨੇ ਰਾਜੇ ਨਾਲ ਧੋਖਾ ਕੀਤਾ ਹੈ।

"ਨਹੀਂ, ਤੁਹਾਡੇ ਨਾਲ ਧੋਖਾ ਨਹੀਂ ਕੀਤਾ ਗਿਆ," ਭਵਿੱਖਵਾਣੀ ਕਰਨ ਵਾਲੇ ਨੇ ਜਵਾਬ ਦਿੱਤਾ "ਤੁਸੀਂ ਇੱਕ ਮਹਾਨ ਸਮਰਾਜ, ਲੀਡੀਆ, ਨੂੰ ਨਸ਼ਟ ਕਰ ਦਿੱਤਾ ਹੈ।"

ਗੁਰੂ ਕਹਿੰਦੇ ਹਨ:

ਸੰਕੇਤਾਂ ਦੀ ਭਾਸ਼ਾ ਇਸ ਲਈ ਹੈ ਕਿ ਅਸੀਂ ਉਸ ਨੂੰ ਵੇਖੀਏ। ਉਹ ਸਾਨੂੰ ਅੱਗੇ ਵੱਧਣ ਦੇ ਸਭ ਤੋਂ ਚੰਗੇ ਰਸਤੇ ਬਾਰੇ ਸੇਧ ਦੇਣ ਲਈ ਹੈ। ਪਰ ਅਸੀਂ ਅਕਸਰ ਉਹਨਾਂ ਸੰਕੇਤਾਂ ਦੇ ਅਰਥ ਨੂੰ ਆਪਣੇ ਹਿਸਾਬ ਨਾਲ ਮੋੜ ਦਿੰਦੇ ਹਾਂ, ਤਾਂ ਜੋ ਉਹ ਉਸ ਚੀਜ਼ ਨਾਲ ਮਿਲ ਸਕਣ ਜੋ ਅਸੀਂ ਕਰਨਾ ਚਾਹੁੰਦੇ ਹਾਂ।

ਲੇਖਕ ਫੇਲੀਚੇ ਲਿਓਨਾਰਦਾ ਬੁਸਕਾਗਲਿਆ ਸਾਨੂੰ ਉਸ ਚੌਥੇ ਮਾਗੀ ਦਾ ਕਿੱਸਾ ਦੱਸਦੇ ਹਨ, ਜਿਸ ਨੇ ਵੀ ਬੇਥਲਹੇਮ ਉੱਤੇ ਤਾਰੇ ਨੂੰ ਚਮਕਦਿਆਂ ਦੇਖਿਆ ਸੀ, ਪਰ ਉਹ ਹਰ ਵਾਰੀ ਓਸ ਥਾਂ ਦੇਰ ਨਾਲ ਪਹੁੰਚਦਾ, ਜਿੱਥੇ ਈਸਾ ਹੋ ਸਕਦੇ ਸਨ — ਕਿਉਂਕਿ ਰਾਹ ਵਿੱਚ ਉਹ ਗਰੀਬ ਤੇ ਬੇਸਹਾਰਾ ਲੋਕਾਂ ਦੀ ਮਦਦ ਕਰਨ ਲਈ ਰੁਕ ਜਾਂਦਾ ਸੀ, ਜੋ ਉਸ ਕੋਲ ਮਦਦ ਦੀ ਭੀਖ ਮੰਗਦੇ ਸਨ।

ਮਿਸਰ, ਗਲੀਲ ਅਤੇ ਬੈਥਨੀ ਵਿੱਚ ਤੀਹ ਸਾਲ ਤੱਕ ਈਸਾ ਦੇ ਪਿੱਛੇ ਲੱਗਣ ਤੋਂ ਬਾਅਦ ਮੈਗਸ ਆਖ਼ਿਰਕਾਰ ਜੇਰੂਆਸੇਲਮ ਪਹੁੰਚਿਆ। ਪਰ ਹੁਣ ਬਹੁਤ ਦੇਰ ਹੋ ਚੁੱਕੀ ਸੀ, ਕਿਉਂਕਿ ਉਹ ਬੱਚਾ ਹੁਣ ਇਕ ਮਰਦ ਬਣ ਚੁੱਕਾ ਸੀ ਅਤੇ ਓਸੇ ਦਿਨ ਉਸਨੂੰ ਸਲੀਬ ’ਤੇ ਚੜ੍ਹਾਇਆ ਜਾਣਾ ਸੀ।

ਮੈਗਸ ਆਪਣੇ ਨਾਲ ਈਸਾ ਨੂੰ ਦੇਣ ਲਈ ਕੁਝ ਮੋਤੀ ਲਿਆਇਆ ਸੀ, ਪਰ ਰਸਤੇ ਵਿੱਚ ਲੋਕਾਂ ਦੀ ਮਦਦ ਕਰਨ ਲਈ ਉਸਨੂੰ ਉਹ ਮੋਤੀ ਵੇਚਣੇ ਪਏ। ਹੁਣ ਸਿਰਫ਼ ਇੱਕ ਮੋਤੀ ਹੀ ਬਚਿਆ ਸੀ ਅਤੇ ਸਾਡਾ ਰੱਖਿਅਕ ਮਰ ਚੁੱਕਾ ਸੀ।

“ਮੈਂ ਆਪਣੀ ਜ਼ਿੰਦਗੀ ਦੀ ਮੁਹਿੰਮ ਵਿੱਚ ਅਸਫ਼ਲ ਰਿਹਾ,” ਮੈਗਸ ਨੇ ਸੋਚਿਆ।

ਉਸੇ ਸਮੇਂ ਉਸਨੂੰ ਇੱਕ ਆਵਾਜ਼ ਸੁਣਾਈ ਦਿੱਤੀ:

"ਹਾਲਾਤ ਇਸਦੇ ਉਲਟ ਹਨ, ਕਿਉਂਕਿ ਤੂੰ ਸਾਰੀ ਜ਼ਿੰਦਗੀ ਮੈਨੂੰ ਮਿਲਦਾ ਰਿਹਾ।

ਮੈਂ ਨੰਗਾ ਸੀ — ਤੂੰ ਮੈਨੂੰ ਕੱਪੜੇ ਦਿੱਤੇ।

ਮੈਂ ਭੁੱਖਾ ਸੀ — ਤੂੰ ਮੈਨੂੰ ਭੋਜਨ ਦਿੱਤਾ।

ਮੈਂ ਜੇਲ੍ਹ ਵਿੱਚ ਸੀ — ਤੂੰ ਮੇਰੇ ਕੋਲ ਆਇਆ।

ਮੈਂ ਉਹ ਸਾਰੇ ਗਰੀਬਾਂ ਵਿਚ ਸੀ, ਜਿਨ੍ਹਾਂ ਨੂੰ ਤੂੰ ਆਪਣੇ ਰਸਤੇ ਵਿੱਚ ਮਿਲਿਆ।

ਪਿਆਰ ਦੇ ਇਹਨਾਂ ਬੇਅੰਤ ਤੋਹਫ਼ਿਆਂ ਲਈ ਤੇਰਾ ਬਹੁਤ-ਬਹੁਤ ਧੰਨਵਾਦ।"

ਸਾਇੰਸ ਫਿਕਸ਼ਨ ਦੀ ਇੱਕ ਕਹਾਣੀ ਇੱਕ ਐਸੇ ਸਮਾਜ ਦਾ ਵਰਨਣ ਕਰਦੀ ਹੈ, ਜਿਸ ਵਿੱਚ ਲਗਭਗ ਹਰ ਵਿਅਕਤੀ ਕਿਸੇ ਨਾ ਕਿਸੇ ਕੰਮ ਲਈ ਤਿਆਰ ਹੋ ਕੇ ਜਨਮ ਲੈਂਦਾ ਹੈ — ਚਾਹੇ ਉਹ ਕੰਮ ਕਿਸੇ ਟੈਕਨੀਸ਼ੀਅਨ ਦਾ ਹੋਵੇ, ਇੰਜੀਨੀਅਰ ਦਾ ਜਾਂ ਮਕੈਨਿਕ ਦਾ।

ਪਰ ਕੁਝ ਥੋੜ੍ਹੇ ਲੋਕ ਬਿਨਾਂ ਕਿਸੇ ਖ਼ਾਸ ਹੁਨਰ ਦੇ ਪੈਦਾ ਹੁੰਦੇ ਹਨ ਅਤੇ ਉਹਨਾਂ ਨੂੰ ਪਾਗਲਖ਼ਾਨੇ ਭੇਜ ਦਿੱਤਾ ਜਾਂਦਾ ਹੈ, ਕਿਉਂਕਿ ਪਾਗਲ ਸਮਾਜ ਵਿੱਚ ਯੋਗਦਾਨ ਦੇਣ ਦੇ ਕਾਬਿਲ ਨਹੀਂ ਮੰਨੇ ਜਾਂਦੇ।

ਪਾਗਲਖ਼ਾਨੇ ਦਾ ਇੱਕ ਕੈਦੀ ਬਗਾਵਤ ਕਰ ਦਿੰਦਾ ਹੈ।

ਉਸ ਪਾਗਲਖ਼ਾਨੇ ਵਿੱਚ ਇੱਕ ਲਾਇਬ੍ਰੇਰੀ ਹੁੰਦੀ ਹੈ ਅਤੇ ਉਹ ਕੈਦੀ ਵਿਗਿਆਨ ਅਤੇ ਕਲਾ ਬਾਰੇ ਹਰ ਸੰਭਵ ਚੀਜ਼ ਸਿੱਖਣ ਦੀ ਕੋਸ਼ਿਸ਼ ਕਰਦਾ ਹੈ।

ਜਦੋਂ ਉਸਨੂੰ ਲੱਗਦਾ ਹੈ ਕਿ ਹੁਣ ਉਸ ਨੇ ਕਾਫ਼ੀ ਕੁਝ ਸਿੱਖ ਲਿਆ ਹੈ, ਉਹ ਉੱਥੋਂ ਭੱਜਣ ਦਾ ਫ਼ੈਸਲਾ ਕਰਦਾ ਹੈ, ਪਰ ਉਹ ਫੜ ਲਿਆ ਜਾਂਦਾ ਹੈ ਅਤੇ ਸ਼ਹਿਰ ਤੋਂ ਬਾਹਰ ਇੱਕ "ਸਟਡੀ ਸੈਂਟਰ" ਵਿੱਚ ਲਿਜਾਇਆ ਜਾਂਦਾ ਹੈ।

"ਸਵਾਗਤ ਹੈ," ਉੱਥੋਂ ਦਾ ਇੱਕ ਕਰਮਚਾਰੀ ਕਹਿੰਦਾ ਹੈ।

"ਜੋ ਲੋਕ ਆਪਣਾ ਰਸਤਾ ਆਪ ਲੱਭਣ ਲਈ ਮਜ਼ਬੂਰ ਹੁੰਦੇ ਹਨ, ਅਸੀਂ ਉਹਨਾਂ ਦੀ ਸਭ ਤੋਂ ਵੱਧ ਇੱਜ਼ਤ ਕਰਦੇ ਹਾਂ।

ਹੁਣ ਤੋਂ ਤੁਸੀਂ ਜੋ ਕੁਝ ਵੀ ਕਰਨਾ ਚਾਹੋ, ਕਰ ਸਕਦੇ ਹੋ — ਕਿਉਂਕਿ ਤੁਹਾਡੇ ਵਰਗੇ ਲੋਕਾਂ ਦੀ ਬਦੌਲਤ ਹੀ ਇਹ ਸੰਸਾਰ ਤਰੱਕੀ ਕਰਦਾ ਹੈ।"

ਪਾਉਲੋ ਕੋਇਲੋ

ਇੱਕ ਵਪਾਰੀ ਲੰਬੀ ਯਾਤਰਾ 'ਤੇ ਨਿਕਲਣ ਤੋਂ ਪਹਿਲਾਂ ਆਪਣੀ ਪਤਨੀ ਨੂੰ ਅਲਵਿਦਾ ਕਹਿਣ ਗਿਆ।

ਉਸ ਦੀ ਪਤਨੀ ਨੇ ਕਿਹਾ:

"ਤੂੰ ਮੈਨੂੰ ਕਦੇ ਵੀ ਉਹ ਤੋਹਫ਼ਾ ਨਹੀਂ ਦਿੱਤਾ, ਜਿਸ ਦੀ ਮੈਂ ਹੱਕਦਾਰ ਹਾਂ।"

ਵਪਾਰੀ ਨੇ ਕਿਹਾ: "ਅਰੇ ਨਾਸ਼ੁਕਰੀ ਔਰਤ! ਜੋ ਕੁਝ ਵੀ ਮੈਂ ਤੈਨੂੰ ਦਿੱਤਾ, ਉਹ ਹਰੇਕ ਚੀਜ਼ ਮੈਂ ਸਾਲਾਂ ਦੀ ਮਿਹਨਤ ਨਾਲ ਕਮਾਈ ਸੀ। ਹੁਣ ਮੈਂ ਤੈਨੂੰ ਕੀ ਦੇ ਸਕਦਾ ਹਾਂ?"

ਉਸ ਦੀ ਪਤਨੀ ਨੇ ਕਿਹਾ: "ਕੋਈ ਐਸੀ ਚੀਜ਼, ਜੋ ਮੇਰੀ ਤਰ੍ਹਾਂ ਸੋਹਣੀ ਹੋਵੇ।"

ਪਤਨੀ ਨੇ ਪੂਰੇ ਦੋ ਸਾਲ ਤੱਕ ਆਪਣੇ ਤੋਹਫ਼ੇ ਦੀ ਉਡੀਕ ਕੀਤੀ ਅਤੇ ਜਦੋਂ ਆਖ਼ਿਰ ਉਸ ਦਾ ਪਤੀ ਵਾਪਸ ਆਇਆ, ਤਾਂ ਉਸ ਨੇ ਕਿਹਾ:

"ਅੰਤ ਵਿੱਚ ਮੈਂ ਇਕ ਐਸੀ ਚੀਜ਼ ਲੱਭ ਲਈ ਹੈ ਜੋ ਤੇਰੇ ਜਿੰਨੀ ਖ਼ੂਬਸੂਰਤ ਹੈ। ਮੈਂ ਤੇਰੇ ਨਾਸ਼ੁਕਰੇਪਣ ਉੱਤੇ ਰੋਇਆ, ਪਰ ਮੈਂ ਇਹ ਵਾਅਦਾ ਕੀਤਾ ਸੀ ਕਿ ਤੇਰੀ ਇੱਛਾ ਪੂਰੀ ਕਰਾਂਗਾ। ਸਾਰੀ ਯਾਤਰਾ ਦੌਰਾਨ ਮੈਂ ਇਹੀ ਸੋਚਦਾ ਰਿਹਾ ਕਿ ਤੈਨੂੰ ਕੀ ਦੇ ਸਕਦਾ ਹਾਂ ਜੋ ਤੇਰੀ ਤਰ੍ਹਾਂ ਸੋਹਣੀ ਹੋਵੇ ਅਤੇ ਆਖ਼ਿਰਕਾਰ ਮੈਂ ਉਹ ਚੀਜ਼ ਲੱਭ ਲਈ।"

ਉਸ ਨੇ ਆਪਣੀ ਪਤਨੀ ਨੂੰ ਇੱਕ ਛੋਟਾ ਜਿਹਾ ਸ਼ੀਸ਼ਾ ਦੇ ਦਿੱਤਾ।

ਜਰਮਨ ਦਾਰਸ਼ਨਿਕ ਫ੍ਰੈਡਰਿਕ ਨੀਤਸ਼ੇ ਨੇ ਇੱਕ ਵਾਰੀ ਕਿਹਾ ਸੀ:

"ਹਰ ਚੀਜ਼ ਉੱਤੇ ਬਹਿਸ ਕਰਦੇ ਰਹਿਣ ਦਾ ਕੋਈ ਅਰਥ ਨਹੀਂ ਹੈ; ਕਦੇ-ਕਦੇ ਗ਼ਲਤੀਆਂ ਕਰ ਬੈਠਣਾ ਮਨੁੱਖ ਹੋਣ ਦਾ ਹਿੱਸਾ ਹੈ।"

ਗੁਰੂ ਕਹਿੰਦੇ ਹਨ:

ਕੁਝ ਲੋਕ ਹੁੰਦੇ ਹਨ ਜੋ ਹਰ ਇਕ ਛੋਟੀ ਤੋਂ ਛੋਟੀ ਗੱਲ 'ਚ ਵੀ ਸਹੀ ਹੋਣ ਦੀ ਜ਼ਿੱਦ ਰੱਖਦੇ ਹਨ।

ਅਸੀਂ ਅਕਸਰ ਆਪਣੇ ਆਪ ਨੂੰ ਗ਼ਲਤੀਆਂ ਕਰਨ ਦੀ ਇਜਾਜ਼ਤ ਨਹੀਂ ਦਿੰਦੇ। ਇਹ ਰੁਝਾਨ ਸਾਡੀ ਅੱਗੇ ਵਧਣ ਦੀ ਸਮਭਾਵਨਾ ਨੂੰ ਡਰ ਵਿੱਚ ਬਦਲ ਦਿੰਦੀ ਹੈ। ਗ਼ਲਤੀਆਂ ਕਰਨ ਦਾ ਡਰ ਉਹ ਦਰਵਾਜ਼ਾ ਹੈ ਜੋ ਸਾਨੂੰ ਸਧਾਰਨਤਾ ਦੇ ਇਕ ਕਿਲ੍ਹੇ ਵਿੱਚ ਬੰਦ ਕਰ ਕੇ ਰੱਖਦਾ ਹੈ। ਜੇਕਰ ਅਸੀਂ ਕਿਸੇ ਤਰੀਕੇ ਨਾਲ ਉਸ ਡਰ ਨੂੰ ਹਰਾ ਦੇਈਏ, ਤਾਂ ਅਸੀਂ ਆਜ਼ਾਦੀ ਵੱਲ ਇਕ ਵੱਡਾ ਕਦਮ ਚੁੱਕ ਰਹੇ ਹੋਵਾਂਗੇ।

ਇੱਕ ਨਵੇਂ ਸੰਨਿਆਸੀ ਨੇ ਸਕੈਟਿਕ ਮੱਠ ਦੇ ਮੁਖੀ ਨਿਸਟੇਰੋਸ ਤੋਂ ਪੁੱਛਿਆ:

"ਮੈਂ ਪਰਮੇਸ਼ਵਰ ਨੂੰ ਪ੍ਰਸੰਨ ਕਰਨ ਲਈ ਕੀ ਕਰਾਂ?"

ਨਿਸਟੇਰੋਸ ਨੇ ਉੱਤਰ ਦਿੱਤਾ:

"ਅਬਰਾਹਮ ਨੇ ਅਜਨਬੀਆਂ ਦਾ ਸੁਆਗਤ ਕੀਤਾ ਸੀ ਅਤੇ ਪਰਮੇਸ਼ਵਰ ਪ੍ਰਸੰਨ ਹੋਏ। ਇਲਿਆਹ ਨੇ ਅਜਨਬੀਆਂ ਨੂੰ ਨਾਪਸੰਦ ਕੀਤਾ ਅਤੇ ਪਰਮੇਸ਼ਵਰ ਪ੍ਰਸੰਨ ਹੋਏ। ਦਾਊਦ ਆਪਣੇ ਕੀਤੇ 'ਤੇ ਮਾਣ ਮਹਿਸੂਸ ਕਰਦਾ ਸੀ ਅਤੇ ਪਰਮੇਸ਼ਵਰ ਪ੍ਰਸੰਨ ਹੋਏ। ਮੰਦਰ ਦਾ ਕਰ ਇਕੱਠਾ ਕਰਨ ਵਾਲਾ ਆਪਣੇ ਕੀਤੇ 'ਤੇ ਸ਼ਰਮਿੰਦਗੀ ਮਹਿਸੂਸ ਕਰਦਾ ਸੀ ਅਤੇ ਪਰਮੇਸ਼ਵਰ ਪ੍ਰਸੰਨ ਹੋਏ। ਜੋਹਨ 'ਦ ਬੈਪਟਿਸਟ ਦੇਣ ਵਾਲੇ ਜੰਗਲ ਵਿੱਚ ਚਲਾ ਗਿਆ ਅਤੇ ਪਰਮੇਸ਼ਵਰ ਪ੍ਰਸੰਨ ਹੋਏ। ਜੋਨਾਹ ਨੀਨੇਵੇਹ ਦੇ ਵੱਡੇ ਸ਼ਹਿਰ ਵਿਚ ਗਿਆ, ਅਤੇ ਪਰਮੇਸ਼ਵਰ ਪ੍ਰਸੰਨ ਹੋਏ।

"ਆਪਣੀ ਆਤਮਾ ਤੋਂ ਪੁੱਛੋ ਕਿ ਉਹ ਕੀ ਕਰਨਾ ਚਾਹੁੰਦੀ ਹੈ। ਜਦੋਂ ਆਤਮਾ ਆਪਣੇ ਸੁਪਨਿਆਂ ਦੀ ਦੋਸਤ ਹੁੰਦੀ ਹੈ, ਤਾਂ ਇਹ ਚੀਜ਼ ਪਰਮੇਸ਼ਵਰ ਨੂੰ ਆਨੰਦ ਨਾਲ ਭਰ ਦਿੰਦੀ ਹੈ।"

ਇੱਕ ਬੋਧੀ ਗੁਰੂ ਆਪਣੇ ਵਿਦਿਆਰਥੀਆਂ ਨਾਲ ਪੈਦਲ ਯਾਤਰਾ ਕਰ ਰਹੇ ਸਨ। ਉਨ੍ਹਾਂ ਨੇ ਦੇਖਿਆ ਕਿ ਉਹ ਆਪਸ ਵਿੱਚ ਇਸ ਗੱਲ 'ਤੇ ਝਗੜ ਰਹੇ ਸਨ ਕਿ ਉਨ੍ਹਾਂ ਵਿੱਚੋਂ ਸਭ ਤੋਂ ਉੱਤਮ ਕੌਣ ਹੈ।

ਇੱਕ ਨੇ ਕਿਹਾ: "ਮੈਂ ਪਿਛਲੇ ਪੰਦਰਾਂ ਸਾਲਾਂ ਤੋਂ ਧਿਆਨ ਦਾ ਅਭਿਆਸ ਕਰ ਰਿਹਾ ਹਾਂ।"

ਦੂਜੇ ਨੇ ਕਿਹਾ: "ਮੈਂ ਉਦੋਂ ਤੋਂ ਹੀ ਪਰਉਪਕਾਰ ਕਰ ਰਿਹਾ ਹਾਂ ਜਦੋਂ ਤੋਂ ਮੈਂ ਆਪਣੇ ਮਾਤਾ-ਪਿਤਾ ਦਾ ਘਰ ਛੱਡਿਆ ਸੀ।"

ਤੀਜੇ ਨੇ ਕਿਹਾ: "ਮੈਂ ਹਮੇਸ਼ਾ ਬੁੱਧ ਦੀਆਂ ਸਿੱਖਿਆਵਾਂ ਦਾ ਪਾਲਣ ਕੀਤਾ ਹੈ।"

ਦੁਪਹਿਰ ਸਮੇਂ, ਉਹ ਸਭ ਸੇਬ ਦੇ ਇੱਕ ਦਰੱਖਤ ਹੇਠਾਂ ਆਰਾਮ ਕਰਨ ਲਈ ਰੁਕੇ। ਦਰੱਖਤ ਦੀਆਂ ਟਾਹਣੀਆਂ ਫ਼ਲਾਂ ਨਾਲ ਭਰਪੂਰ ਸਨ ਅਤੇ ਆਪਣੇ ਭਾਰ ਕਾਰਨ ਝੁਕ ਕੇ ਧਰਤੀ ਨੂੰ ਛੂਹ ਰਹੀਆਂ ਸਨ। ਤਦ ਗੁਰੂ ਨੇ ਕਿਹਾ:

"ਜਦੋਂ ਕੋਈ ਦਰੱਖਤ ਫ਼ਲਾਂ ਨਾਲ ਭਰਿਆ ਹੁੰਦਾ ਹੈ, ਤਾਂ ਉਸ ਦੀਆਂ ਟਾਹਣੀਆਂ ਨੀਵੀਂਆਂ ਹੋ ਜਾਂਦੀਆਂ ਹਨ ਅਤੇ ਧਰਤੀ ਵੱਲ ਝੁਕਦੀਆਂ ਹਨ। ਠੀਕ ਇਸੇ ਤਰ੍ਹਾਂ, ਸੱਚਾ ਗਿਆਨੀ ਮਨੁੱਖ ਉਹ ਹੁੰਦਾ ਹੈ ਜੋ ਨਿਮਰ ਹੁੰਦਾ ਹੈ। ਪਰ ਜਦੋਂ ਕਿਸੇ ਦਰੱਖਤ 'ਤੇ ਫ਼ਲ ਨਹੀਂ ਹੁੰਦੇ, ਤਾਂ ਉਸ ਦੀਆਂ ਟਾਹਣੀਆਂ ਆਕੜੀਆਂ ਹੋਈਆਂ ਅਤੇ ਅਹੰਕਾਰੀ ਲੱਗਦੀਆਂ ਹਨ। ਇਵੇਂ ਹੀ, ਮੂਰਖ ਮਨੁੱਖ ਹਮੇਸ਼ਾ ਸੋਚਦਾ ਹੈ ਕਿ ਉਹ ਆਪਣੇ ਸਾਥੀਆਂ ਨਾਲੋਂ ਚੰਗਾ ਹੈ।"

ਰਾਤ ਦੇ ਭੋਜਨ ਸਮੇਂ, ਯਿਸੂ ਨੇ ਆਪਣੇ ਦੋ ਚੇਲਿਆਂ ’ਤੇ ਬਰਾਬਰ ਗੰਭੀਰ ਦੋਸ਼ ਲਗਾਏ ਸਨ ਅਤੇ ਦੋਹਾਂ ਨੇ ਉਹ ਗ਼ਲਤੀਆਂ ਕੀਤੀਆਂ ਸਨ, ਜਿਸ ਬਾਰੇ ਯਿਸੂ ਨੇ ਪਹਿਲਾਂ ਹੀ ਭਵਿੱਖਵਾਣੀ ਕਰ ਦਿੱਤੀ ਸੀ।

ਜੂਡਾਸ ਇਸਕਰੀਓਤ ਨੂੰ ਆਪਣੀ ਗ਼ਲਤੀ ਦਾ ਅਹਿਸਾਸ ਹੋ ਗਿਆ ਸੀ ਅਤੇ ਉਸਨੇ ਆਪਣੀ ਜ਼ਿੰਦਗੀ ਖਤਮ ਕਰ ਲਈ ਸੀ। ਪੀਟਰ ਨੂੰ ਵੀ ਉਸ ਤੋਂ ਬਾਅਦ ਆਪਣੀ ਗ਼ਲਤੀ ਦਾ ਪਤਾ ਲੱਗਿਆ, ਜਦੋਂ ਉਸਨੇ ਉਹਨਾਂ ਗੱਲਾਂ ਤੋਂ ਤਿੰਨ ਵਾਰ ਇਨਕਾਰ ਕੀਤਾ ਜੋ ਉਹ ਮੰਨਦਾ ਸੀ।

“ਪਰ, ਨਿਰਣਾਇਕ ਸਮੇਂ ’ਚ, ਪੀਟਰ ਨੂੰ ਯਿਸੂ ਦੇ ਸੁਨੇਹੇ ਦਾ ਸਹੀ ਅਰਥ ਸਮਝ ਆ ਗਿਆ। ਉਸਨੇ ਮਾਫ਼ੀ ਮੰਗੀ ਅਤੇ ਨੀਵਾਂ ਅਤੇ ਬੇਇੱਜ਼ਤੀ ਮਹਿਸੂਸ ਕਰਨ ਦੇ ਬਾਵਜੂਦ ਆਪਣਾ ਕੰਮ ਜਾਰੀ ਰੱਖਿਆ। ਉਹ ਆਤਮਹੱਤਿਆ ਦਾ ਰਸਤਾ ਚੁਣ ਸਕਦਾ ਸੀ, ਪਰ ਇਸ ਦੀ ਜਗ੍ਹਾ, ਉਸਨੇ ਦੂਜੇ ਚੇਲਿਆਂ ਨਾਲ ਗੱਲ ਕੀਤੀ ਅਤੇ ਨਿਸ਼ਚਿਤ ਤੌਰ ’ਤੇ ਉਹਨਾਂ ਨੂੰ ਕੁਝ ਐਸਾ ਕਿਹਾ ਹੋਵੇਗਾ:

“ਠੀਕ ਹੈ, ਲੋਕ ਮੇਰੀ ਗ਼ਲਤੀ ਬਾਰੇ ਮਨੁੱਖਤਾ ਦਾ ਵਜੂਦ ਰਹਿਣ ਤੱਕ ਗੱਲ ਕਰਦੇ ਰਹਿਣ, ਪਰ ਮੈਨੂੰ ਆਪਣੀ ਗ਼ਲਤੀ ਠੀਕ ਕਰਨ ਦੀ ਇਜਾਜ਼ਤ ਦਿਓ।”

ਪੀਟਰ ਸਮਝਦਾ ਸੀ ਕਿ ਪਿਆਰ ਹੀ ਮਾਫ਼ੀ ਹੈ। ਜੂਡਾਸ ਇਹ ਨਹੀਂ ਸਮਝਦਾ ਸੀ।

ਇੱਕ ਮਸ਼ਹੂਰ ਲੇਖਕ ਆਪਣੇ ਇੱਕ ਦੋਸਤ ਨਾਲ ਜਾ ਰਿਹਾ ਸੀ ਕਿ ਅਚਾਨਕ ਇੱਕ ਮੁੰਡਾ ਸੜਕ ਪਾਰ ਕਰਨ ਲੱਗਾ, ਬਿਨਾਂ ਇਸ ਗੱਲ ਦਾ ਧਿਆਨ ਦਿੱਤੇ ਕਿ ਇੱਕ ਟਰੱਕ ਤੇਜ਼ ਗਤੀ ਨਾਲ ਉਸ ਵੱਲ ਆ ਰਿਹਾ ਹੈ। ਇਕ ਪਲ ਤੋਂ ਵੀ ਘੱਟ ਸਮੇਂ ਵਿੱਚ, ਲੇਖਕ ਨੇ ਟਰੱਕ ਦੇ ਅੱਗੇ ਛਾਲ ਮਾਰ ਕੇ ਕਿਸੇ ਤਰ੍ਹਾਂ ਉਸ ਮੁੰਡੇ ਨੂੰ ਬਚਾ ਲਿਆ। ਇਸ ਤੋਂ ਪਹਿਲਾਂ ਕਿ ਕੋਈ ਉਨ੍ਹਾਂ ਦੇ ਇਸ ਸਾਹਸੀ ਕਦਮ ਲਈ ਵਧਾਈ ਦੇਵੇ, ਉਨ੍ਹਾਂ ਨੇ ਮੁੰਡੇ ਦੇ ਮੂੰਹ 'ਤੇ ਇੱਕ ਥੱਪੜ ਮਾਰਿਆ ਅਤੇ ਕਿਹਾ:

"ਦਿਖਾਵੇ ਤੇ ਨਾ ਜਾ, ਮੇਰੇ ਬੱਚੇ। ਮੈਂ ਤੈਨੂੰ ਸਿਰਫ਼ ਇਸ ਲਈ ਬਚਾਇਆ ਹੈ, ਤਾਂ ਜੋ ਤੂੰ ਉਹਨਾਂ ਮੁਸ਼ਕਲਾਂ ਤੋਂ ਨਾ ਭੱਜ ਸਕੀਂ, ਜਿਨ੍ਹਾਂ ਦਾ ਸਾਹਮਣਾ ਤੈਨੂੰ ਵੱਡਾ ਹੋਣ ਤੇ ਕਰਨਾ ਪਵੇਗਾ।"

ਗੁਰੂ ਕਹਿੰਦੇ ਹਨ:

ਕਈ ਵਾਰੀ ਜਦੋਂ ਅਸੀਂ ਕੋਈ ਚੰਗਾ ਕੰਮ ਕਰਦੇ ਹਾਂ, ਤਾਂ ਅਸੀਂ ਸ਼ਰਮਿੰਦਾ ਮਹਿਸੂਸ ਕਰਦੇ ਹਾਂ। ਸਾਡਾ ਪਾਪ-ਬੋਧ ਸਾਨੂੰ ਹਮੇਸ਼ਾ ਇਹ ਕਹਿੰਦਾ ਰਹਿੰਦਾ ਹੈ ਕਿ ਜਦੋਂ ਅਸੀਂ ਕੋਈ ਦਰਿਆਦਿਲੀ ਵਾਲਾ ਕੰਮ ਕਰਦੇ ਹਾਂ, ਤਾਂ ਅਸਲ ਵਿੱਚ ਅਸੀਂ ਹੋਰ ਲੋਕਾਂ 'ਤੇ ਪ੍ਰਭਾਵ ਪਾਉਣ, ਪਰਮੇਸ਼ਰ ਨੂੰ ਰਿਸ਼ਵਤ ਦੇਣ, ਅਤੇ ਹੋਰ ਇਸ ਤਰ੍ਹਾਂ ਦੀਆਂ ਕੋਸ਼ਿਸ਼ਾਂ ਕਰ ਰਹੇ ਹੁੰਦੇ ਹਾਂ। ਸਾਨੂੰ ਇਹ ਸਵੀਕਾਰ ਕਰਨਾ ਔਖਾ ਲੱਗਦਾ ਹੈ ਕਿ ਮਨੁੱਖ ਦਾ ਸੁਭਾਉ ਮੂਲ ਰੂਪ ਵਿੱਚ ਚੰਗਾ ਹੁੰਦਾ ਹੈ। ਅਸੀਂ ਆਪਣੇ ਨਰਮ ਦਿਲੀ ਦੇ ਕੰਮਾਂ ਨੂੰ ਵਿਡੰਬਨਾ ਅਤੇ ਉਦਾਸੀ ਨਾਲ ਛੁਪਾਉਣ ਦੀ ਕੋਸ਼ਿਸ਼ ਕਰਦੇ ਹਾਂ, ਜਿਵੇਂ ਪਿਆਰ ਕਮਜ਼ੋਰੀ ਦੀ ਨਿਸ਼ਾਨੀ ਹੋਵੇ।

ਉਹ ਮੇਜ਼ ਵੱਲ ਵੇਖਦੇ ਹੋਏ ਸੋਚ ਰਿਹਾ ਸੀ ਕਿ ਉਹ ਕਿਹੜੀ ਚੀਜ਼ ਹੈ ਜੋ ਧਰਤੀ ’ਤੇ ਉਸਦੇ ਸਮੇਂ ਦੀ ਸਭ ਤੋਂ ਵਧੀਆ ਨਿਸ਼ਾਨੀ ਹੋਵੇ। ਉਸਦੇ ਸਾਹਮਣੇ ਗੈਲੀਲੀ ਤੋਂ ਆਏ ਅਨਾਰ ਸਨ, ਦੱਖਣੀ ਰੇਗਿਸਤਾਨਾਂ ਦੇ ਮਸਾਲੇ ਸਨ, ਸੀਰੀਆ ਦੇ ਮੇਵੇ ਸਨ ਅਤੇ ਮਿਸਰ ਦੇ ਖਜੂਰ ਸਨ। ਉਹ ਇਹਨਾਂ ਵਿੱਚੋਂ ਕਿਸੇ ਇੱਕ ਨੂੰ ਅਸ਼ੀਰਵਾਦ ਦੇਣ ਲਈ ਆਪਣਾ ਹੱਥ ਵਧਾਉਣ ਵਾਲਾ ਸੀ ਕਿ ਉਸਨੂੰ ਇਹ ਖ਼ਿਆਲ ਆਇਆ ਕਿ ਉਹ ਜੋ ਸੁਨੇਹਾ ਲਿਆਇਆ ਸੀ, ਉਹ ਸਾਰੇ ਥਾਂਵਾਂ ਦੇ ਸਾਰੇ ਲੋਕਾਂ ਲਈ ਸੀ ਅਤੇ ਸ਼ਾਇਦ ਅਨਾਰ ਤੇ ਖਜੂਰ ਦੁਨੀਆ ਦੇ ਹਰ ਹਿੱਸੇ ਵਿੱਚ ਨਹੀਂ ਮਿਲਦੇ।

ਉਸਨੇ ਫਿਰ ਆਪਣੇ ਚਾਰੇ ਪਾਸੇ ਵੇਖਿਆ ਅਤੇ ਉਸਦੇ ਮਨ ਵਿੱਚ ਇੱਕ ਹੋਰ ਖਿਆਲ ਆਇਆ: ਸ੍ਰਿਸ਼ਟੀ ਦਾ ਚਮਤਕਾਰ ਉਹਨਾਂ ਅਨਾਰਾਂ, ਖਜੂਰਾਂ ਅਤੇ ਹੋਰ ਫਲਾਂ ਵਿੱਚ ਸੀ, ਜਿਨ੍ਹਾਂ ਲਈ ਕਿਸੇ ਕਿਸਮ ਦੀ ਮਨੁੱਖੀ ਦਖਲਅੰਦਾਜ਼ੀ ਦੀ ਲੋੜ ਨਹੀਂ ਸੀ।

ਫਿਰ ਉਸਨੇ ਰੋਟੀ ਚੱਕੀ ਅਤੇ ਉਸਦੇ ਟੁਕੜੇ ਕਰਕੇ ਆਪਣੇ ਚੇਲਿਆਂ ਨੂੰ ਦਿੰਦੇ ਹੋਏ ਕਿਹਾ: “ਲਓ, ਖਾਓ, ਕਿਉਂਕਿ ਇਹ ਮੇਰੀ ਕਾਇਆ ਹੈ।” ਕਿਉਂਕਿ ਰੋਟੀ ਹਰ ਥਾਂ ਮਿਲ ਸਕਦੀ ਸੀ, ਅਤੇ ਖਜੂਰਾਂ, ਅਨਾਰਾਂ ਅਤੇ ਸੀਰੀਆ ਤੋਂ ਆਏ ਹੋਰ ਫਲਾਂ ਤੋਂ ਵੱਖਰੇ, ਰੋਟੀ ਪਰਮੇਸ਼ਰ ਤੱਕ ਜਾਣ ਵਾਲੇ ਰਸਤੇ ਦੀ ਸਭ ਤੋਂ ਵਧੀਆ ਨਿਸ਼ਾਨੀ ਸੀ, ਕਿਉਂਕਿ ਰੋਟੀ ਧਰਤੀ ਅਤੇ ਮਨੁੱਖੀ ਮਿਹਨਤ ਦਾ ਫ਼ਲ ਸੀ।

ਬਾਜ਼ੀਗਰ ਚੌਰਾਹੇ ਦੇ ਵਿਚਕਾਰ ਰੁਕਦਾ ਹੈ, ਤਿੰਨ ਸੰਤਰੇ ਚੁੱਕਦਾ ਹੈ ਅਤੇ ਉਹਨਾਂ ਨੂੰ ਹਵਾ ਵਿੱਚ ਉਛਾਲਣਾ ਸ਼ੁਰੂ ਕਰਦਾ ਹੈ। ਲੋਕ ਉਸਦੇ ਆਲੇ ਦੁਆਲੇ ਇਕੱਠੇ ਹੋ ਕੇ ਉਸਦੀ ਕਾਬਲੀਅਤ ਅਤੇ ਹੱਥਾਂ ਦੇ ਸੁਚੱਜੇ ਸੰਚਾਲਨ ਨੂੰ ਦੇਖ ਕੇ ਹੈਰਾਨ ਹੋ ਜਾਂਦੇ ਹਨ।

ਕਿਸੇ ਵਿਅਕਤੀ ਨੇ ਯਾਤਰੀ ਨੂੰ ਕਿਹਾ: “ਜੀਵਨ ਕੁਝ ਇਸੇ ਤਰ੍ਹਾਂ ਦਾ ਹੈ। ਸਾਡੇ ਕੋਲ ਹਮੇਸ਼ਾ ਹਰੇਕ ਹੱਥ ਵਿੱਚ ਇੱਕ ਸੰਤਰਾ ਹੁੰਦਾ ਹੈ ਅਤੇ ਦੂਜਾ ਹਵਾ ਵਿੱਚ ਅਤੇ ਇਹੀ ਫ਼ਰਕ ਹੈ। ਸੰਤਰੇ ਨੂੰ ਬਹੁਤ ਕਾਬਲੀਅਤ ਅਤੇ ਸਮਝ ਨਾਲ ਹਵਾ ਵਿੱਚ ਉਛਾਲਿਆ ਗਿਆ ਸੀ, ਪਰ ਉਸਦਾ ਆਪਣਾ ਰਸਤਾ ਹੁੰਦਾ ਹੈ। ਉਸ ਬਾਜ਼ੀਗਰ ਵਾਂਗ, ਅਸੀਂ ਇੱਕ ਸੁਪਨਾ ਹਵਾ ਵਿੱਚ ਉਛਾਲਦੇ ਹਾਂ, ਪਰ ਉਸ ਉੱਤੇ ਸਾਡਾ ਹਮੇਸ਼ਾ ਕੰਟਰੋਲ ਨਹੀਂ ਹੁੰਦਾ। ਐਸੇ ਸਮੇਂ ਸਾਨੂੰ ਉਸਨੂੰ ਪਰਮੇਸ਼ਰ ਦੇ ਸਾਹਮਣੇ ਸਮਰਪਿਤ ਕਰ ਦੇਣਾ ਚਾਹੀਦਾ ਹੈ ਅਤੇ ਪ੍ਰਾਰਥਨਾ ਕਰਨੀ ਚਾਹੀਦੀ ਹੈ ਕਿ ਸਮੇਂ ਦੇ ਅਨੁਸਾਰ, ਸੁਪਨਾ ਆਪਣੇ ਰਸਤੇ ’ਤੇ ਚੱਲੇ ਅਤੇ ਸਾਕਾਰ ਹੋ ਕੇ ਸਾਡੀ ਝੋਲੀ ਪਵੇ।”

ਅੰਦਰੂਨੀ ਵਿਕਾਸ ਨੂੰ ਉਤਸ਼ਾਹਿਤ ਕਰਨ ਲਈ ਸਭ ਤੋਂ ਪ੍ਰਭਾਵਸ਼ਾਲੀ ਅਭਿਆਸ ਇਹ ਹੈ ਕਿ ਤੁਸੀਂ ਉਹਨਾਂ ਕਿਰਿਆਵਾਂ 'ਤੇ ਧਿਆਨ ਕੇਂਦਰਿਤ ਕਰੋ, ਜੋ ਅਸੀਂ ਆਪਣੇ ਆਪ ਆਪਣੇ-ਆਪ ਕਰਦੇ ਹਾਂ, ਜਿਵੇਂ ਕਿ ਸਾਹ ਲੈਣਾ, ਪਲਕਾਂ ਨੂੰ ਝਪਕਾਉਣਾ, ਜਾਂ ਆਪਣੇ ਆਲੇ-ਦੁਆਲੇ ਦੀਆਂ ਚੀਜ਼ਾਂ ਨੂੰ ਦੇਖਣਾ।

ਜਦੋਂ ਅਸੀਂ ਐਸਾ ਕਰਦੇ ਹਾਂ, ਤਾਂ ਅਸੀਂ ਆਪਣੇ ਦਿਮਾਗ ਨੂੰ ਹੋਰ ਖੁੱਲ੍ਹ ਕੇ ਕੰਮ ਕਰਨ ਦੀ ਛੁੱਟੀ ਦਿੰਦੇ ਹਾਂ, ਜਿਸ ਵਿੱਚ ਸਾਡੀਆਂ ਇੱਛਾਵਾਂ ਦਖਲਅੰਦਾਜ਼ੀ ਨਹੀਂ ਕਰਦੀਆਂ।

ਕੁਝ ਸਮੱਸਿਆਵਾਂ, ਜਿਨ੍ਹਾਂ ਬਾਰੇ ਲੱਗਦਾ ਹੈ ਕਿ ਉਹ ਹੱਲ ਨਹੀਂ ਹੋ ਸਕਦੀਆਂ, ਹੱਲ ਹੋ ਜਾਂਦੀਆਂ ਹਨ, ਜੋ ਕੁਝ ਖ਼ਾਸ ਕੰਮ ਸਾਨੂੰ ਅਸੰਭਵ ਲੱਗਦੇ ਹਨ, ਉਹ ਬਿਨਾਂ ਕਿਸੇ ਕੋਸ਼ਿਸ਼ ਦੇ ਪੂਰੇ ਹੋ ਜਾਂਦੇ ਹਨ।

ਗੁਰੂ ਕਹਿੰਦੇ ਹਨ:

ਜਦੋਂ ਤੂੰ ਮੁਸ਼ਕਲ ਹਾਲਾਤਾਂ ਦਾ ਸਾਹਮਣਾ ਕਰ ਰਿਹਾ ਹੋਵੇਂ, ਤਾਂ ਇਹ ਤਕਨੀਕ ਅਪਨਾਕੇ ਦੇਖ। ਇਹ ਥੋੜ੍ਹਾ ਅਨੁਸ਼ਾਸਨ ਮੰਗਦੀ ਹੈ, ਪਰ ਇਸਦੇ ਨਤੀਜੇ ਹੈਰਾਨ ਕਰ ਦੇਣ ਵਾਲੇ ਹੋ ਸਕਦੇ ਹਨ।

ਇੱਕ ਆਦਮੀ ਬਜ਼ਾਰ ਵਿੱਚ ਫੁੱਲਦਾਨ ਵੇਚ ਰਿਹਾ ਸੀ। ਇੱਕ ਔਰਤ ਆਈ ਅਤੇ ਵੇਚ ਰਹੀਆਂ ਚੀਜ਼ਾਂ ਨੂੰ ਵੇਖਣ ਲੱਗੀ। ਕੁਝ ਫੁੱਲਦਾਨ ਬਿਲਕੁਲ ਸਾਦੇ ਸਨ, ਜਦਕਿ ਕੁਝ ਸਨ, ਜੋ ਮਿਹਨਤ ਨਾਲ ਸਜਾਏ ਗਏ ਸਨ।

ਉਹ ਵੱਖ-ਵੱਖ ਫੁਲਦਾਨਾਂ ਦੀ ਕੀਮਤ ਪੁੱਛਦੀ ਹੈ। ਉਹ ਇਹ ਦੇਖ ਕੇ ਹੈਰਾਨ ਰਹਿ ਜਾਂਦੀ ਹੈ ਕਿ ਉਹਨਾਂ ਸਾਰੇ ਫੁਲਦਾਨਾਂ ਦੀ ਕੀਮਤ ਇੱਕੋ ਜਿਹੀ ਹੈ।

“ਸਜਾਏ ਹੋਏ ਫੁੱਲਦਾਨ ਦੀ ਕੀਮਤ ਸਾਦੇ ਫੁਲਦਾਨਾਂ ਵਰਗੀ ਕਿਵੇਂ ਹੋ ਸਕਦੀ ਹੈ?” ਉਹ ਪੁੱਛਦੀ ਹੈ।

“ਜਿਸ ਫੁੱਲਦਾਨ ਨੂੰ ਬਣਾਉਣ ਵਿੱਚ ਜ਼ਿਆਦਾ ਸਮਾਂ ਲੱਗਿਆ, ਉਸਦੀ ਕੀਮਤ ਓਨੀ ਹੀ ਕਿਉਂ ਹੈ ਜਿੰਨੀ ਸਾਦੇ ਫੁੱਲਦਾਨ ਦੀ?”

ਤਦ ਵਿਕਰੇਤਾ ਕਹਿੰਦਾ ਹੈ:

“ਮੈਂ ਕਲਾਕਾਰ ਹਾਂ। ਮੈਂ ਉਸ ਫੁੱਲਦਾਨ ਦੀ ਕੀਮਤ ਲੈ ਸਕਦਾ ਹਾਂ ਜੋ ਮੈਂ ਬਣਾਇਆ ਹੈ, ਪਰ ਸੁੰਦਰਤਾ ਦੀ ਕੀਮਤ ਨਹੀਂ ਲੈ ਸਕਦਾ। ਸੁੰਦਰਤਾ ਮੁਫ਼ਤ ਆਉਂਦੀ ਹੈ।”

ਯਾਤਰੀ ਚਰਚ ਤੋਂ ਬਾਹਰ ਆਇਆ ਤਾਂ ਉਹ ਇਕੱਲਾਪਨ ਮਹਿਸੂਸ ਕਰ ਰਿਹਾ ਸੀ, ਉਸ ਸਮੇਂ ਉਸਦਾ ਇੱਕ ਦੋਸਤ ਉਸਦੇ ਕੋਲ ਆ ਪਹੁੰਚਿਆ।

"ਮੈਂ ਸੱਚਮੁੱਚ ਤੇਰੇ ਨਾਲ ਇਕ ਗੱਲ ਕਰਨੀ ਚਾਹੁੰਦਾ ਹਾਂ," ਉਹ ਕਹਿੰਦਾ ਹੈ।

ਯਾਤਰੀ ਨੇ ਇਸ ਮੁਲਾਕਾਤ ਨੂੰ ਇੱਕ ਸੰਕੇਤ ਵਜੋਂ ਵੇਖਿਆ ਅਤੇ ਉਹ ਐਨਾ ਉਤਸ਼ਾਹਿਤ ਹੋਇਆ ਕਿ ਉਹ ਉਹਨਾਂ ਸਾਰੀਆਂ ਗੱਲਾਂ ਬਾਰੇ ਗੱਲ ਕਰਨ ਲੱਗਾ ਜੋ ਉਸਨੂੰ ਮਹੱਤਵਪੂਰਨ ਲੱਗਦੀਆਂ ਸਨ। ਉਸਨੇ ਪਰਮੇਸ਼ਰ ਦੀਆਂ ਨਿਆਮਤਾਂ ਬਾਰੇ ਗੱਲ ਕੀਤੀ, ਪਿਆਰ ਬਾਰੇ ਗੱਲ ਕੀਤੀ ਅਤੇ ਕਿਹਾ ਕਿ ਉਹ ਦੋਸਤ ਉਸਦੇ ਉਸ ਫਰਿਸ਼ਤੇ ਦਾ ਸੰਕੇਤ ਹੈ ਜੋ ਉਸ 'ਤੇ ਨਜ਼ਰ ਰੱਖਦਾ ਹੈ, ਕਿਉਂਕਿ ਕੁਝ ਹੀ ਮਿੰਟ ਪਹਿਲਾਂ ਉਹ ਇਕੱਲਾ ਮਹਿਸੂਸ ਕਰ ਰਿਹਾ ਸੀ, ਪਰ ਹੁਣ ਉਸਦੇ ਕੋਲ ਉਸਦਾ ਸਾਥੀ ਹੈ।

ਦੋਸਤ ਨੇ ਚੁੱਪ-ਚਾਪ ਉਸ ਦੀਆਂ ਸਾਰੀਆਂ ਗੱਲਾਂ ਸੁਣੀਆਂ, ਉਸਦਾ ਧੰਨਵਾਦ ਕੀਤਾ ਅਤੇ ਚਲਾ ਗਿਆ।

ਖੁਸ਼ੀ ਦੀ ਥਾਂ ਯਾਤਰੀ ਨੇ ਹੁਣ ਸਭ ਤੋਂ ਵੱਧ ਇਕੱਲਾਪਨ ਮਹਿਸੂਸ ਕੀਤਾ। ਬਾਅਦ ਵਿੱਚ ਉਸਨੂੰ ਸਮਝ ਆਇਆ ਕਿ ਸਾਥੀ ਮਿਲ ਜਾਣ ਦੇ ਉਤਸ਼ਾਹ ਵਿੱਚ ਉਸਨੇ ਆਪਣੇ ਦੋਸਤ ਦੀ ਗੱਲ ਕਰਨ ਦੀ ਇੱਛਾ ਵੱਲ ਧਿਆਨ ਹੀ ਨਹੀਂ ਦਿੱਤਾ ਸੀ।

ਯਾਤਰੀ ਨੇ ਧਰਤੀ ਵੱਲ ਵੇਖਿਆ ਅਤੇ ਪਾਇਆ ਕਿ ਉਸਦੇ ਸ਼ਬਦ ਫੁੱਟਪਾਥ 'ਤੇ ਪਏ ਸਨ, ਕਿਉਂਕਿ ਉਸ ਸਮੇਂ ਬ੍ਰਹਿਮੰਡ ਨੂੰ ਕਿਸੇ ਹੋਰ ਚੀਜ਼ ਦੀ ਲੋੜ ਸੀ।

ਰਾਜਕੁਮਾਰ ਦੇ ਧਰਮ ਸੰਸਕਾਰ ਵਿੱਚ ਤਿੰਨ ਪਰੀਆਂ ਨੂੰ ਬੁਲਾਇਆ ਗਿਆ। ਇੱਕ ਨੇ ਉਸਨੂੰ ਸੱਚਾ ਪਿਆਰ ਪ੍ਰਾਪਤ ਕਰਨ ਦਾ ਤੋਹਫ਼ਾ ਦਿੱਤਾ। ਦੂਜੀ ਨੇ ਉਸਨੂੰ ਪੈਸਾ ਦਿੱਤਾ, ਜਿਸਨੂੰ ਉਹ ਆਪਣੀ ਮਰਜ਼ੀ ਨਾਲ ਖਰਚ ਕਰ ਸਕਦਾ ਸੀ। ਤੀਜੀ ਨੇ ਉਸਨੂੰ ਸੋਹਣੇ ਦਿਖਣ ਦਾ ਤੋਹਫ਼ਾ ਦਿੱਤਾ।

ਪਰ ਜਿਵੇਂ ਹਰ ਪਰੀਕਥਾ ਵਿੱਚ ਹੁੰਦਾ ਹੈ, ਇੱਕ ਦੁਸ਼ਟ ਜਾਦੂਗਰਨੀ ਸਾਹਮਣੇ ਆਈ। ਕਿਉਂਕਿ ਉਸਨੂੰ ਸੱਦਾ ਨਹੀਂ ਦਿੱਤਾ ਗਿਆ ਸੀ, ਇਸ ਲਈ ਉਹ ਬਹੁਤ ਗੁੱਸੇ ਵਿੱਚ ਸੀ ਅਤੇ ਉਸਨੇ ਇਹ ਸਰਾਪ ਦਿੱਤਾ:

"ਕਿਉਂਕਿ ਹੁਣ ਤੇਰੇ ਕੋਲ ਸਭ ਕੁਝ ਹੈ, ਮੈਂ ਤੈਨੂੰ ਹੋਰ ਕੁਝ ਵੀ ਦਿਆਂਗੀ। ਤੂੰ ਜੋ ਵੀ ਕਰੇਂਗਾ, ਉਸ ਵਿੱਚ ਬੇਮਿਸਾਲ ਪ੍ਰਤਿਭਾ ਦਾ ਪ੍ਰਦਰਸ਼ਨ ਕਰੇਂਗਾ।"

ਰਾਜਕੁਮਾਰ ਵੱਡਾ ਹੋ ਕੇ ਇੱਕ ਖ਼ੂਬਸੂਰਤ ਨੌਜਵਾਨ ਬਣਿਆ, ਅਮੀਰ ਹੋਇਆ ਅਤੇ ਉਸਨੂੰ ਪਿਆਰ ਵੀ ਹੋਇਆ, ਪਰ ਉਹ ਕਦੇ ਵੀ ਧਰਤੀ 'ਤੇ ਆਪਣੀ ਮੁਹਿੰਮ ਨੂੰ ਪੂਰਾ ਕਰਨ ਵਿੱਚ ਸਫਲ ਨਹੀਂ ਹੋ ਸਕਿਆ। ਉਹ ਇੱਕ ਮਹਾਨ ਚਿੱਤਰਕਾਰ, ਮੂਰਤੀਕਾਰ, ਲੇਖਕ, ਸੰਗੀਤਕਾਰ ਅਤੇ ਗਣਿਤਸ਼ਾਸਤਰੀ ਬਣਿਆ, ਪਰ ਉਹ ਕੋਈ ਵੀ ਕੰਮ ਪੂਰਾ ਨਹੀਂ ਕਰ ਪਾਇਆ, ਕਿਉਂਕਿ ਉਸਦਾ ਧਿਆਨ ਅਸਾਨੀ ਨਾਲ ਭਟਕ ਜਾਂਦਾ ਸੀ ਅਤੇ ਉਸਨੂੰ ਵੱਖ-ਵੱਖ ਕੰਮ ਕਰਨ ਦੀ ਇੱਛਾ ਹੋਣ ਲੱਗਦੀ ਸੀ।

ਗੁਰੂ ਕਹਿੰਦੇ ਹਨ:

ਸਾਰੇ ਰਾਹ ਇਕ ਹੀ ਜਗ੍ਹਾ ਵੱਲ ਜਾਂਦੇ ਹਨ, ਪਰ ਆਪਣਾ ਖ਼ਾਸ ਰਾਹ ਚੁਣੋ ਅਤੇ ਉਸ 'ਤੇ ਆਖ਼ਰੀ ਸਾਹ ਤੱਕ ਚੱਲਦੇ ਰਹੋ; ਸਾਰੇ ਰਾਹਾਂ ਤੇ ਚੱਲਣ ਦੀ ਕੋਸ਼ਿਸ਼ ਕਦੇ ਨਾ ਕਰੋ।

ਕਿਸੇ ਅਗਿਆਤ ਵਿਅਕਤੀ ਵੱਲੋਂ ਲਿਖਿਆ ਗਿਆ ਅਠਾਰਵੀ ਸਦੀ ਦਾ ਇੱਕ ਨਿਬੰਧ ਇੱਕ ਰੂਸੀ ਸੰਨਿਆਸੀ ਬਾਰੇ ਗੱਲ ਕਰਦਾ ਹੈ, ਜੋ ਇੱਕ ਅਧਿਆਤਮਿਕ ਮਾਰਗਦਰਸ਼ਕ ਦੀ ਖੋਜ ਵਿੱਚ ਸੀ।

ਇੱਕ ਦਿਨ ਉਸਨੂੰ ਦੱਸਿਆ ਗਿਆ ਕਿ ਇੱਕ ਪਿੰਡ ਵਿੱਚ ਇੱਕ ਤਪੱਸਵੀ ਰਹਿੰਦਾ ਹੈ, ਜਿਸਨੇ ਆਪਣੇ ਆਪ ਨੂੰ ਰਾਤ-ਦਿਨ ਆਪਣੀ ਆਤਮਾ ਦੀ ਮੁਕਤੀ ਲਈ ਸਮਰਪਿਤ ਕਰ ਰੱਖਿਆ ਹੈ। ਇਹ ਸੁਣ ਕੇ, ਉਹ ਸੰਨਿਆਸੀ ਉਸ ਤਪੱਸੀਵੀ ਦੀ ਖੋਜ ਵਿੱਚ ਨਿਕਲ ਪਿਆ।

"ਮੈਂ ਚਾਹੁੰਦਾ ਹਾਂ ਕਿ ਤੁਸੀਂ ਮੈਨੂੰ ਆਤਮਾ ਦੇ ਮਾਰਗ 'ਤੇ ਮਾਰਗਦਰਸ਼ਨ ਕਰੋ," ਸੰਨਿਆਸੀ ਨੇ ਕਿਹਾ।

"ਆਤਮਾ ਦਾ ਆਪਣਾ ਮਾਰਗ ਹੁੰਦਾ ਹੈ ਅਤੇ ਤੇਰਾ ਫਰਿਸ਼ਤਾ ਤੇਰਾ ਮਾਰਗਦਰਸ਼ਕ ਹੋਵੇਗਾ," ਤਪਸਵੀ ਨੇ ਕਿਹਾ। "ਲਗਾਤਾਰ ਪ੍ਰਾਰਥਨਾ ਕਰ।"

"ਮੈਂ ਨਹੀਂ ਜਾਣਦਾ ਕਿ ਇਸ ਤਰ੍ਹਾਂ ਪ੍ਰਾਰਥਨਾ ਕਿਵੇਂ ਕਰਾਂ। ਮੇਰੀ ਬੇਨਤੀ ਹੈ ਕਿ ਤੁਸੀਂ ਮੈਨੂੰ ਸਿੱਖਾਓ।"

"ਜੇ ਤੂੰ ਲਗਾਤਾਰ ਪ੍ਰਾਰਥਨਾ ਕਰਨੀ ਨਹੀਂ ਜਾਣਦਾ, ਤਾਂ ਪਰਮੇਸ਼ਰ ਅੱਗੇ ਪ੍ਰਾਰਥਨਾ ਕਰ ਕਿ ਉਹ ਤੈਨੂੰ ਲਗਾਤਾਰ ਪ੍ਰਾਰਥਨਾ ਕਰਨੀ ਸਿਖਾਏ।"

"ਤੁਸੀਂ ਮੈਨੂੰ ਕੁਝ ਵੀ ਨਹੀਂ ਸਿਖਾ ਰਹੇ," ਸੰਨਿਆਸੀ ਨੇ ਕਿਹਾ।

"ਸਿਖਾਉਣ ਲਈ ਕੁਝ ਵੀ ਨਹੀਂ ਹੈ, ਕਿਉਂਕਿ ਵਿਸ਼ਵਾਸ ਦੀ ਸਿੱਖਿਆ ਨਹੀਂ ਦਿੱਤੀ ਜਾ ਸਕਦੀ, ਜਿਸ ਤਰ੍ਹਾਂ ਬੁਨਿਆਦੀ ਗਣਿਤ ਸਿਖਾਈ ਜਾਂਦੀ ਹੈ। ਵਿਸ਼ਵਾਸ ਦੇ ਰਹੱਸ ਨੂੰ ਸਵੀਕਾਰ ਕਰ ਅਤੇ ਬ੍ਰਹਿਮੰਡ ਖ਼ੁਦ ਤੇਰੇ ਸਾਹਮਣੇ ਪ੍ਰਗਟ ਹੋ ਜਾਵੇਗਾ।"

ਸਪੇਨ ਦੇ ਕਵੀ ਐਂਟੋਨਿਓ ਮਚਾਡੋ ਨੇ ਲਿਖਿਆ ਸੀ:

ਏ ਮੁਸਾਫ਼ਿਰ, ਤੂੰ ਰਾਹ ਬਣਾਉਂਦਾ ਏਂ
ਆਪਣੇ ਕਦਮਾਂ ਨਾਲ,
ਹੋਰ ਤੇ ਕੁਝ ਵੀ ਨਹੀਂ
ਮੁਸਾਫ਼ਿਰ ਅਜਿਹਾ ਕੋਈ ਰਾਹ ਨਹੀਂ ਏ
ਤੂੰ ਰਾਹ ਬਣਾਉਂਦਾ ਏਂ
ਉਸ ਰਾਹ 'ਤੇ ਚੱਲ ਕੇ
ਅਤੇ ਜਦੋਂ ਤੂੰ ਮੁੜ ਕੇ ਦੇਖਦਾਂ ਏਂ
ਪਿੱਛੇ ਇੱਕ ਰਾਹ ਬਣ ਜਾਂਦਾ ਹੈ
ਉਹ ਰਾਹ ਜਿਸ 'ਤੇ
ਤੂੰ ਕਦੋਂ ਮੁੜ ਕੇ ਨਹੀਂ ਜਾਵੇਂਗਾ
ਮੁਸਾਫ਼ਿਰ, ਕੋਈ ਰਾਹ ਨਹੀਂ ਏ
ਸਿਰਫ਼ ਸਾਗਰ 'ਚ ਰਹਿ ਗਈ
ਜਹਾਜ਼ ਦੀ ਪੈੜ
ਇੱਕ ਲਕੀਰ ਹੈ।

ਪਾਓਲੋ ਕੋਇਲੋ

ਗੁਰੂ ਕਹਿੰਦੇ ਹਨ:

ਲਿਖੋ। ਚਾਹੇ ਉਹ ਖ਼ਤ ਹੋਵੇ, ਜਾਂ ਡਾਇਰੀ ਹੋਵੇ, ਜਾਂ ਫ਼ੋਨ 'ਤੇ ਗੱਲ ਕਰਦੇ ਹੋਏ ਲਿਖੇ ਨੋਟ ਹੋਣ, ਪਰ ਲਿਖੋ।

ਲਿਖਣਾ ਸਾਨੂੰ ਪਰਮੇਸ਼ਰ ਅਤੇ ਸਾਡੇ ਸਾਥੀ ਮਨੁੱਖਾਂ ਦੇ ਜ਼ਿਆਦਾ ਨੇੜੇ ਲੈ ਜਾਂਦਾ ਹੈ।

ਜੇ ਤੂੰ ਦੁਨੀਆ ਵਿੱਚ ਆਪਣੀ ਭੂਮਿਕਾ ਨੂੰ ਬਿਹਤਰ ਤਰੀਕੇ ਨਾਲ ਸਮਝਣਾ ਚਾਹੁੰਦਾ ਹੈ, ਤਾਂ ਲਿਖ।

ਆਪਣੀ ਪੂਰੀ ਆਤਮਾ ਨੂੰ ਲਿਖਤ ਵਿੱਚ ਉਤਾਰਨ ਦੀ ਕੋਸ਼ਿਸ਼ ਕਰੋ, ਭਾਵੇਂ ਕੋਈ ਕਦੇ ਵੀ ਉਹ ਨਾ ਪੜ੍ਹੇ, ਜਾਂ ਹੋਰ ਵੀ ਬੁਰਾ ਇਹ ਹੋਵੇ ਕਿ ਕੋਈ ਕੁਝ ਐਸਾ ਪੜ੍ਹ ਲਵੇ ਜੋ ਤੂੰ ਨਹੀਂ ਚਾਹੁੰਦਾ ਕਿ ਉਹ ਪੜ੍ਹੇ।

ਸਿਰਫ਼ ਲਿਖਣਾ ਸਾਡੇ ਵਿਚਾਰਾਂ ਨੂੰ ਵਿਵਸਥਿਤ ਕਰਨ ਅਤੇ ਆਪਣੇ ਆਲੇ-ਦੁਆਲੇ ਦੀ ਦੁਨੀਆ ਨੂੰ ਜ਼ਿਆਦਾ ਸਾਫ਼ ਤਰੀਕੇ ਨਾਲ ਦੇਖਣ ਵਿੱਚ ਸਾਡੀ ਮਦਦ ਕਰਦਾ ਹੈ।

ਕਾਗਜ਼ ਦਾ ਇੱਕ ਟੁਕੜਾ ਅਤੇ ਕਲਮ ਚਮਤਕਾਰ ਕਰ ਸਕਦੇ ਹਨ - ਦੁੱਖ ਨੂੰ ਮਿਟਾ ਸਕਦੇ ਹਨ, ਸੁਪਨਿਆਂ ਨੂੰ ਹਕੀਕਤ ਵਿੱਚ ਬਦਲ ਸਕਦੇ ਹਨ, ਗੁੰਮ ਹੋਈਆਂ ਉਮੀਦਾਂ ਨੂੰ ਵਾਪਸ ਲੈ ਕੇ ਆ ਸਕਦੇ ਹਨ।

ਸ਼ਬਦ ਸ਼ਕਤੀ ਹਨ।

ਰੇਗਿਸਤਾਨ ਦੇ ਸੰਨਿਆਸੀਆਂ ਮੁਤਾਬਕ, ਸਾਨੂੰ ਫਰਿਸ਼ਤਿਆਂ ਨੂੰ ਆਪਣਾ ਕੰਮ ਕਰਨ ਲਈ ਆਜ਼ਾਦ ਛੱਡ ਦੇਣਾ ਚਾਹੀਦਾ ਹੈ। ਇਸੀ ਕਾਰਨ ਉਹ ਕਈ ਵਾਰ ਅਜਿਹੇ ਕੰਮ ਕਰਦੇ ਸਨ ਜੋ ਲੋੜੀਂਦੇ ਨਹੀਂ ਹੁੰਦੇ, ਜਿਵੇਂ ਫੁੱਲਾਂ ਨਾਲ ਗੱਲ ਕਰਨਾ ਜਾਂ ਬੇਵਜ੍ਹਾ ਹੱਸਣਾ। ਕੀਮੀਆਗਰ "ਪਰਮੇਸ਼ਰ ਦੇ ਸੰਕੇਤਾਂ" ਦੀ ਪਾਲਣਾ ਕਰਦੇ ਹਨ, ਉਹਨਾਂ ਨਿਸ਼ਾਨੀਆਂ ਦੀ, ਜੋ ਅਕਸਰ ਕੋਈ ਮਤਲਬ ਨਹੀਂ ਰੱਖਦੀਆਂ, ਪਰ ਜੋ ਹਮੇਸ਼ਾਂ ਕਿਤੇ ਨਾ ਕਿਤੇ ਲੈ ਜਾਂਦੀਆਂ ਹਨ।

ਗੁਰੂ ਕਹਿੰਦੇ ਹਨ:

ਪਾਗਲ ਕਹਾਉਣ ਤੋਂ ਨਾ ਡਰੋ, ਅੱਜ ਕੁਝ ਐਸਾ ਕਰੋ ਜੋ ਉਹ ਸਾਰੇ ਤਰਕਾਂ ਦੇ ਉਲਟ ਹੋਵੇ, ਜੋ ਤੈਨੂੰ ਸਿਖਾਏ ਗਏ ਸਨ।

ਤੈਨੂੰ ਜਿੰਨੀ ਅਕਲਮੰਦੀ ਸਿਖਾਈ ਗਈ ਸੀ, ਉਸ ਤੋਂ ਥੋੜ੍ਹਾ ਘੱਟ ਅਕਲਮੰਦ ਬਣੋ।

ਉਹ ਛੋਟੀ ਜਿਹੀ ਗੱਲ, ਛੋਟੀ ਹੋਣ ਦੇ ਬਾਵਜੂਦ ਵੀ ਇਕ ਵੱਡੇ ਮਨੁੱਖੀ ਅਤੇ ਅਧਿਆਤਮਿਕ ਸਰੀਰਕ ਕਾਰਜ ਦਾ ਦਰਵਾਜ਼ਾ ਖੋਲ੍ਹ ਸਕਦੀ ਹੈ।

ਇੱਕ ਆਦਮੀ ਆਪਣੀ ਮਰਸਡੀਜ਼-ਬੈਂਜ਼ ਚਲਾ ਰਿਹਾ ਹੁੰਦਾ ਹੈ ਕਿ ਅਚਾਨਕ ਟਾਇਰ ਫਟ ਜਾਂਦਾ ਹੈ। ਉਹ ਟਾਇਰ ਬਦਲਣ ਦੀ ਕੋਸ਼ਿਸ਼ ਕਰਦਾ ਹੈ, ਪਰ ਪਤਾ ਲੱਗਦਾ ਹੈ ਕਿ ਉਸ ਕੋਲ ਜੈਕ ਨਹੀਂ ਹੈ।

"ਠੀਕ ਹੈ, ਮੈਨੂੰ ਜਿੱਥੇ ਵੀ ਪਹਿਲਾ ਘਰ ਮਿਲੇਗਾ, ਉੱਥੇ ਜਾ ਕੇ ਜੈਕ ਉਧਾਰ ਮੰਗ ਲਵਾਂਗਾ," ਉਹ ਕਹਿੰਦਾ ਹੈ ਅਤੇ ਮਦਦ ਲੱਭਣ ਲਈ ਨਿਕਲ ਪੈਂਦਾ ਹੈ।

"ਜਦੋਂ ਉਹ ਆਦਮੀ ਮੇਰੀ ਕਾਰ ਵੇਖੇਗਾ, ਤਾਂ ਉਹ ਜੈਕ ਦੀ ਥਾਂ ਕੁਝ ਮੰਗ ਸਕਦਾ ਹੈ," ਉਹ ਸੋਚਦਾ ਹੈ "ਉਹ ਮੇਰੇ ਤੋਂ ਦਸ ਡਾਲਰ ਮੰਗ ਸਕਦਾ ਹੈ ਜਾਂ ਸੰਭਵ ਹੈ ਕਿ ਪੰਜਾਹ ਵੀ ਮੰਗ ਲਵੇ, ਕਿਉਂਕਿ ਉਹ ਜਾਣਦਾ ਹੈ ਕਿ ਮੈਨੂੰ ਸੱਚਮੁੱਚ ਜੈਕ ਦੀ ਲੋੜ ਹੈ। ਉਹ ਮੇਰਾ ਫਾਇਦਾ ਉਠਾਉਣ ਦੀ ਕੋਸ਼ਿਸ਼ ਕਰੇਗਾ ਅਤੇ ਸੰਭਵ ਹੈ ਕਿ ਸੌ ਡਾਲਰ ਮੰਗਣ ਲੱਗ ਜਾਵੇ।"

ਅਤੇ ਜਿਵੇਂ ਜਿਵੇਂ ਉਹ ਅੱਗੇ ਵਧਦਾ ਜਾਂਦਾ ਹੈ, ਕੀਮਤ ਵਧਦੀ ਹੀ ਜਾਂਦੀ ਹੈ।

ਜਦੋਂ ਉਹ ਇੱਕ ਘਰ ਕੋਲ ਪਹੁੰਚਦਾ ਹੈ, ਤੇ ਮਾਲਕ ਦਰਵਾਜਾ ਖੋਲ੍ਹਦਾ ਹੈ, ਤਾਂ ਉਹ ਆਦਮੀ ਚੀਕਦਾ ਹੈ:

"ਤੂੰ ਚੋਰ ਹੈਂ! ਜੈਕ ਐਨਾ ਕੀਮਤੀ ਨਹੀਂ ਹੁੰਦਾ। ਆਪਣੇ ਕੋਲ ਰੱਖ!" ਸਾਡੇ ਵਿੱਚੋਂ ਕੌਣ ਇਹ ਕਹਿ ਸਕਦਾ ਹੈ ਕਿ ਉਸਨੇ ਕਦੇ ਅਜਿਹਾ ਨਹੀਂ ਕੀਤਾ?

ਮਿਲਟਨ ਐਰਿਕਸਨ ਨੇ ਥੈਰੇਪੀ ਦੇ ਉਸ ਰੂਪ ਦੀ ਰਚਨਾ ਕੀਤੀ ਸੀ, ਜਿਸਨੂੰ ਹਾਲ ਹੀ ਦੇ ਦਿਨਾਂ ਵਿੱਚ ਲੱਖਾਂ ਲੋਕ ਅਪਣਾਉਣ ਲੱਗੇ ਹਨ। ਜਦੋਂ ਉਹ ਬਾਰ੍ਹਾਂ ਸਾਲ ਦਾ ਸੀ, ਤਾਂ ਉਸਨੂੰ ਪੋਲਿਓ ਹੋ ਗਿਆ ਸੀ। ਬੀਮਾਰੀ ਦੇ ਸੰਪਰਕ ਵਿੱਚ ਆਉਣ ਦੇ ਦੱਸ ਮਹੀਨੇ ਬਾਅਦ ਉਸਨੇ ਇੱਕ ਡਾਕਟਰ ਨੂੰ ਆਪਣੇ ਮਾਪਿਆਂ ਨੂੰ ਕਹਿੰਦੇ ਸੁਣਿਆ:

"ਤੁਹਾਡਾ ਪੁੱਤਰ ਅੱਜ ਰਾਤ ਜ਼ਿੰਦਾ ਨਹੀਂ ਬਚੇਗਾ।"

ਫਿਰ ਐਰਿਕਸਨ ਨੇ ਆਪਣੀ ਮਾਂ ਨੂੰ ਰੋਂਦਿਆਂ ਸੁਣਿਆ, ਅਤੇ ਉਹ ਸੋਚਣ ਲੱਗਾ:

"ਕੌਣ ਜਾਣੇ? ਜੇ ਮੈਂ ਅੱਜ ਰਾਤ ਜ਼ਿੰਦਾ ਬਚ ਗਿਆ ਤਾਂ ਇਸਨੂੰ ਵੱਧ ਦੁੱਖ ਨਹੀਂ ਸਹਿਣਾ ਪਵੇਗਾ।"

ਅਤੇ ਉਸਨੇ ਅਗਲੀ ਸਵੇਰ ਤੱਕ ਜਾਗਦੇ ਰਹਿਣ ਦਾ ਫ਼ੈਸਲਾ ਕੀਤਾ।

ਸਵੇਰੇ ਉਸਨੇ ਆਪਣੀ ਮਾਂ ਨੂੰ ਆਵਾਜ਼ ਮਾਰੀ:

"ਅਰੇ, ਵੇਖੋ, ਮੈਂ ਅਜੇ ਵੀ ਜ਼ਿੰਦਾ ਹਾਂ!"

ਉਸਦਾ ਪਰਿਵਾਰ ਐਨਾ ਖ਼ੁਸ਼ ਹੋਇਆ ਕਿ ਉਸਨੇ ਉਸ ਤੋਂ ਬਾਅਦ ਹਮੇਸ਼ਾਂ ਇੱਕ ਹੋਰ ਦਿਨ ਜ਼ਿੰਦਾ ਰਹਿਣ ਦਾ ਨਿਸਚਯ ਕਰ ਲਿਆ ਅਤੇ ਇਸ ਤਰ੍ਹਾਂ ਆਪਣੇ ਮਾਪਿਆਂ ਨੂੰ ਹੋਰ ਵੱਧ ਦੁੱਖ ਭੋਗਣ ਤੋਂ ਬਚਾ ਲਿਆ।

ਉਸਨੇ 1980 ਵਿੱਚ 78 ਸਾਲ ਦੀ ਉਮਰ ਪਾ ਕੇ ਇਸ ਦੁਨੀਆ ਤੋਂ ਰੁਖ਼ਸਤ ਲੈ ਲਈ, ਅਤੇ ਉਹ ਆਪਣੇ ਪਿੱਛੇ ਆਪਣੀਆਂ ਸੀਮਾਵਾਂ 'ਤੇ ਜਿੱਤ ਹਾਸਲ ਕਰਨ ਦੀ ਅਸਾਧਾਰਨ ਸਮਰੱਥਾ 'ਤੇ ਕਈ ਮਹੱਤਵਪੂਰਣ ਕਿਤਾਬਾਂ ਛੱਡ ਗਿਆ।

ਠਾਧੀਸ਼ ਪੇਸਟਰ ਦੇ ਇੱਕ ਨਵਦੀਕਤ ਸ਼ਿਸ਼ਯ ਨੇ ਉਨ੍ਹਾਂ ਨੂੰ ਕਿਹਾ, "ਫਾਦਰ, ਮੇਰਾ ਦਿਲ ਇਸ ਸੰਸਾਰ ਪ੍ਰਤੀ ਪਿਆਰ ਨਾਲ ਭਰਿਆ ਹੋਇਆ ਹੈ ਅਤੇ ਮੇਰੀ ਆਤਮਾ ਸ਼ੈਤਾਨ ਦੇ ਪ੍ਰਲੋਭਨਾਂ ਤੋਂ ਮੁਕਤ ਹੈ। ਮੇਰਾ ਅਗਲਾ ਕਦਮ ਕੀ ਹੋਣਾ ਚਾਹੀਦਾ ਹੈ?"

ਮਠਾਧੀਸ਼ ਨੇ ਉਸਨੂੰ ਆਪਣੇ ਨਾਲ ਉਸ ਥਾਂ ਚੱਲਣ ਲਈ ਕਿਹਾ, ਮਰੀਜ਼ ਅੰਤਿਮ ਅਨੁਸ਼ਠਾਨਾਂ ਲਈ ਉਨ੍ਹਾਂ ਦੀ ਪ੍ਰਤੀਖਿਆ ਕਰ ਰਿਹਾ ਸੀ। ਜਿੱਥੇ ਇੱਕ ਪਰਿਵਾਰ ਨਾਲ ਗੱਲਬਾਤ ਕਰਨ ਤੋਂ ਬਾਅਦ, ਮਠਾਧੀਸ਼ ਦਾ ਧਿਆਨ ਅਚਾਨਕ ਉਸ ਵੱਡੇ ਸੰਦੂਕ ਵੱਲ ਗਿਆ ਜੋ ਘਰ ਦੇ ਇੱਕ ਕੋਨੇ ਵਿੱਚ ਰੱਖਿਆ ਹੋਇਆ ਸੀ। "ਉਸ ਸੰਦੂਕ ਵਿੱਚ ਕੀ ਹੈ?" ਉਹਨਾਂ ਪੁੱਛਿਆ।

"ਉਸ ਵਿੱਚ ਮੇਰੇ ਚਾਚਾ ਦੇ ਉਹ ਕੱਪੜੇ ਹਨ, ਜੋ ਉਹ ਕਦੇ ਨਹੀਂ ਪਾਉਂਦੇ ਸਨ," ਮਰਨਾਸਨ ਆਦਮੀ ਦੇ ਭਤੀਜੇ ਨੇ ਕਿਹਾ। "ਉਹ ਹਮੇਸ਼ਾ ਉਸ ਸਹੀ ਮੌਕੇ ਦੀ ਉਡੀਕ ਕਰਦੇ ਰਹੇ ਜਦੋਂ ਉਹ ਕੱਪੜੇ ਪਾ ਸਕਣ, ਅਤੇ ਨਤੀਜਾ ਇਹ ਹੋਇਆ ਕਿ ਉਹ ਸੰਦੂਕ ਵਿੱਚ ਪਏ ਪਏ ਸੜ ਗਏ।"

ਜਦ ਉਹ ਓਥੋਂ ਚਲੇ ਗਏ, ਤਾਂ ਮਠਾਧੀਸ਼ ਪੇਸਟਰ ਨੇ ਨਵਦੀਕਤ ਸ਼ਿਸ਼ਯ ਨੂੰ ਕਿਹਾ, "ਉਸ ਸੰਦੂਕ ਨੂੰ ਨਾ ਭੁੱਲਣਾ। ਜੇ ਤੁਹਾਡੇ ਦਿਲ ਵਿੱਚ ਆਧਿਆਤਮਿਕ ਸਿੱਧੀਆਂ ਹਨ, ਤਾਂ ਉਹਨਾਂ ਨੂੰ ਅੱਜ ਹੀ ਅਮਲ ਵਿੱਚ ਲਿਆਓ, ਨਹੀਂ ਤਾਂ ਉਹ ਪਈ ਪਈ ਸੜ ਜਾਣਗੀਆਂ।"

ਅਧਿਆਤਮਿਕ ਲੋਕ ਕਹਿੰਦੇ ਹਨ ਕਿ ਜਦੋਂ ਅਸੀਂ ਆਪਣੀ ਅਧਿਆਤਮਿਕ ਯਾਤਰਾ ਤੇ ਨਿਕਲਦੇ ਹਾਂ, ਤਾਂ ਅਸੀਂ ਪਰਮਾਤਮਾ ਨਾਲ ਐਨੀਆਂ ਜ਼ਿਆਦਾ ਗੱਲਾਂ ਕਰਨ ਲੱਗ ਜਾਂਦੇ ਹਾਂ ਕਿ ਅਸੀਂ ਉਹ ਨਹੀਂ ਸੁਣਦੇ ਜੋ ਉਹ ਸਾਨੂੰ ਕਹਿਣਾ ਚਾਹੁੰਦੇ ਹਨ।

ਗੁਰੂ ਕਹਿੰਦੇ ਹਨ:

ਥੋੜ੍ਹਾ ਆਰਾਮ ਕਰੋ। ਇਹ ਆਸਾਨ ਨਹੀਂ ਹੈ; ਸਾਡੀ ਕੁਦਰਤੀ ਪ੍ਰਵਿਰਤੀ ਹੈ ਕਿ ਅਸੀਂ ਹਰ ਵੇਲੇ ਸਹੀ ਕੰਮ ਕਰਨਾ ਚਾਹੁੰਦੇ ਹਾਂ ਅਤੇ ਸੋਚਦੇ ਹਾਂ ਕਿ ਅਸੀਂ ਇਹ ਸਿਰਫ਼ ਲਗਾਤਾਰ ਮਿਹਨਤ ਕਰ ਕੇ ਹੀ ਹਾਸਲ ਕਰ ਸਕਦੇ ਹਾਂ।

ਕੋਸ਼ਿਸ਼ ਕਰਨਾ, ਡਿੱਗਣਾ, ਉੱਠਣਾ ਅਤੇ ਅੱਗੇ ਵਧਣਾ ਮਹੱਤਵਪੂਰਨ ਹੈ, ਪਰ ਸਾਨੂੰ ਪਰਮਾਤਮਾ ਨੂੰ ਸਾਡੀ ਮਦਦ ਕਰਨ ਲਈ ਥਾਂ ਦੇਣੀ ਚਾਹੀਦੀ ਹੈ। ਜਦੋਂ ਅਸੀਂ ਕਿਸੇ ਚੀਜ਼ ਤੇ ਸੱਚਮੁੱਚ ਕਠਿਨ ਮਿਹਨਤ ਕਰ ਰਹੇ ਹੁੰਦੇ ਹਾਂ, ਤਾਂ ਆਓ ਯਾਦ ਰੱਖੀਏ ਕਿ ਅਸੀਂ ਆਪਣੇ ਆਪ ਨੂੰ ਨੇੜੇ ਤੋਂ ਵੇਖੀਏ ਅਤੇ ਪਰਮਾਤਮਾ ਨੂੰ ਆਪਣੇ ਆਪ ਨੂੰ ਪ੍ਰਗਟ ਕਰਨ ਅਤੇ ਸਾਡਾਂ ਮਾਰਗਦਰਸ਼ਨ ਕਰਨ ਲਈ ਥਾਂ ਦਈਏ।

ਅਤੇ ਕਈ ਵਾਰੀ, ਆਓ ਅਸੀਂ ਉਨ੍ਹਾਂ ਨੂੰ ਐਨੀ ਥਾਂ ਦੇਈਏ ਕਿ ਉਹ ਸਾਨੂੰ ਆਪਣੀ ਗੋਦ ਵਿੱਚ ਬਿਠਾ ਲੈਣ।

ਇੱਕ ਨੌਜਵਾਨ ਸਕੇਟਿਸ ਮਠ ਦੇ ਮਠਾਧੀਸ਼ ਨੂੰ ਮਿਲਣ ਆਇਆ। ਉਹ ਇਹ ਜਾਣਨਾ ਚਾਹੁੰਦਾ ਸੀ ਕਿ ਅਧਿਆਤਮਿਕ ਰਾਹ ਦੀ ਪਾਲਣਾ ਕਿਵੇਂ ਕਰਨੀ ਹੈ।

"ਪੂਰੇ ਇੱਕ ਸਾਲ ਤੱਕ ਕਿਸੇ ਵੀ ਐਸੇ ਵਿਅਕਤੀ ਨੂੰ ਪੈਸੇ ਦਿਓ, ਜੋ ਤੇਰੀ ਬੇਇਜ਼ਤੀ ਕਰਦਾ ਹੋਵੇ ਜਾਂ ਤੇਰੇ ਖ਼ਿਲਾਫ਼ ਹਮਲਾਵਾਰ ਰਵੱਈਆ ਕਰਦਾ ਹੋਵੇ," ਮਠਾਧੀਸ਼ ਨੇ ਕਿਹਾ।

ਉਹ ਨੌਜਵਾਨ ਪੂਰੇ ਬਾਰਾਂ ਮਹੀਨੇ ਇਸੇ ਤਰ੍ਹਾਂ ਕਰਦਾ ਰਿਹਾ, ਅਤੇ ਫਿਰ ਆਪਣੇ ਅਗਲੇ ਕਦਮ ਬਾਰੇ ਜਾਣਨ ਲਈ ਮਠਾਧੀਸ਼ ਕੋਲ ਵਾਪਸ ਆਇਆ।

"ਸ਼ਹਿਰ ਜਾ ਕੇ ਮੇਰੇ ਲਈ ਕੁਝ ਖਾਣਾ ਖਰੀਦ ਕੇ ਲਿਆਓ," ਮਠਾਧੀਸ਼ ਨੇ ਕਿਹਾ।

ਜਿਵੇਂ ਹੀ ਉਹ ਨੌਜਵਾਨ ਗਿਆ, ਮਠਾਧੀਸ਼ ਨੇ ਭਿਖਾਰੀ ਦਾ ਭੇਸ ਧਾਰ ਲਿਆ ਅਤੇ ਸ਼ਹਿਰ ਦੇ ਦਰਵਾਜ਼ੇ ਵੱਲ ਛੋਟਾ ਰਸਤਾ ਲੈਂਦੇ ਹੋਏ ਦੌੜ ਪਏ। ਜਦੋਂ ਨੌਜਵਾਨ ਓਥੇ ਪਹੁੰਚਿਆ, ਤਾਂ ਮਠਾਧੀਸ਼ ਨੇ ਉਸ ਦੀ ਬੇਇਜ਼ਤੀ ਕਰਨੀ ਸ਼ੁਰੂ ਕਰ ਦਿੱਤੀ।

"ਵਾਹ!" ਨੌਜਵਾਨ ਨੇ ਉਸ ਨਕਲੀ ਭਿਖਾਰੀ ਨੂੰ ਕਿਹਾ, "ਮੈਨੂੰ ਪੂਰੇ ਇੱਕ ਸਾਲ ਤੱਕ ਉਸ ਕਿਸੇ ਵੀ ਵਿਅਕਤੀ ਨੂੰ ਪੈਸੇ ਦੇਣੇ ਪਏ, ਜੋ ਮੇਰੇ ਪ੍ਰਤੀ ਹਮਲਾਵਾਰ ਰਵੱਈਆ ਰੱਖਦਾ ਸੀ, ਪਰ ਹੁਣ ਮੈਂ ਮੁਫ਼ਤ ਵਿੱਚ ਬੇਇਜ਼ਤੀ ਹੋ ਸਕਦਾ ਹਾਂ, ਇਕ ਪੈਸਾ ਖ਼ਰਚ ਕੀਤੇ ਬਗ਼ੈਰ!"

ਜਦ ਮਠਾਧੀਸ਼ ਨੇ ਇਹ ਸੁਣਿਆ, ਤਾਂ ਉਹਨਾਂ ਨੇ ਆਪਣਾ ਨਕਲੀ ਪਹਿਰਾਵਾ ਉਤਾਰ ਦਿੱਤਾ।

"ਹੁਣ ਤੁਸੀਂ ਅਗਲਾ ਕਦਮ ਚੁੱਕਣ ਲਈ ਤਿਆਰ ਹੋ, ਕਿਉਂਕਿ ਹੁਣ ਤੁਸੀਂ ਆਪਣੀਆਂ ਸਮੱਸਿਆਵਾਂ 'ਤੇ ਹੱਸ ਸਕਦੇ ਹੋ," ਉਹਨਾਂ ਕਿਹਾ।

ਮਕਤੂਬ

ਮੁਸਾਫ਼ਿਰ ਆਪਣੇ ਦੋ ਦੋਸਤਾਂ ਨਾਲ ਨਿਊਯਾਰਕ ਜਾ ਰਿਹਾ ਸੀ। ਅਚਾਨਕ, ਇਕ ਬਿਲਕੁਲ ਸਧਾਰਨ ਗੱਲਬਾਤ ਦੌਰਾਨ, ਦੋਹਾਂ ਦੋਸਤਾਂ ਵਿਚ ਤਕਰਾਰ ਹੋ ਗਈ, ਜਿਸ ਵਿੱਚ ਮਾਮਲਾ ਹੱਥੋਪਾਈ ਤੱਕ ਚਲਾ ਗਿਆ।

ਬਾਅਦ ਵਿੱਚ, ਜਦ ਉਹ ਸ਼ਾਂਤ ਹੋ ਗਏ, ਤਾਂ ਉਹ ਇਕ ਬਾਰ ਵਿਚ ਗਏ। ਇਕ ਨੇ ਦੂਜੇ ਤੋਂ ਮਾਫ਼ੀ ਮੰਗਦਿਆਂ ਕਿਹਾ:

"ਮੈਂ ਦੇਖਿਆ ਹੈ ਕਿ ਜਿਹੜੇ ਲੋਕ ਸਾਡੇ ਸਭ ਤੋਂ ਨੇੜੇ ਹੁੰਦੇ ਹਨ, ਉਹਨਾਂ ਨੂੰ ਨੁਕਸਾਨ ਪਹੁੰਚਾਉਣਾ ਕਿੰਨਾ ਆਸਾਨ ਹੁੰਦਾ ਹੈ। ਜੇ ਤੂੰ ਅਜਨਬੀ ਹੁੰਦਾ, ਤਾਂ ਮੈਂ ਕਦੇ ਵੀ ਤੇਰੇ ਖ਼ਿਲਾਫ਼ ਐਨਾ ਤੇਜ਼ ਨਹੀਂ ਹੋਣਾ ਸੀ, ਪਰ ਸਿਰਫ਼ ਇਸ ਲਈ ਕਿ ਅਸੀਂ ਦੋਸਤ ਹਾਂ, ਅਤੇ ਕਿਉਂਕਿ ਤੂੰ ਮੈਨੂੰ ਹੋਰਾਂ ਨਾਲੋਂ ਵਧੀਆ ਸਮਝਦਾ ਹੈ, ਮੈਨੂੰ ਹਮਲਾਵਾਰ ਹੋਣ ਦੀ ਖੁੱਲ੍ਹ ਮਿਲ ਗਈ। ਇਹ ਤੇਰੇ ਲਈ ਮਨੁੱਖੀ ਕੁਦਰਤ ਹੈ।"

ਸ਼ਾਇਦ ਇਹੀ ਗੱਲ ਹੈ, ਪਰ ਸਾਨੂੰ ਇਸਦਾ ਵਿਰੋਧ ਕਰਨਾ ਚਾਹੀਦਾ ਹੈ।

ਇਸ ਤਰ੍ਹਾਂ ਦੇ ਪਲ ਆਉਂਦੇ ਹਨ, ਜਦੋਂ ਅਸੀਂ ਕਿਸੇ ਖ਼ਾਸ ਵਿਅਕਤੀ ਦੀ ਮਦਦ ਕਰਨਾ ਚਾਹੁੰਦੇ ਹਾਂ, ਪਰ ਅਸੀਂ ਕੁਝ ਨਹੀਂ ਕਰ ਸਕਦੇ ਜਾਂ ਤਾਂ ਹਾਲਾਤ ਸਾਡੇ ਖ਼ਿਲਾਫ਼ ਹੁੰਦੇ ਹਨ, ਜਾਂ ਉਹ ਵਿਅਕਤੀ ਕਿਸੇ ਵੀ ਕਿਸਮ ਦੀ ਇਕਜੁੱਟਤਾ ਜਾਂ ਸਹਿਯੋਗ ਦੀ ਕੋਸ਼ਿਸ਼ ਲਈ ਅੰਦਰੋਂ ਬੰਦ ਹੁੰਦਾ ਹੈ।

ਗੁਰੂ ਕਹਿੰਦੇ ਹਨ:

ਜੋ ਬਚਦਾ ਹੈ, ਉਹ ਪਿਆਰ ਹੈ। ਜਦੋਂ ਅਸੀਂ ਹੋਰ ਕੁਝ ਨਹੀਂ ਕਰ ਸਕਦੇ, ਤਾਂ ਘੱਟੋ ਘੱਟ ਪਿਆਰ ਤਾਂ ਕਰ ਹੀ ਸਕਦੇ ਹਾਂ, ਬਦਲੇ ਵਿੱਚ ਕਿਸੇ ਵੀ ਚੀਜ਼ ਦੀ ਉਮੀਦ ਕੀਤੇ ਬਿਨਾਂ ਜਾਂ ਇਹ ਉਮੀਦ ਕੀਤੇ ਬਿਨਾਂ ਕਿ ਉਹ ਵਿਅਕਤੀ ਬਦਲ ਜਾਵੇਗਾ ਜਾਂ ਸਾਨੂੰ ਧੰਨਵਾਦ ਕਰੇਗਾ।

ਜੇ ਅਸੀਂ ਅਜਿਹਾ ਕਰੀਏ, ਤਾਂ ਪਿਆਰ ਦੀ ਊਰਜਾ ਸਾਡੇ ਚਾਰੋਂ ਪਾਸੇ ਬ੍ਰਹਿਮੰਡ ਨੂੰ ਬਦਲਣ ਲੱਗਦੀ ਹੈ। ਜਦੋਂ ਉਹ ਊਰਜਾ ਪ੍ਰਗਟ ਹੁੰਦੀ ਹੈ, ਤਾਂ ਆਪਣਾ ਜਾਦੂ ਕਰ ਦਿਖਾਉਂਦੀ ਹੈ।

ਰੋਮਾਂਟਿਕ ਕਵੀ ਜੌਹਨ ਕੀਟਸ ਨੇ ਕਵਿਤਾ ਦੀ ਬਹੁਤ ਖ਼ੂਬਸੂਰਤ ਪ੍ਰੀਭਾਸ਼ਾ ਦਿੱਤੀ ਹੈ, ਅਸੀਂ ਵੀ ਕਰ ਸਕਦੇ ਹਾਂ, ਚੁਣ ਸਕਦੇ ਹਾਂ ਜੇਕਰ ਅਸੀਂ ਇਸ ਪ੍ਰੀਭਾਸ਼ਾ ਨੂੰ ਜ਼ਿੰਦਗੀ ਦੀ ਪ੍ਰੀਭਾਸ਼ਾ ਸਮਝ ਲਈਏ:

"ਮੈਂ ਸਮਝਦਾ ਹਾਂ ਕਿ ਕਵਿਤਾ ਨੂੰ ਬਹੁਤਾਤ ਨਾਲ ਹੈਰਾਨ ਕਰਨਾ ਚਾਹੀਦਾ ਹੈ, ਨਾ ਕਿ ਵਿਲੱਖਣਤਾ ਨਾਲ; ਇਸਨੂੰ ਪਾਠਕ ਨੂੰ ਉਸਦੇ ਉੱਚਤਮ ਵਿਚਾਰਾਂ ਦੀ ਸ਼ਬਦਾਵਲੀ ਵਜੋਂ ਪ੍ਰਭਾਵਿਤ ਕਰਨਾ ਚਾਹੀਦਾ ਹੈ ਅਤੇ ਲਗਭਗ ਇੱਕ ਯਾਦਦਾਸ਼ਤ ਵਜੋਂ ਪ੍ਰਗਟ ਹੋਣਾ ਚਾਹੀਦਾ ਹੈ।

ਸੁੰਦਰਤਾ ਦੀ ਇਸਦੀ ਛੂਹ ਕਦੇ ਅੱਧੀ-ਅਧੂਰੀ ਨਹੀਂ ਹੋਣੀ ਚਾਹੀਦੀ, ਜੋ ਪਾਠਕ ਨੂੰ ਸੰਤੁਸ਼ਟ ਕਰਨ ਦੀ ਥਾਂ ਬੇਹੋਸ਼ ਕਰ ਦੇਵੇ। ਚਿੱਤਰਾਂ ਦਾ ਉਥਾਨ, ਵਾਧਾ, ਸੂਰਜ ਵਾਂਗ, ਕੁਦਰਤੀ ਲੱਗਣ ਚਾਹੀਦੇ ਹਨ, ਉਸ 'ਤੇ ਸੂਰਜ ਚਮਕਣਾ ਚਾਹੀਦਾ ਹੈ, ਅਤੇ ਇਸਨੂੰ ਸਾਦਗੀ ਨਾਲ ਡੁੱਬਣਾ ਚਾਹੀਦਾ ਹੈ, ਹਾਲਾਂਕਿ ਪੂਰੀ ਸ਼ਾਨਦਾਰਤਾ ਨਾਲ, ਜੋ ਇਸਨੂੰ ਸੂਰਜ ਡੁੱਬਣ ਦੇ ਰੰਗਾਂ ਵਿਚ ਛੱਡ ਸਕੇ।"

ਪੰਦਰਾਂ ਸਾਲ ਪਹਿਲਾਂ, ਜਦ ਮੁਸਾਫ਼ਿਰ ਆਪਣੀ ਆਸਥਾ ਤੋਂ ਇਨਕਾਰ ਕਰ ਰਿਹਾ ਸੀ, ਉਹ ਆਪਣੀ ਪਤਨੀ ਅਤੇ ਇੱਕ ਦੋਸਤ ਨਾਲ ਰਿਓ ਦੇ ਜਨੇਰਿਓ ਵਿੱਚ ਸੀ। ਉਹਨਾਂ ਥੋੜ੍ਹੀ ਜਿਹੀ ਸ਼ਰਾਬ ਪੀਤੀ ਅਤੇ ਉਸ ਤੋਂ ਬਾਅਦ ਇੱਕ ਹੋਰ ਪੁਰਾਣਾ ਦੋਸਤ ਉਹਨਾਂ ਕੋਲ ਆ ਗਿਆ, ਜਿਸ ਨਾਲ ਉਹਨਾਂ ਨੇ 1960 ਅਤੇ 1970 ਦੇ ਦਹਾਕਿਆਂ ਵਿੱਚ ਕਈ ਸਾਹਸੀ ਕਾਰਨਾਮੇ ਸਾਂਝੇ ਕੀਤੇ ਸਨ।

"ਹੁਣ ਤੂੰ ਕੀ ਕਰ ਰਿਹਾ ਹੈਂ?" ਮੁਸਾਫ਼ਿਰ ਨੇ ਪੁੱਛਿਆ।

"ਮੈਂ ਪਾਦਰੀ ਹਾਂ," ਦੋਸਤ ਨੇ ਕਿਹਾ।

ਜਦੋਂ ਉਹ ਰੈਸਟੋਰੈਂਟ ਤੋਂ ਬਾਹਰ ਨਿਕਲੇ, ਤਾਂ ਮੁਸਾਫ਼ਿਰ ਨੇ ਫੁੱਟਪਾਥ 'ਤੇ ਸੌਂ ਰਹੇ ਇੱਕ ਬੱਚੇ ਵੱਲ ਇਸ਼ਾਰਾ ਕੀਤਾ।

"ਦੇਖ, ਯੀਸੂ ਦੁਨੀਆ ਦੀ ਕਿੰਨੀ ਚਿੰਤਾ ਕਰਦੇ ਹਨ?" ਉਹ ਵਿਡੰਬਨਾਪੂਰਨ ਲਹਿਜ਼ੇ ਵਿੱਚ ਕਹਿੰਦਾ ਹੈ।

"ਬਿਲਕੁਲ," ਪਾਦਰੀ ਨੇ ਕਿਹਾ, "ਯੀਸੂ ਨੇ ਬੱਚੇ ਨੂੰ ਐਨੀ ਸਹੀ ਥਾਂ ਤੇ ਰੱਖਿਆ ਹੈ ਕਿ ਤੂੰ ਉਸਨੂੰ ਦੇਖ ਸਕੇਂ ਅਤੇ ਤੈਨੂੰ ਇਹ ਅਹਿਸਾਸ ਹੋਵੇ ਕਿ ਤੂੰ ਵਾਕਈ ਮਦਦ ਵਜੋਂ ਕੁਝ ਕਰ ਸਕਦਾ ਹੈਂ।"

ਦੁਨੀਆ ਦਾ ਸਭ ਤੋਂ ਛੋਟਾ ਸੰਵਿਧਾਨ ਲਿਖਣ ਦੀ ਕੋਸ਼ਿਸ਼ ਲਈ ਯਹੂਦੀ ਅਧਿਆਤਮਕ ਲੋਕਾਂ ਦਾ ਇਕ ਸਮੂਹ ਇਕੱਠਾ ਹੋਇਆ। ਫ਼ੈਸਲਾ ਹੋਇਆ ਕਿ ਕਿਸੇ ਵਿਅਕਤੀ ਨੂੰ ਇਕ ਪੈਰ 'ਤੇ ਸੰਤੁਲਨ ਬਣਾਉਣ ਵਿੱਚ ਜਿੰਨਾ ਸਮਾਂ ਲੱਗਦਾ ਹੈ, ਉਸੇ ਸਮੇਂ ਵਿੱਚ ਜੇ ਕੋਈ ਮਨੁੱਖੀ ਵਿਹਾਰ ਨੂੰ ਨਿਯੰਤਰਿਤ ਕਰਨ ਵਾਲੇ ਨਿਯਮਾਂ ਦਾ ਸਾਰ ਤਿਆਰ ਕਰਨ ਵਿੱਚ ਸਮਰੱਥ ਹੋਵੇ, ਤਾਂ ਉਹ ਆਪਣੇ ਸਮੇਂ ਦਾ ਸਭ ਤੋਂ ਮਹਾਨ ਸੰਤ ਮੰਨਿਆ ਜਾਵੇਗਾ।

ਇਕ ਨੇ ਕਿਹਾ, "ਕਾਨੂੰਨ ਤੋੜਨ ਵਾਲਿਆਂ ਨੂੰ ਪਰਮਾਤਮਾ ਸਜ਼ਾ ਦਿੰਦਾ ਹੈ।"

ਦੂਜੇ ਲੋਕਾਂ ਦਾ ਤਰਕ ਸੀ ਕਿ ਇਹ ਕਾਨੂੰਨ ਨਹੀਂ, ਸਗੋਂ ਧਮਕੀ ਬਹੁਤ ਹੈ ਅਤੇ ਉਸ ਕਾਨੂੰਨ ਨੂੰ ਰੱਦ ਕਰ ਦਿੱਤਾ ਗਿਆ।

ਤਦ ਰੱਬੀ ਹਿਲੇਲ ਉੱਥੇ ਪਹੁੰਚੇ ਅਤੇ ਇਕ ਪੈਰ 'ਤੇ ਖੜ੍ਹੇ ਹੋ ਕੇ ਕਿਹਾ:

"ਦੂਜਿਆਂ ਨਾਲ ਉਹ ਸਲੂਕ ਨਾ ਕਰੋ ਜੋ ਤੁਹਾਨੂੰ ਆਪਣੇ ਨਾਲ ਪਸੰਦ ਨਹੀਂ: ਇਹੀ ਪੂਰੀ ਤੋਰਾਹ (Torah) ਹੈ; ਬਾਕੀ ਸਿਰਫ ਉਸ ਦੀ ਵਿਆਖਿਆ ਹੈ।"

ਅਤੇ ਇਸ ਤਰ੍ਹਾਂ ਰੱਬੀ ਹਿਲੇਲ ਨੂੰ ਉਹਨਾਂ ਦੇ ਸਮੇਂ ਦਾ ਸਭ ਤੋਂ ਮਹਾਨ ਸੰਤ ਮੰਨ ਲਿਆ ਗਿਆ।

ਆਪਣੇ ਦੋਸਤ ਅਤੇ ਮੂਰਤੀਕਾਰ ਜੇਕਬ ਐਪਸਟਾਈਨ ਦੇ ਘਰ ਇੱਕ ਵੱਡਾ ਪੱਥਰ ਵੇਖ ਕੇ, ਨਾਟਕਕਾਰ ਜੌਰਜ ਬਰਨਾਰਡ ਸ਼ਾਹ ਨੇ ਪੁੱਛਿਆ:

"ਤੁਸੀਂ ਇਸ ਗ੍ਰੇਨਾਈਟ ਦਾ ਕੀ ਕਰਨ ਵਾਲੇ ਹੋ?"

"ਇਹ ਤਾਂ ਮੈਨੂੰ ਅਜੇ ਤੱਕ ਪਤਾ ਨਹੀਂ। ਮੈਂ ਹਾਲੇ ਵੀ ਯੋਜਨਾ ਬਣਾਉਣ ਵਿੱਚ ਲੱਗਾ ਹਾਂ।"

"ਤੁਹਾਡਾ ਮਤਲਬ ਹੈ ਕਿ ਤੁਸੀਂ ਆਪਣੇ ਕੰਮ ਦੀ ਯੋਜਨਾ ਬਣਾਉਂਦੇ ਹੋ?" ਸ਼ਾਹ ਨੇ ਕਿਹਾ। "ਕਿਉਂ, ਮੈਂ ਤਾਂ ਆਪਣਾ ਦਿਮਾਗ਼ ਦਿਨ ਵਿੱਚ ਕਈ ਵਾਰ ਬਦਲਦਾ ਹਾਂ!"

"ਚਾਰ ਆਉਂਸ ਦੀ ਪਾਂਡੂਲਿਪੀ ਦੇ ਮਾਮਲੇ ਵਿੱਚ ਤਾਂ ਇਹ ਬਹੁਤ ਚੰਗਾ ਹੈ," ਮੂਰਤੀਕਾਰ ਨੇ ਜਵਾਬ ਦਿੱਤਾ, "ਪਰ ਚਾਰ ਟਨ ਪੱਥਰ ਦੇ ਮਾਮਲੇ ਵਿੱਚ ਨਹੀਂ।"

ਗੁਰੂ ਕਹਿੰਦੇ ਹਨ:

ਸਾਨੂੰ ਸਭ ਨੂੰ ਪਤਾ ਹੈ ਕਿ ਆਪਣਾ ਕੰਮ ਬਿਹਤਰ ਢੰਗ ਨਾਲ ਕਿਵੇਂ ਕੀਤਾ ਜਾਵੇ, ਪਰ ਜਿਸ ਆਦਮੀ ਨੇ ਅਸਲ ਵਿੱਚ ਕੋਈ ਕੰਮ ਕਰਨਾ ਹੋਵੇ, ਉਹੀ ਉਸ ਦੀਆਂ ਮੁਸ਼ਕਲਾਂ ਨੂੰ ਸਮਝਦਾ ਹੈ।

ਐਬਟ ਜੋਆਓ ਪੀਕੈਨੋ ਨੇ ਸੋਚਿਆ: "ਮੈਨੂੰ ਫਰਿਸ਼ਤਿਆਂ ਵਰਗੇ ਬਣਨਾ ਚਾਹੀਦਾ ਹੈ, ਜੋ ਕੁਝ ਨਹੀਂ ਕਰਦੇ ਸਿਵਾਏ ਰੱਬ ਦੀ ਮਹਿਮਾ ਦਾ ਚਿੰਤਨ ਕਰਨ ਦੇ।" ਉਸ ਰਾਤ, ਉਹ ਸਕੇਟਿਸ ਮਠ ਛੱਡ ਕੇ ਮਾਰੂਥਲ ਵੱਲ ਚਲਾ ਗਿਆ।

ਇੱਕ ਹਫ਼ਤਾ ਬਾਅਦ, ਉਹ ਵਾਪਸ ਆ ਗਿਆ। ਦਰਵਾਜ਼ੇ ਉੱਤੇ ਇਕ ਭਿਕਸ਼ੂ ਨੇ ਦਰਵਾਜ਼ਾ ਖੜਕਣ ਦੀ ਅਵਾਜ਼ ਸੁਣੀ ਤੇ ਪੁੱਛਿਆ, "ਕੌਣ ਹੈ?"

"ਮੈਂ ਐਬਟ ਜੋਆਓ ਹਾਂ," ਐਬਟ ਨੇ ਕਿਹਾ। "ਮੈਂ ਭੁੱਖਾ ਹਾਂ।"

"ਇਹ ਤਾਂ ਹੋ ਹੀ ਨਹੀਂ ਸਕਦਾ," ਭਿਕਸ਼ੂ ਨੇ ਕਿਹਾ। "ਐਬਟ ਜੋਆਓ ਤਾਂ ਰੇਗਿਸਥਾਨ ਵਿੱਚ ਹਨ, ਫਰਿਸ਼ਤੇ ਬਣ ਰਹੇ ਹਨ। ਉਹ ਹੁਣ ਭੁੱਖ ਮਹਿਸੂਸ ਨਹੀਂ ਕਰਦੇ ਅਤੇ ਨਾ ਹੀ ਉਹਨਾਂ ਨੂੰ ਖਾਣ ਲਈ ਮਿਹਨਤ ਕਰਨ ਦੀ ਲੋੜ ਹੈ।"

"ਮੇਰੀ ਅਹੰਕਾਰਤਾ ਨੂੰ ਮੁਆਫ਼ ਕਰ ਦਿਓ," ਐਬਟ ਜੋਆਓ ਨੇ ਕਿਹਾ, "ਫਰਿਸ਼ਤੇ ਸਾਡੀ ਮਦਦ ਕਰਦੇ ਹਨ। ਇਹੀ ਉਨ੍ਹਾਂ ਦੀ ਸੇਵਾ ਹੈ, ਅਤੇ ਇਨ੍ਹਾਂ ਕੰਮਾਂ ਕਰਕੇ ਹੀ ਉਹ ਰੱਬ ਦੀ ਮਹਿਮਾ ਦੇ ਦਰਸ਼ਨ ਕਰਦੇ ਹਨ। ਮੈਂ ਵੀ ਆਪਣੇ ਰੋਜ਼ਾਨਾ ਦੇ ਕੰਮ ਕਰਕੇ ਉਸ ਦੀ ਮਹਿਮਾ ਦਾ ਅਨੁਭਵ ਕਰ ਸਕਦਾ ਹਾਂ।"

ਜਦੋਂ ਭਿਕਸ਼ੂ ਨੇ ਇਹ ਨਿਮਰ ਬੋਲ ਸੁਣੇ, ਉਸ ਨੇ ਮਠ ਦਾ ਦਰਵਾਜ਼ਾ ਖੋਲ੍ਹ ਦਿੱਤਾ।

ਇਨਸਾਨ ਨੇ ਵਿਨਾਸ਼ ਦੇ ਜਿਨ੍ਹੇ ਵੀ ਤਾਕਤਵਰ ਹਥਿਆਰਾਂ ਦੀ ਖੋਜ ਕੀਤੀ ਹੈ, ਉਨ੍ਹਾਂ ਵਿੱਚ ਸਭ ਤੋਂ ਡਰਾਉਣਾ ਅਤੇ ਸਭ ਤੋਂ ਕਾਇਰ ਹਥਿਆਰ 'ਸ਼ਬਦ' ਹਨ।

ਚਾਕੂ ਅਤੇ ਬੰਦੂਕ ਖ਼ੂਨ ਦੇ ਦਾਗ ਛੱਡ ਦਿੰਦੀਆਂ ਹਨ। ਬੰਬ ਇਮਾਰਤਾਂ ਅਤੇ ਸੜਕਾਂ ਨੂੰ ਤਬਾਹ ਕਰ ਦਿੰਦੇ ਹਨ। ਜ਼ਹਿਰ ਦਾ ਪਤਾ ਲਗਾਇਆ ਜਾ ਸਕਦਾ ਹੈ।

ਗੁਰੂ ਕਹਿੰਦੇ ਹਨ: ਸ਼ਬਦ ਬਿਨਾਂ ਕੋਈ ਨਿਸ਼ਾਨ ਛੱਡੇ ਵਿਨਾਸ਼ ਕਰ ਸਕਦਾ ਹੈ। ਬੱਚੇ ਸਾਲਾਂ ਤੱਕ ਆਪਣੇ ਮਾਪਿਆਂ ਦੇ ਸ਼ਬਦਾਂ ਦੇ ਨਿਯੰਤਰਣ ਹੇਠ ਰਹਿੰਦੇ ਹਨ, ਮਰਦਾਂ ਵੱਲੋਂ ਕਠੋਰਤਾ ਨਾਲ ਆਲੋਚਨਾ ਕੀਤੀ ਜਾਂਦੀ ਹੈ, ਔਰਤਾਂ ਨੂੰ ਆਪਣੇ ਪਤੀਆਂ ਦੀਆਂ ਟਿੱਪਣੀਆਂ ਰਾਹੀਂ ਨਿਰਾਦਰ ਕਰਕੇ ਨੁਕਸਾਨ ਪਹੁੰਚਾਇਆ ਜਾਂਦਾ ਹੈ। ਧਰਮ ਵਿੱਚ ਵਿਸ਼ਵਾਸ ਰੱਖਣ ਵਾਲਿਆਂ ਨੂੰ ਉਹਨਾਂ ਲੋਕਾਂ ਵੱਲੋਂ ਧਰਮ ਤੋਂ ਦੂਰ ਰੱਖਿਆ ਜਾਂਦਾ ਹੈ, ਜਿਨ੍ਹਾਂ ਦਾ ਇਹ ਵਿਸ਼ਵਾਸ ਹੈ ਕਿ ਉਹ ਪਰਮੇਸ਼ਰ ਦੀ ਬਾਣੀ ਦੀ ਵਿਆਖਿਆ ਕਰ ਸਕਦੇ ਹਨ।

ਕੀ ਤੁਸੀਂ ਖ਼ੁਦ ਵੀ ਇਸ ਹਥਿਆਰ ਦੀ ਵਰਤੋਂ ਕਰ ਰਹੇ ਹੋ? ਕੀ ਇਹ ਹਥਿਆਰ ਤੁਹਾਡੇ ਖ਼ਿਲਾਫ ਵਰਤਿਆ ਜਾ ਰਿਹਾ ਹੈ? ਜੇ ਐਸਾ ਹੈ, ਤਾਂ ਦੋਵਾਂ ਹਾਲਤਾਂ ਨੂੰ ਵਾਪਰਨ ਨਾ ਦਿਓ।

ਕੈਰਨ ਵਿਲੀਅਮਜ਼ ਇਕ ਬਹੁਤ ਹੀ ਅਜੀਬ ਹਾਲਤ ਦਾ ਵਰਣਨ ਕਰਨ ਦੀ ਕੋਸ਼ਿਸ਼ ਕਰ ਰਹੇ ਹਨ:

"ਕਲਪਨਾ ਕਰੋ ਕਿ ਜੀਵਨ ਬੇਦਾਗ਼ ਹੈ। ਤੁਸੀਂ ਇੱਕ ਬੇਦਾਗ਼ ਦੁਨੀਆ ਵਿੱਚ ਬੇਦਾਗ਼ ਲੋਕਾਂ ਨਾਲ ਰਹਿ ਰਹੇ ਹੋ, ਜਿੱਥੇ ਤੁਹਾਡੀ ਸੰਭਾਵਿਤ ਹਰ ਜ਼ਰੂਰਤ ਦੀ ਚੀਜ਼ ਉਪਲਬਧ ਹੈ, ਜਿੱਥੇ ਹਰ ਕੋਈ ਬੇਦਾਗ਼ ਢੰਗ ਨਾਲ, ਸਹੀ ਸਮੇਂ ਤੇ ਸਭ ਕੁਝ ਕਰ ਰਿਹਾ ਹੈ। ਇਸ ਦੁਨੀਆ ਵਿੱਚ ਉਹ ਸਾਰਾ ਕੁਝ ਹੈ, ਜਿਸਦੀ ਤੁਸੀਂ ਇੱਛਾ ਕਰ ਸਕਦੇ ਹੋ, ਜਿਸ ਵਿੱਚ ਉਹੀ ਹੋ ਸਕਦਾ ਹੈ, ਜਿਸਦਾ ਤੁਸੀਂ ਸਪਨਾ ਵੇਖਿਆ ਸੀ ਅਤੇ ਤੁਸੀਂ ਜਿੰਨਾ ਚਾਹੋ ਜਿਉਂ ਸਕਦੇ ਹੋ।

"ਕਲਪਨਾ ਕਰੋ ਕਿ ਸੌ ਜਾਂ ਦੋ ਸੌ ਸਾਲ ਬਾਅਦ, ਤੁਸੀਂ ਇਕ ਬੈਂਚ 'ਤੇ ਬੈਠੇ ਹੋ ਇਕ ਸ਼ਾਨਦਾਰ ਨਜ਼ਾਰੇ ਦੇ ਸਾਹਮਣੇ, ਬਿਲਕੁਲ ਸਾਫ਼-ਸੁਥਰੇ ਢੰਗ ਨਾਲ, ਅਤੇ ਸੋਚ ਰਹੇ ਹੋ, 'ਕਿੰਨੀ ਬੋਰੀਅਤ ਹੈ! ਉਤਸ਼ਾਹ ਕਿੱਥੇ ਹੈ?'

"ਤਦ, ਤੁਹਾਡਾ ਧਿਆਨ ਅਚਾਨਕ ਤੁਹਾਡੇ ਸਾਹਮਣੇ ਇਕ ਲਾਲ ਬਟਨ ਵੱਲ ਜਾਂਦਾ ਹੈ, ਜਿਸ 'ਤੇ ਲਿਖਿਆ ਹੈ: 'ਆਸ਼ਚਰਜ!'

"ਇਸ ਸ਼ਬਦ ਦਾ ਕੀ ਮਤਲਬ ਹੋ ਸਕਦਾ ਹੈ, ਇਸ ਬਾਰੇ ਸੋਚ-ਵਿਚਾਰ ਕਰਨ ਤੋਂ ਬਾਅਦ, ਕੀ ਤੁਸੀਂ ਉਹ ਬਟਨ ਦਬਾਉਂਦੇ ਹੋ? ਬੇਸ਼ੱਕ! ਫਿਰ ਤੁਸੀਂ ਇਕ ਹਨੇਰੀ ਸੁਰੰਗ ਵਿੱਚ ਦਾਖ਼ਲ ਹੁੰਦੇ ਹੋ ਅਤੇ ਉਸ ਦੁਨੀਆ ਵਿੱਚ ਬਾਹਰ ਨਿਕਲਦੇ ਹੋ, ਜਿਸ ਵਿੱਚ ਤੁਸੀਂ ਅਜੇ ਇਸ ਸਮੇਂ ਰਹਿ ਰਹੇ ਹੋ।"

ਪਾਉਲੋ ਕੋਇਲੋ

ਇੱਕ ਰੇਗਿਸਤਾਨੀ ਲੋਕ ਕਥਾ ਉਸ ਆਦਮੀ ਦੀ ਕਹਾਣੀ ਦੱਸਦੀ ਹੈ, ਜੋ ਇੱਕ ਨਖਲਿਸਤਾਨ ਤੋਂ ਦੂਜੇ ਨਖਲਿਸਤਾਨ ਤੱਕ ਜਾ ਰਿਹਾ ਸੀ ਅਤੇ ਉਸ ਨੇ ਆਪਣੇ ਉੱਠ 'ਤੇ ਸਾਮਾਨ ਲੱਦਣਾ ਸ਼ੁਰੂ ਕੀਤਾ। ਉਸ ਨੇ ਕੰਬਲ ਚੱਕ ਲਏ, ਰਸੋਈ ਦੇ ਭਾਂਡੇ ਲੈ ਲਏ, ਕੱਪੜਿਆਂ ਨਾਲ ਭਰੇ ਸੰਦੂਕ ਵੀ ਚੱਕ ਲਏ ਅਤੇ ਉੱਠ ਡੱਟ ਕੇ ਖੜ੍ਹਾ ਰਿਹਾ। ਜਦੋਂ ਉਹ ਜਾਣ ਲਈ ਤਿਆਰ ਸੀ, ਤਦ ਉਸ ਨੂੰ ਉਹ ਸੋਹਣਾ ਨੀਲਾ ਖੰਭ ਯਾਦ ਆਇਆ, ਜੋ ਇਕ ਵਾਰੀ ਉਸ ਦੇ ਪਿਤਾ ਨੇ ਉਸਨੂੰ ਦਿੱਤਾ ਸੀ।

ਉਸ ਨੇ ਵਾਪਸ ਮੁੜ ਕੇ ਉਸ ਨੂੰ ਵੀ ਉੱਠ 'ਤੇ ਲੱਦੇ ਸਾਮਾਨ ਵਿੱਚ ਧਰਨ ਦਾ ਫ਼ੈਸਲਾ ਕੀਤਾ।

ਉੱਠ ਤੁਰੰਤ ਉਸ ਭਾਰ ਹੇਠਾਂ ਆ ਕੇ ਡਿੱਗ ਪਿਆ ਅਤੇ ਮਰ ਗਿਆ।

ਉਸ ਆਦਮੀ ਨੇ ਨਿਸ਼ਚਿਤ ਹੀ ਸੋਚਿਆ ਹੋਵੇਗਾ: "ਇੱਕ ਖੰਭ ਦਾ ਭਾਰ ਮੇਰੇ ਉੱਠ ਲਈ ਬਹੁਤ ਜ਼ਿਆਦਾ ਸੀ।"

ਕਈ ਵਾਰੀ ਅਸੀਂ ਵੀ ਐਵੇਂ ਹੀ ਆਪਣੇ ਨੇੜੇ ਵਾਲਿਆਂ ਬਾਰੇ ਸੋਚਦੇ ਹਾਂ ਤੇ ਸਮਝਣ ਵਿੱਚ ਨਾਕਾਮ ਰਹਿੰਦੇ ਹਾਂ ਕਿ ਸਾਡੀ ਮਜ਼ਾਕੀਆ ਟਿੱਪਣੀ ਉਹ ਤਿਨਕਾ ਸਾਬਤ ਹੋ ਸਕਦੀ ਹੈ, ਜੋ ਉੱਠ ਦੀ ਕਮਰ ਤੋੜ ਦੇਵੇ।

“ਕਈ ਵਾਰੀ ਲੋਕ ਫਿਲਮਾਂ ਵਿੱਚ ਵੇਖੀਆਂ ਚੀਜ਼ਾਂ ਦੇ ਇੰਨੇ ਮੁਰੀਦ ਹੋ ਜਾਂਦੇ ਹਨ ਕਿ ਉਹ ਅਸਲੀ ਕਹਾਣੀ ਭੁੱਲ ਜਾਂਦੇ ਹਨ,” ਕਿਸੇ ਨੇ ਯਾਤਰੀ ਨੂੰ ਕਿਹਾ, ਜਦੋਂ ਉਹ ਮਿਆਮੀ ਬੰਦਰਗਾਹ ਵੱਲ ਦੇਖ ਰਹੇ ਸਨ।

“ਤੈਨੂੰ ਦਸ ਕਮਾਂਡਮੈਂਟਸ ਯਾਦ ਹਨ?”

“ਹਾਂ, ਹਾਂ। ਇੱਕ ਮੌਕੇ ਤੇ ਮੂਸਾ ਦੀ ਭੂਮਿਕਾ ਨਿਭਾ ਰਹੇ ਚਾਰਲਟਨ ਹੇਸਟਨ ਆਪਣੀ ਲਾਠੀ ਉੱਪਰ ਉਠਾਉਂਦੇ ਹਨ, ਤਾਂ ਪਾਣੀ ਰਾਹ ਛੱਡ ਦਿੰਦਾ ਹੈ ਅਤੇ ਹੀਬਰੂ ਲੋਕ ਲਾਲ ਸਾਗਰ ਨੂੰ ਪਾਰ ਕਰ ਜਾਂਦੇ ਹਨ।”

“ਬਾਈਬਲ ਵਿੱਚ ਇਹ ਕਹਾਣੀ ਵੱਖਰੀ ਹੈ,” ਦੂਜੇ ਆਦਮੀ ਨੇ ਕਿਹਾ, “ਉੱਥੇ ਪਰਮੇਸ਼ਰ ਮੂਸਾ ਨੂੰ ਹੁਕਮ ਦਿੰਦਾ ਹੈ: ‘ਇਜ਼ਰਾਈਲ ਦੇ ਬੱਚਿਆਂ ਨੂੰ ਕਹੋ ਕਿ ਉਹ ਅੱਗੇ ਵਧਣ।” ਅਤੇ ਜਦੋਂ ਉਹ ਚੱਲਣਾ ਸ਼ੁਰੂ ਕਰਦੇ ਹਨ, ਲਾਠੀ ਉੱਪਰ ਉਠਾਉਂਦੇ ਹਨ ਅਤੇ ਲਾਲ ਸਾਗਰ ਰਾਹ ਦੇ ਦਿੰਦਾ ਹੈ, ਮੂਸਾ ਆਪਣਾ ਰਾਹ ਆਪ ਬਣਾਉਂਦਾ ਹੈ, ਕਿਉਂਕਿ ਜਦੋਂ ਤੁਹਾਡੇ ਵਿੱਚ ਰਾਹ ਦੀ ਪਾਲਣਾ ਕਰਨ ਦਾ ਹੌਂਸਲਾ ਆ ਜਾਂਦਾ ਹੈ, ਤਾਂ ਰਾਹ ਆਪਣੇ ਆਪ ਖੁੱਲ੍ਹ ਜਾਂਦਾ ਹੈ।”

ਇਹ ਸ਼ਬਦ ਸਿਤਾਰਵਾਦਕ ਪਾਬਲੋ ਕਾਸਾਲ ਵੱਲੋਂ ਲਿਖੇ ਗਏ ਹਨ:

"ਮੈਂ ਹਰ ਦਿਨ ਪੁਨਰਜਨਮ ਲੈਂਦਾ ਹਾਂ। ਮੈਨੂੰ ਹਰ ਦਿਨ ਮੁੜ ਸ਼ੁਰੂਆਤ ਕਰਨੀ ਪੈਂਦੀ ਹੈ। ਪਿਛਲੇ ਅੱਸੀ ਸਾਲਾਂ ਤੋਂ, ਮੈਂ ਹਰ ਦਿਨ ਦੀ ਸ਼ੁਰੂਆਤ ਇੱਕੋ ਹੀ ਤਰੀਕੇ ਨਾਲ ਕਰਦਾ ਆ ਰਿਹਾ ਹਾਂ। ਇਹ ਕੋਈ ਮਕੈਨਕੀ ਰੋਜ਼ਾਨਾ ਕਾਰਜ ਨਹੀਂ ਹੈ, ਬਲਕਿ ਮੇਰੇ ਰੋਜ਼ਾਨਾ ਜੀਵਨ ਲਈ ਜ਼ਰੂਰੀ ਹੈ। ਮੈਂ ਪਿਆਨੋ ਕੋਲ ਜਾਂਦਾ ਹਾਂ, ਅਤੇ ਬਾਖ ਦੇ ਦੋ ਪ੍ਰਿਲਿਊਡ ਅਤੇ ਇੱਕ ਫਿਊਗ ਵਜਾਉਂਦਾ ਹਾਂ। ਇਹ ਮੇਰੇ ਘਰ ਤੇ ਇਕ ਕਿਸਮ ਦੀ ਮੰਗਲਕਾਮਨਾ ਹੁੰਦੀ ਹੈ, ਪਰ ਇਹ ਮਨੁੱਖਤਾ ਦੇ ਚਮਤਕਾਰ ਦਾ ਹਿੱਸਾ ਹੋਣ ਦੇ ਨਾਲ-ਨਾਲ, ਜੀਵਨ ਦੇ ਰਾਜ ਨਾਲ ਸੰਪਰਕ ਮੁੜ ਸਥਾਪਤ ਕਰਨ ਦਾ ਵੀ ਇਕ ਤਰੀਕਾ ਹੈ। ਇਸਦੇ ਬਾਵਜੂਦ ਕਿ ਮੈਂ ਇਹ ਪਿਛਲੇ ਅੱਸੀ ਸਾਲਾਂ ਤੋਂ ਕਰ ਰਿਹਾ ਹਾਂ, ਇਹ ਗੱਲ ਮੈਨੂੰ ਹਰ ਵਾਰ ਕੋਈ ਨਵੀਂ, ਅਦਭੁਤ ਅਤੇ ਯਕੀਨ ਨਾ ਆਉਣ ਵਾਲੀ ਕੋਈ ਸਿੱਖਿਆ ਦਿੰਦੀ ਹੈ।"

ਗੁਰੂ ਕਹਿੰਦੇ ਹਨ:

ਇੱਕ ਪਾਸੇ, ਅਸੀਂ ਜਾਣਦੇ ਹਾਂ ਕਿ ਪਰਮਾਤਮਾ ਦੀ ਖੋਜ ਕਰਨੀ ਮਹੱਤਵਪੂਰਨ ਹੈ। ਦੂਜੇ ਪਾਸੇ, ਜੀਵਨ ਸਾਨੂੰ ਉਸ ਤੋਂ ਦੂਰ ਕਰਦਾ ਜਾ ਰਿਹਾ ਹੈ; ਸਾਨੂੰ ਲੱਗਦਾ ਹੈ ਕਿ ਉਹ ਸਾਨੂੰ ਨਜ਼ਰਅੰਦਾਜ਼ ਕਰ ਰਿਹਾ ਹੈ ਜਾਂ ਅਸੀਂ ਆਪਣੀ ਰੋਜ਼ਾਨਾ ਜ਼ਿੰਦਗੀ ਵਿੱਚ ਬਹੁਤ ਜ਼ਿਆਦਾ ਵਿਅਸਤ ਹੋ ਜਾਂਦੇ ਹਾਂ। ਇਹ ਗੱਲ ਸਾਨੂੰ ਦੋਸ਼-ਭਾਵਨਾ ਨਾਲ ਭਰ ਦਿੰਦੀ ਹੈ: ਅਸੀਂ ਸੋਚਦੇ ਹਾਂ ਕਿ ਅਸੀਂ ਜਾਂ ਤਾਂ ਪਰਮਾਤਮਾ ਲਈ ਆਪਣੀ ਬਹੁਤ ਸਾਰੀ ਜ਼ਿੰਦਗੀ ਬਰਬਾਦ ਕਰ ਰਹੇ ਹਾਂ ਜਾਂ ਜੀਵਨ ਲਈ ਪਰਮਾਤਮਾ ਨੂੰ ਬਹੁਤ ਜ਼ਿਆਦਾ ਤਿਆਗ ਰਹੇ ਹਾਂ।

ਇਹ ਦੁਬਿਧਾ ਭਰੀ ਸੋਚ ਇਕ ਅਚੰਭਿਤ ਕਲਪਨਾ ਹੈ: ਪਰਮਾਤਮਾ ਸਾਡੀ ਜ਼ਿੰਦਗੀ ਵਿੱਚ ਹੈ ਅਤੇ ਸਾਡੀ ਜ਼ਿੰਦਗੀ ਪਰਮਾਤਮਾ ਵਿੱਚ। ਆਪਣੀ ਕਿਸਮਤ ਨੂੰ ਵਧੀਆ ਤਰੀਕੇ ਨਾਲ ਸਮਝਣ ਲਈ ਸਾਨੂੰ ਇਸ ਗੱਲ ਬਾਰੇ ਸਾਵਧਾਨ ਰਹਿਣਾ ਜ਼ਰੂਰੀ ਹੈ। ਜਦੋਂ ਤਕ ਅਸੀਂ ਆਪਣੀ ਰੋਜ਼ਾਨਾ ਜ਼ਿੰਦਗੀ ਨਾਲ ਸਹੀ ਸੰਤੁਲਨ ਬੈਠਾਵਾਂਗੇ, ਉਸ ਵਕਤ ਅਸੀਂ ਸਹੀ ਰਾਹ 'ਤੇ ਹੋਵਾਂਗੇ ਅਤੇ ਆਪਣੇ ਉੱਦਮਾਂ ਨੂੰ ਪੂਰਾ ਕਰਨ ਵਿੱਚ ਸਮਰੱਥ ਹੋਵਾਂਗੇ।

ਪਾਬਲੋ ਪਿਕਾਸੋ ਨੇ ਕਿਹਾ ਸੀ:

"ਪਰਮਾਤਮਾ ਇੱਕ ਕਲਾਕਾਰ ਹੈ। ਉਸਨੇ ਜਿਰਾਫ਼, ਹਾਥੀ ਅਤੇ ਕੀੜੀਆਂ ਦੀ ਖੋਜ ਕੀਤੀ। ਉਹ ਕਦੇ ਕਿਸੇ ਇਕ ਤਰੀਕੇ ਦੀ ਵਰਤੋਂ ਨਹੀਂ ਕਰ ਰਿਹਾ ਸੀ, ਉਹ ਸਿਰਫ਼ ਉਹੀ ਕਰ ਰਿਹਾ ਸੀ, ਜੋ ਉਸਦਾ ਮਨ ਕਰਦਾ ਸੀ।"

ਗੁਰੂ ਕਹਿੰਦੇ ਹਨ:

ਜਦੋਂ ਅਸੀਂ ਆਪਣੇ ਰਸਤੇ 'ਤੇ ਚੱਲਣਾ ਸ਼ੁਰੂ ਕਰਦੇ ਹਾਂ, ਤਾਂ ਅਸੀਂ ਡਰ ਨਾਲ ਭਰੇ ਹੁੰਦੇ ਹਾਂ; ਸਾਨੂੰ ਲੱਗਦਾ ਹੈ ਕਿ ਸਾਨੂੰ ਹਰ ਕੰਮ ਬੇਦਾਗ਼ ਕਰਨਾ ਚਾਹੀਦਾ ਹੈ। ਜਿਵੇਂ ਕਿ ਸਾਡੇ ਸਾਰਿਆਂ ਦਾ ਜੀਵਨ ਅਨੋਖਾ ਹੈ, ਤਾਂ ਇਹ ਬੇਦਾਗ਼ਤਾ ਦਾ ਵਿਚਾਰ ਕਿੱਥੋਂ ਆਇਆ? ਪਰਮਾਤਮਾ ਨੇ ਜਿਰਾਫ਼, ਹਾਥੀ ਅਤੇ ਕੀੜੀਆਂ ਬਣਾਈਆਂ ਹਨ, ਤਾਂ ਫਿਰ ਕਿਸੇ ਖ਼ਾਸ ਮਾਡਲ ਦੀ ਵਰਤੋਂ ਕਰਨੀ ਕਿਉਂ ਜ਼ਰੂਰੀ ਹੈ?

ਮਾਡਲ ਸਿਰਫ਼ ਇਹ ਦਰਸਾਉਂਦੇ ਹਨ ਕਿ ਬਾਕੀ ਲੋਕ ਆਪਣੀਆਂ ਹਕੀਕਤਾਂ ਨੂੰ ਕਿਵੇਂ ਪਰਿਭਾਸ਼ਿਤ ਕਰਦੇ ਹਨ, ਅਤੇ ਅਸੀਂ ਅਕਸਰ ਉਹ ਗ਼ਲਤੀਆਂ ਕਰਨ ਤੋਂ ਨਹੀਂ ਬਚ ਸਕਦੇ ਜੋ ਹੋਰ ਲੋਕਾਂ ਨੇ ਕੀਤੀਆਂ ਹੁੰਦੀਆਂ ਹਨ। ਪਰ ਜ਼ਿੰਦਾ ਹੋਣ ਦੀ ਸੂਰਤ ਵਿੱਚ ਸਿਰਫ਼ ਅਸੀਂ ਹੀ ਇਹ ਕਰ ਸਕਦੇ ਹਾਂ।

ਕਈ ਧਰਮਪਾਲ ਯਹੂਦੀ ਸਿਨਗਾਗ (ਯਹੂਦੀਆਂ ਦਾ ਪੂਜਾ ਸਥਾਨ) ਵਿੱਚ ਪ੍ਰਾਰਥਨਾ ਕਰ ਰਹੇ ਸਨ ਕਿ ਅਚਾਨਕ ਉਹਨਾਂ ਨੂੰ ਏ. ਬੀ. ਸੀ. ਡੀ. ਦਾ ਪਾਠ ਕਰਦੇ ਇੱਕ ਬੱਚੇ ਦੀ ਆਵਾਜ਼ ਸੁਣਾਈ ਦਿੱਤੀ।

ਉਹਨਾਂ ਨੇ ਪਵਿੱਤਰ ਛੰਦਾਂ 'ਤੇ ਧਿਆਨ ਕੇਂਦਰਿਤ ਕਰਨ ਦੀ ਕੋਸ਼ਿਸ਼ ਕੀਤੀ, ਪਰ ਉਹ ਆਵਾਜ਼ ਲਗਾਤਾਰ ਦੁਹਰਾਈ ਜਾਂਦੀ ਰਹੀ: "ਏ. ਬੀ. ਸੀ. ਡੀ....."

ਇੱਕ ਰੱਬੀ ਉਸ ਬੱਚੇ ਕੋਲ ਗਿਆ ਅਤੇ ਕਿਹਾ:

"ਤੂੰ ਇਹ ਕਿਉਂ ਕਰ ਰਿਹਾ ਹੈਂ?"

"ਕਿਉਂਕਿ ਮੈਂ ਪਵਿੱਤਰ ਛੰਦ ਨਹੀਂ ਜਾਣਦਾ," ਬੱਚੇ ਨੇ ਕਿਹਾ, "ਅਤੇ ਮੈਂ ਉਮੀਦ ਕਰ ਰਿਹਾ ਸੀ ਕਿ ਜੇ ਮੈਂ ਵਰਣਮਾਲਾ ਦੇ ਅੱਖਰਾਂ ਦਾ ਪਾਠ ਕਰਾਂਗਾ, ਤਾਂ ਪਰਮੇਸ਼ਰ ਉਹਨਾਂ ਅੱਖਰਾਂ ਨਾਲ ਸਹੀ ਸ਼ਬਦ ਬਣਾਵੇਗਾ।"

"ਇਸ ਸਿੱਖਿਆ ਲਈ ਤੇਰਾ ਧੰਨਵਾਦ," ਰੱਬੀ ਨੇ ਕਿਹਾ, "ਮੈਂ ਸਿਰਫ਼ ਇਹ ਉਮੀਦ ਕਰਦਾ ਹਾਂ ਕਿ ਮੈਂ ਇਸ ਧਰਤੀ 'ਤੇ ਪਰਮੇਸ਼ਰ ਨੂੰ ਆਪਣੇ ਦਿਨ ਉਸੇ ਤਰ੍ਹਾਂ ਦੇ ਸਕਾਂ, ਜਿਸ ਤਰ੍ਹਾਂ ਤੂੰ ਉਨ੍ਹਾਂ ਨੂੰ ਵਰਣਮਾਲਾ ਦੇ ਅੱਖਰ ਦੇ ਰਿਹਾ ਹੈਂ।"

ਗੁਰੂ ਕਹਿੰਦੇ ਹਨ:

ਪਰਮੇਸ਼ਰ ਦੀ ਜੋ ਆਤਮਾ ਸਾਡੇ ਸਭ ਅੰਦਰ ਮੌਜੂਦ ਹੈ, ਉਸਨੂੰ ਫ਼ਿਲਮੀ ਪਰਦੇ ਵਾਂਗ ਦਰਸਾਇਆ ਜਾ ਸਕਦਾ ਹੈ। ਉਸ 'ਤੇ ਕਈ ਕਿਸਮਾਂ ਦੀਆਂ ਸਥਿਤੀਆਂ ਉਭਰਦੀਆਂ ਹਨ—ਲੋਕ ਪਿਆਰ ਕਰਦੇ ਹਨ, ਲੋਕ ਵੱਖਰੇ ਹੋ ਜਾਂਦੇ ਹਨ, ਖ਼ਜ਼ਾਨੇ ਲੱਭੇ ਜਾਂਦੇ ਹਨ, ਦੂਰ-ਦਰਾਜ ਦੇ ਦੇਸ਼ ਸਾਹਮਣੇ ਖੜ੍ਹੇ ਹੋ ਜਾਂਦੇ ਹਨ।

ਇਸ ਗੱਲ ਨਾਲ ਫ਼ਰਕ ਨਹੀਂ ਪੈਂਦਾ ਕਿ ਕਿਹੜੀ ਫ਼ਿਲਮ ਚੱਲ ਰਹੀ ਹੈ, ਪਰਦਾ ਉਹੀ, ਜਿਵੇਂ ਦਾ ਤਿਵੇਂ ਰਹਿੰਦਾ ਹੈ। ਇਸ ਗੱਲ ਦਾ ਵੀ ਕੋਈ ਅਸਰ ਨਹੀਂ ਕਿ ਹੰਝੂ ਵਹਾਏ ਜਾ ਰਹੇ ਹਨ ਜਾਂ ਖ਼ੂਨ, ਕਿਉਂਕਿ ਕੋਈ ਵੀ ਚੀਜ਼ ਪਰਦੇ ਦੀ ਸਫ਼ੈਦੀ ਨੂੰ ਗੰਦਾ ਨਹੀਂ ਕਰ ਸਕਦੀ।

ਪਰਮੇਸ਼ਰ ਫ਼ਿਲਮ ਦੇ ਪਰਦੇ ਵਾਂਗ ਹੈ—ਜੀਵਨ ਦੀਆਂ ਸਾਰੀਆਂ ਪੀੜਾਂ ਅਤੇ ਖ਼ੁਸ਼ੀਆਂ ਦੇ ਪਿੱਛੇ। ਜਦੋਂ ਫ਼ਿਲਮ ਖ਼ਤਮ ਹੋ ਜਾਵੇਗੀ, ਅਸੀਂ ਸਭ ਉਸਨੂੰ ਦੇਖਾਂਗੇ।

ਮਕਤੂਬ

ਇੱਕ ਤੀਰਅੰਦਾਜ਼ ਉਸ ਹਿੰਦੂ ਆਸ਼ਰਮ ਦੇ ਆਲੇ-ਦੁਆਲੇ ਘੁੰਮ ਰਿਹਾ ਸੀ, ਜੋ ਆਪਣੀਆਂ ਸਿੱਖਿਆਵਾਂ ਦੀ ਸਖ਼ਤੀ ਲਈ ਮਸ਼ਹੂਰ ਸੀ। ਉਸ ਵਕਤ ਉਸਨੂੰ ਬਾਗ ਵਿੱਚ ਭਿਖ਼ਸ਼ੂ ਦਿਸੇ, ਜੋ ਪੀ ਰਹੇ ਸਨ ਅਤੇ ਮਜ਼ੇ ਕਰ ਰਹੇ ਸਨ।

"ਕਿੰਨਾ ਬੁਰਾ ਹੈ," ਤੀਰਅੰਦਾਜ਼ ਨੇ ਜ਼ੋਰ ਨਾਲ ਕਿਹਾ, "ਪਰਮਾਤਮਾ ਦੇ ਰਸਤੇ 'ਤੇ ਚੱਲਣ ਵਾਲੇ ਸਦਾ ਕਹਿੰਦੇ ਹਨ ਕਿ ਅਨੁਸ਼ਾਸਨ ਕਿੰਨਾ ਮਹੱਤਵਪੂਰਨ ਹੈ, ਪਰ ਜਦੋਂ ਕੋਈ ਨਹੀਂ ਵੇਖ ਰਿਹਾ ਹੁੰਦਾ, ਤਾਂ ਉਹ ਪੀ ਕੇ ਨਸ਼ੇ ਵਿੱਚ ਹੋ ਜਾਂਦੇ ਹਨ!"

"ਜੇ ਤੂੰ ਇੱਕ ਤੋਂ ਲੈ ਕੇ ਸੌ ਤੀਰ ਲਗਾਤਾਰ ਚਲਾਵੇਂ, ਤਾਂ ਤੇਰੇ ਧਨੁਸ਼ ਦਾ ਕੀ ਹੋਵੇਗਾ?" ਸਭ ਤੋਂ ਵੱਡੇ ਭਿਖ਼ਸ਼ੂ ਨੇ ਪੁੱਛਿਆ।

"ਮੇਰਾ ਧਨੁਸ਼ ਟੁੱਟ ਜਾਵੇਗਾ," ਤੀਰਅੰਦਾਜ਼ ਨੇ ਕਿਹਾ।

"ਜੇ ਕੋਈ ਮਨੁੱਖ ਆਪਣੀਆਂ ਹੱਦਾਂ ਤੋਂ ਬਾਹਰ ਚਲ ਜਾਂਦਾ ਹੈ, ਤਾਂ ਉਸ ਦੀ ਸੰਕਲਪ-ਸ਼ਕਤੀ ਟੁੱਟ ਜਾਂਦੀ ਹੈ," ਭਿਖ਼ਸ਼ੂ ਨੇ ਕਿਹਾ, "ਜੇ ਤੂੰ ਆਪਣੇ ਕੰਮ ਅਤੇ ਆਰਾਮ ਵਿਚ ਸੰਤੁਲਨ ਨਹੀਂ ਬਿਠਾ ਸਕਦਾ, ਤਾਂ ਤੂੰ ਆਪਣਾ ਉਤਸ਼ਾਹ ਅਤੇ ਆਪਣਾ ਰਸਤਾ ਖੋਹ ਦੇਵੇਂਗਾ।"

ਇੱਕ ਰਾਜਾ ਨੇ ਸ਼ਾਂਤੀ-ਸਮਝੌਤੇ 'ਤੇ ਦਸਤਖ਼ਤ ਕਰਵਾਉਣ ਲਈ ਇੱਕ ਦੂਤ ਨੂੰ ਦੂਰ ਦੇਸ਼ ਭੇਜਿਆ। ਉਸ ਦੂਤ ਨੇ ਆਪਣੇ ਕੁਝ ਦੋਸਤਾਂ ਦੇ ਸਾਹਮਣੇ ਆਪਣੀ ਯਾਤਰਾ ਦੇ ਕਾਰਨ ਦਾ ਖੁਲਾਸਾ ਕਰ ਦਿੱਤਾ, ਜੋ ਉਸ ਦੇਸ਼ ਨਾਲ ਮਹੱਤਵਪੂਰਨ ਵਪਾਰਕ ਲੈਣ-ਦੇਣ ਵਿੱਚ ਸਨ। ਉਹਨਾਂ ਨੇ ਉਸ ਦੂਤ ਨੂੰ ਕੁਝ ਦਿਨ ਆਪਣੇ ਕੋਲ ਰੁਕਣ ਲਈ ਕਿਹਾ ਅਤੇ ਉਸ ਸ਼ਾਂਤੀ-ਸਮਝੌਤੇ ਦੀ ਵਜ੍ਹਾ ਨਾਲ, ਉਹਨਾਂ ਨੇ ਨਵੇਂ ਆਰਡਰ ਭੇਜ ਦਿੱਤੇ ਅਤੇ ਆਪਣੀਆਂ ਵਪਾਰਕ ਰਣਨੀਤੀਆਂ ਬਦਲ ਦਿੱਤੀਆਂ।

ਜਦੋਂ ਉਹ ਦੂਤ ਅੰਤ ਵਿੱਚ ਯਾਤਰਾ 'ਤੇ ਨਿਕਲਿਆ, ਤਦ ਤੱਕ ਸ਼ਾਂਤੀ-ਸਮਝੌਤੇ ਵਿਚ ਕਾਫ਼ੀ ਦੇਰ ਹੋ ਚੁੱਕੀ ਸੀ। ਜੰਗ ਛਿੜ ਗਈ ਅਤੇ ਉਸ ਨੇ ਰਾਜੇ ਦੀਆਂ ਸਾਰੀਆਂ ਯੋਜਨਾਵਾਂ ਨਾਲ-ਨਾਲ ਉਹਨਾਂ ਵਪਾਰੀ ਦੀਆਂ ਯੋਜਨਾਵਾਂ 'ਤੇ ਵੀ ਪਾਣੀ ਫੇਰ ਦਿੱਤਾ, ਜਿਨ੍ਹਾਂ ਨੇ ਦੂਤ ਦੇ ਜਾਣ ਵਿੱਚ ਦੇਰੀ ਕਰਵਾਈ ਸੀ।

ਗੁਰੂ ਕਹਿੰਦੇ ਹਨ:

ਸਾਨੂੰ ਆਪਣੇ ਜੀਵਨ ਵਿੱਚ ਸਿਰਫ਼ ਇੱਕ ਹੀ ਮਹੱਤਵਪੂਰਨ ਕੰਮ ਕਰਨਾ ਹੁੰਦਾ ਹੈ: ਉਹ ਮੁਹਿੰਮ ਜੋ ਸਾਨੂੰ ਸੌਂਪੀ ਗਈ ਹੈ। ਪਰ ਅਸੀਂ ਹਮੇਸ਼ਾ ਬੇਕਾਰ ਕੰਮਾਂ ਦੇ ਭਾਰ ਹੇਠਾਂ ਦਬ ਜਾਂਦੇ ਹਾਂ, ਜੋ ਅੰਤ ਵਿੱਚ ਸਾਡੇ ਸਪਨਿਆਂ ਦਾ ਨਾਸ਼ ਕਰ ਦਿੰਦੇ ਹਨ।

ਮੁਸਾਫ਼ਿਰ ਸਿਡਨੀ ਵਿੱਚ ਹੈ ਅਤੇ ਉਸ ਪੁਲ ਨੂੰ ਤੱਕ ਰਿਹਾ ਹੈ, ਜੋ ਸ਼ਹਿਰ ਦੇ ਦੋ ਹਿੱਸਿਆਂ ਨੂੰ ਆਪਸ ਵਿੱਚ ਜੋੜਦਾ ਹੈ। ਉਸ ਵੇਲੇ ਇੱਕ ਆਸਟਰੇਲੀਅਨ ਆਦਮੀ ਉਸਦੇ ਕੋਲ ਆ ਕੇ ਬੇਨਤੀ ਕਰਦਾ ਹੈ ਕਿ ਉਹ ਉਸਦੇ ਲਈ ਅਖ਼ਬਾਰ ਵਿੱਚ ਛਪੇ ਵਿਗਿਆਪਨ ਵਾਲੇ ਕਾਲਮ ਨੂੰ ਪੜ੍ਹ ਦੇਵੇ।

"ਇਹ ਬਹੁਤ ਛੋਟੇ ਅੱਖਰਾਂ ਵਿੱਚ ਛਪਿਆ ਹੈ, ਇਸ ਲਈ ਮੈਂ ਇਸਨੂੰ ਨਹੀਂ ਪੜ੍ਹ ਸਕਦਾ," ਉਹ ਕਹਿੰਦਾ ਹੈ, "ਅਤੇ ਮੈਂ ਆਪਣੀ ਐਨਕ ਘਰ ਭੁੱਲ ਆਇਆ ਹਾਂ।"

ਮੁਸਾਫ਼ਿਰ ਵੀ ਆਪਣੇ ਪੜ੍ਹਨ ਵਾਲੀ ਐਨਕ ਦੇ ਬਗੈਰ ਹੀ ਘਰੋਂ ਨਿਕਲਿਆ ਸੀ। ਉਹ ਉਸ ਆਦਮੀ ਤੋਂ ਮੁਆਫ਼ੀ ਮੰਗਦਾ ਹੈ, ਜੋ ਥੋੜ੍ਹਾ ਰੁਕ ਕੇ ਉਸਨੂੰ ਕਹਿੰਦਾ ਹੈ:

"ਓਹ ਠੀਕ ਹੈ, ਚੰਗਾ ਹੈ ਕਿ ਇਸ ਵਿਗਿਆਪਨ ਬਾਰੇ ਭੁੱਲ ਜਾਏ।"

ਫਿਰ ਗੱਲਬਾਤ ਜਾਰੀ ਰੱਖਣ ਦੀ ਇੱਛਾ ਨਾਲ ਉਹ ਕਹਿੰਦਾ ਹੈ:

"ਹਾਲਾਂਕਿ ਅਸੀਂ ਇਕੱਲੇ ਨਹੀਂ ਹਾਂ। ਪਰਮੇਸ਼ਰ ਨੂੰ ਵੀ ਕਮਜ਼ੋਰ ਦਿਖਾਈ ਦੇਂਦਾ ਹੈ, ਇਸ ਲਈ ਨਹੀਂ ਕਿ ਉਹ ਬੁੱਢਾ ਹੈ, ਬਲਕਿ ਇਸ ਲਈ ਕਿ ਉਹ ਖ਼ੁਦ ਚਾਹੁੰਦਾ ਸੀ ਕਿ ਉਸਨੂੰ ਘੱਟ ਦਿਖਾਈ ਦੇਵੇ। ਇਸ ਤਰ੍ਹਾਂ, ਜਦੋਂ ਕਦੇ ਕੋਈ ਉਸਦਾ ਨਜ਼ਦੀਕੀ ਵਿਅਕਤੀ ਕੁਝ ਗ਼ਲਤ ਕਰਦਾ ਹੈ, ਤਾਂ ਉਸ ਨੂੰ ਅਚਾਨਕ ਲੱਗਦਾ ਹੈ ਕਿ ਉਹ ਠੀਕ ਤਰ੍ਹਾਂ ਨਹੀਂ ਦੇਖ ਸਕਦਾ ਅਤੇ ਉਹ ਅਨਿਆ ਨਹੀਂ ਕਰ ਸਕਦਾ, ਇਸ ਲਈ ਆਖ਼ਿਰਕਾਰ ਉਸਨੂੰ ਮੁਆਫ਼ ਕਰ ਦਿੰਦਾ ਹੈ।"

"ਅਤੇ ਲੋਕ, ਜੋ ਚੰਗੇ ਕੰਮ ਕਰਦੇ ਹਨ, ਉਹਨਾਂ ਦਾ ਕੀ?" ਮੁਸਾਫ਼ਿਰ ਪੁੱਛਦਾ ਹੈ।

"ਪਰਮੇਸ਼ਰ, ਨਿਸ਼ਚਿਤ ਤੌਰ 'ਤੇ, ਆਪਣੀ ਐਨਕ ਕਦੇ ਘਰ 'ਨਹੀਂ ਭੁੱਲਦਾ'," ਆਸਟਰੇਲੀਅਨ ਹੱਸਦੇ ਹੋਏ ਉੱਥੋਂ ਜਾਂਦੇ-ਜਾਂਦੇ ਕਹਿੰਦਾ ਹੈ।

“ਕੀ ਪ੍ਰਾਰਥਨਾ ਤੋਂ ਵੱਧ ਮਹੱਤਵਪੂਰਨ ਕੁਝ ਹੋ ਸਕਦਾ ਹੈ?” ਇੱਕ ਵਿਦਿਆਰਥੀ ਨੇ ਆਪਣੇ ਗੁਰੂ ਤੋਂ ਪੁੱਛਿਆ।

ਗੁਰੂ ਨੇ ਉਸ ਵਿਦਿਆਰਥੀ ਨੂੰ ਨੇੜਲੇ ਦਰੱਖਤ ਤੋਂ ਇਕ ਟਾਹਣੀ ਤੋੜ ਕੇ ਲਿਆਉਣ ਲਈ ਕਿਹਾ। ਵਿਦਿਆਰਥੀ ਨੇ ਆਗਿਆ ਦਾ ਪਾਲਣ ਕੀਤਾ।

“ਕੀ ਦਰੱਖਤ ਹੁਣ ਵੀ ਜੀਵਿਤ ਹੈ?” ਗੁਰੂ ਨੇ ਪੁੱਛਿਆ।

“ਉਨਾ ਹੀ ਜੀਵਿਤ ਹੈ, ਜਿੰਨਾ ਉਹ ਪਹਿਲਾਂ ਸੀ,” ਵਿਦਿਆਰਥੀ ਨੇ ਕਿਹਾ, “ਫਿਰ ਉਸ ਕੋਲ ਜਾ ਕੇ ਉਸ ਦੀਆਂ ਜੜ੍ਹਾਂ ਕੱਟ ਦੇਵੋ,” ਗੁਰੂ ਨੇ ਕਿਹਾ।

“ਜੇ ਮੈਂ ਇਹ ਕੀਤਾ, ਤਾਂ ਦਰੱਖਤ ਮਰ ਜਾਵੇਗਾ,” ਵਿਦਿਆਰਥੀ ਨੇ ਕਿਹਾ।

“ਪ੍ਰਾਰਥਨਾਵਾਂ ਉਸ ਦਰੱਖਤ ਦੀਆਂ ਸ਼ਾਖਾਵਾਂ ਹਨ, ਤੇ ਜੜ੍ਹਾਂ ਨੂੰ ਵਿਸ਼ਵਾਸ ਕਹਿੰਦੇ ਹਨ,” ਗੁਰੂ ਨੇ ਕਿਹਾ, “ਵਿਸ਼ਵਾਸ ਪ੍ਰਾਰਥਨਾ ਦੇ ਬਿਨਾਂ ਵੀ ਬਣਿਆ ਰਹਿ ਸਕਦਾ ਹੈ, ਪਰ ਪ੍ਰਾਰਥਨਾ ਵਿਸ਼ਵਾਸ ਦੇ ਬਿਨਾਂ ਨਹੀਂ ਰਹਿ ਸਕਦੀ।”

ਏਵੀਲਾ ਦੀ ਸੇਂਟ ਟੇਰੇਸਾ ਨੇ ਲਿਖਿਆ ਸੀ:

“ਯਾਦ ਰੱਖੋ, ਪ੍ਰਭੂ ਸਾਨੂੰ ਸਾਰਿਆਂ ਨੂੰ ਬੁਲਾਉਂਦੇ ਹਨ; ਅਤੇ, ਕਿਉਂਕਿ ਉਹ ਖੁਦ ਹੀ ਸੱਚ ਹਨ, ਅਸੀਂ ਉਨ੍ਹਾਂ ਤੇ ਸ਼ੱਕ ਨਹੀਂ ਕਰ ਸਕਦੇ। ਉਹ ਕਹਿੰਦੇ ਹਨ: ‘ਜੋ ਲੋੜਵੰਦ ਹਨ, ਉਹ ਮੇਰੇ ਕੋਲ ਆਓ, ਮੈਂ ਤੁਹਾਨੂੰ ਪੀਣ ਲਈ ਦਿਆਂਗਾ।’ ਜੇ ਉਨ੍ਹਾਂ ਦਾ ਬੁਲਾਉਣਾ ਆਮ ਨਾ ਹੁੰਦਾ, ਤਾਂ ਉਹ ਕਹਿ ਸਕਦੇ ਸਨ: ‘ਆਓ, ਤੁਸੀਂ ਸਾਰੇ ਆਓ, ਕਿਉਂਕਿ ਆ ਕੇ ਤੁਸੀਂ ਕੁਝ ਵੀ ਨਹੀਂ ਖੋਵੋਗੇ; ਮੈਂ ਉਹਨਾਂ ਨੂੰ ਪੀਣ ਲਈ ਦਿਆਂਗਾ, ਜਿਹਨਾਂ ਨੂੰ ਮੈਂ ਇਸ ਯੋਗ ਸਮਝਦਾ ਹਾਂ।’ ਪਰ ਜਿਵੇਂ ਉਹਨਾਂ ਕਿਹਾ ਸੀ, ਸਾਨੂੰ ਸਾਰਿਆਂ ਨੇ ਇਸ ਸ਼ਰਤ ਦੇ ਬਿਨਾਂ ਆਉਣਾ ਸੀ। ਮੈਨੂੰ ਯਕੀਨ ਹੈ ਕਿ ਕੋਈ ਵੀ ਇਸ ਜੀਵਨ-ਜਲ ਨੂੰ ਪ੍ਰਾਪਤ ਕਰਨ ਵਿੱਚ ਨਾਕਾਮ ਨਹੀਂ ਹੋਵੇਗਾ। ਨਾਕਾਮ ਤਾਂ ਉਹੀ ਹੋਵੇਗਾ, ਜਦੋਂ ਉਹ ਰਸਤੇ ’ਤੇ ਟਿਕ ਕੇ ਨਹੀਂ ਰਹਿ ਸਕਣਗੇ।”

ਜਦੋਂ ਜ਼ੈਨ ਭਿਖ਼ਸ਼ੂ ਧਿਆਨ ਕਰਦੇ ਹਨ, ਤਾਂ ਉਹ ਇੱਕ ਚੱਟਾਨ ਦੇ ਸਾਹਮਣੇ ਬੈਠ ਜਾਂਦੇ ਹਨ। "ਹੁਣ ਮੈਂ ਇਸ ਚੱਟਾਨ ਦੇ ਥੋੜ੍ਹਾ ਵੱਡਾ ਹੋਣ ਦੀ ਉਡੀਕ ਕਰਾਂਗਾ," ਉਹ ਸੋਚਦੇ ਹਨ।

ਗੁਰੂ ਕਹਿੰਦੇ ਹਨ:

ਸਾਡੇ ਆਲੇ-ਦੁਆਲੇ ਹਰ ਚੀਜ਼ ਲਗਾਤਾਰ ਬਦਲ ਰਹੀ ਹੈ। ਹਰ ਦਿਨ ਸੂਰਜ ਇੱਕ ਨਵੀਂ ਦੁਨੀਆ ਨੂੰ ਰੌਸ਼ਨ ਕਰਦਾ ਹੈ। ਜਿਸਨੂੰ ਅਸੀਂ ਰੋਜ਼ਮਰ੍ਹਾ ਜ਼ਿੰਦਗੀ ਕਹਿੰਦੇ ਹਾਂ, ਉਹ ਨਵੇਂ ਵਿਚਾਰਾਂ ਅਤੇ ਮੌਕਿਆਂ ਨਾਲ ਭਰਪੂਰ ਹੁੰਦੀ ਹੈ, ਪਰ ਅਸੀਂ ਧਿਆਨ ਨਹੀਂ ਦਿੰਦੇ ਕਿ ਹਰ ਦਿਨ ਪਿਛਲੇ ਦਿਨ ਨਾਲੋਂ ਵੱਖਰਾ ਹੁੰਦਾ ਹੈ।

ਅੱਜ, ਕਿਤੇ ਕੋਈ ਖ਼ਜ਼ਾਨਾ ਤੇਰਾ ਇੰਤਜ਼ਾਰ ਕਰ ਰਿਹਾ ਹੈ। ਉਹ ਇੱਕ ਛੋਟੀ-ਜਿਹੀ ਮੁਸਕਰਾਹਟ ਹੋ ਸਕਦੀ ਹੈ, ਉਹ ਕੋਈ ਵੱਡੀ ਜਿੱਤ ਹੋ ਸਕਦੀ ਹੈ, ਇਸਨਾਲ ਕੋਈ ਫ਼ਰਕ ਨਹੀਂ ਪੈਂਦਾ। ਜੀਵਨ ਛੋਟੇ ਅਤੇ ਵੱਡੇ ਚਮਤਕਾਰਾਂ ਨਾਲ ਬਣਿਆ ਹੈ। ਕੁਝ ਵੀ ਅਕਾਊ ਨਹੀਂ ਹੈ, ਕਿਉਂਕਿ ਹਰ ਚੀਜ਼ ਲਗਾਤਾਰ ਬਦਲ ਰਹੀ ਹੈ। ਅਕਾਊ ਸਿਰਫ਼ ਦੁਨੀਆ ਨੂੰ ਦੇਖਣ ਦਾ ਸਾਡਾ ਨਜ਼ਰੀਆ ਹੈ।

ਜਿਵੇਂ ਕਿ ਟੀ.ਐਸ. ਈਲੀਅਟ ਨੇ ਲਿਖਿਆ ਸੀ: "ਅਸੀਂ ਖੋਜਣਾ ਬੰਦ ਨਹੀਂ ਕਰਾਂਗੇ ਅਤੇ ਸਾਡੀਆਂ ਸਾਰੀ ਖੋਜਾਂ ਦਾ ਅੰਤ ਉਸ ਥਾਂ ਤੇ ਪਹੁੰਚਣਾ ਹੋਵੇਗਾ, ਜਿੱਥੋਂ ਅਸੀਂ ਸ਼ੁਰੂਆਤ ਕੀਤੀ ਸੀ ਅਤੇ ਫਿਰ ਅਸੀਂ ਪਹਿਲੀ ਵਾਰੀ ਉਸ ਥਾਂ ਨੂੰ ਜਾਣਾਂਗੇ।"